பாண்டவபுர

பாண்டவபுரம்

சேது

தமிழில் : குறிஞ்சிவேலன்

கிழக்கு

பாண்டவபுரம்
Paandavapuram
by *Sedhu* ©
Translated from Malayalam by Kurinjivelan ©

Kizhakku First Edition : April 2006
168 Pages

ISBN 978-81-8368-113-1
Title No. Kizhakku 114

Kizhakku Pathippagam
177/103, First Floor,
Ambal's Building, Lloyds Road,
Royapettah, Chennai 600 014.
Ph: +91-44-4200-9603

Email : support@nhm.in
Website : www.nhm.in

Kizhakku Pathippagam is an imprint of New Horizon Media Private Limited

இல்லை. இந்த வண்டியிலும் இல்லை.
நாளைக்குத்தானோ?
நாளைக்கும் வராமல் இருப்பானோ?
ஒருவேளை அவன் இப்போது
இந்த வண்டியில் கூட இருக்கலாம்.
அவன் எப்போது வேண்டுமானாலும் வரட்டும்.
மெல்லவே வரட்டும்.
இங்கே வராமல்
எங்கே போய் விடுவான்?

ஒன்று

நேற்று இரவு, வழக்கமான வேறொரு கெட்டக் கனவை எதிர்நோக்கிப் படுத் திருக்கும்போது, அபூர்வமான சில நினைவு களின் வண்ணமிக்க கண்ணாடித் துகள்களைச் சிதறச் செய்தவாறு பாண்டவபுரம் என் மனத்துக்குள் நுழைந்தது. அகதிக் காலனியின் தேவாலய பிரார்த்தனை அறையிலுள்ள ஏழு வண்ண கண்ணாடித் துண்டுகள் பதிக்கப் பட்டிருக்கும் சரவிளக்கு கீழே விழுந்து உடைந்திருக்க வேண்டும். சிவப்புத் தரை ஓடுகள் பாவப்பட்டு, மஞ்சள் வண்ணம் அடித்த தகர மேற்கூரைகளையுடைய சில சிறுசிறு வீடுகள்தான் முதன்முதலில் தெரிந்தன. அதன்பின்தான் அவற்றுக்குப் பின் னால் அச்சில் வார்த்ததைப் போன்று ஒரே சீரான மஞ்சள் நிற கட்டடங்கள் தெரிந்தன. ஆகமொத்தத்தில் அந்தக் காலனியே ஒரே மஞ்சள் நிறமாக இருந்தது.

தொழிற்சாலைகளின் நீண்ட புகைபோக்கிகள் வெளியேற்றும் நச்சுக்காற்றை சுவாசிக்கும் பழுப்பு முக முடைய மனிதர்கள். தொழிற் சாலையை காலனியுடன் தொடர்புபடுத்தும் கருமை நிற சாலையோரத்தில், மஞ்சள் ஒளி வீசும் விளக்குத் தூண்கள். காலனிக்கு மேலே ஓர் அழகற்ற மஞ்சள் புகை ஒரு மேகப் படலத்தைப் போல் மிதந்துகொண்டிருந்தது. பல சமயங்களில் அதனுடைய உருவமும் வடிவமும் வாயைப் பிளந்து நிற்கும் முக்குவனின் பூதமாகவும், சிலசமயம் சர்வ சம்ஹாரியான துர்க்கையாகவும், சில சமயம் தியானத்தில் அமர்ந்துள்ள சாந்த சொரூபிணி

யாகவும், விரக்தியடைந்த ஒரு தாயாகவும் மாறிக் கொண்டேயிருந்தது. அந்த உருவ மாற்றங்களை அனுசரித்து அடிமைகளின் தோற்றமும் மாறிக்கொண்டிருந்தது.

அஸ்தமனம் முடிந்திருந்தது. காலனிக்குப் பின்புறமுள்ள மைதானத்தில் மூடுபனி பரவியிருந்தது. பனி விழுந்து நனைத்திருந்த புல் பரப்பின் வழியே தனியாக, ஏகாந்தமாக நான் நடந்தேன். என் முன்னால் இருளும் பனிமூட்டமும் ஒன்றிணைந்து அநேக ஈரத் திரைச்சீலைகளைத் தொங்க விட்டிருந்தன. மைதானத்தில் யாரும் இருக்கவில்லை. நான் என்னையே கேட்டுக் கொண்டேன்:

'தேவி, உனக்கு பயமில்லையா? இந்த இரவில், தனியாக, ஆள் நடமாட்டமேயில்லாத மைதானத்தின் வழியாக...' என்ற எனக்கே கூட, அதற்குப் பதில் தெரியவில்லை. மைதானத்தைக் குறுக்காகக் கடந்து, கம்பி வேலி கட்டப்பட்ட ஆரஞ்சு தோட்டங்களின் நடுவில் இருக்கும் நனைந்த பாதையில், எங்கே போகிறோம் எனும் குறிக்கோளும் இல்லாமல் நான் மீண்டும் நடந்து கொண்டேயிருந்தேன். சிறிது தூரம் நடந்ததும் சட்டெனெ நின்று சிறிது நடுக்கத்துடன் திரும்பி நோக்கினேன். பின்னால் உள்ள கேட்டில் சாய்ந்து கொண்டு, அந்த கொம்பு மீசை காவல்காரன் நிற்கிறானோ?

கையில் கிடைக்கும் ஒவ்வொரு கல்லும் பாட்டில் துண்டும், ஒவ்வொரு பிடியளவு காற்றும் அப்புறம் இனம் பிரித்து அறியக்கூடிய வாசனை களும் சத்தங்களும் அளிக்கும் அந்தச் செய்திகளையுமெல்லாம் சேர்த்து வைத்து பாண்டவபுரத்தை உருவாக்கத் தொடங்கும்போது மனம் விம்முகிறது. பல ஆண்டுகளுக்கு முன், ஒரு வாரப் பழக்கம் மட்டுமே யுள்ள ஒரு மனிதனின் மனைவியாக ஒருவித பிரமிப்போடுதான் அங்கே நான் சென்றடைந்தேன். நேற்றிரவு உறக்கம் வராமல் உருண்டும் புரண்டும் படுத்திருக்கும்போது, பாண்டவபுரத்தைச் சேர்ந்த கருப்பு நிறமும் மெலிந்த தேகமும் உடைய அந்த வண்டிக்காரனின் வயதான குதிரையின் குளம்படிச் சத்தம் கேட்டது. மூங்கில் தட்டியைத் தாண்டி வந்த அந்த குதிரை உரத்த ஒலியுடன் குளம்படித்துக் கொண்டு இந்த வீட்டைச் சுற்றி முற்றத்தில் பல முறைகள் வலம் வந்தது. ஜன்னல் கதவைத் திறந்து நோக்குவதற்கே பயமாக இருந்தது. குதிரையின் மேல், அந்த வயதான வண்டிக்காரன் அமர்ந்திருப்பான் என்னும் உறுதி இருந்தது. அவனுடைய பெயர்கூட என்றைக்கோ மறந்துபோய் விட்டிருந்தது. ஆனால், அந்தப் பழைய தொப்பிக்குக் கீழே, பீளை தள்ளிப் பழுப்பேறிய கண்களும், அம்மைத் தழும்புகள் படர்ந்து கிடக்கும் முகமும் இப்போதும் நினைவின் ஓரத்தில் இடம்பிடித்துக் கிடந்தன. அவனை மறக்க முடியாது. அவனுடைய வண்டியில்தான்

நானும் குஞ்ஞிக்குட்டத்தானும் குன்றின் உச்சியில் இருக்கும் அந்த அம்மன் கோயிலுக்கு தொழுவதற்காகச் சென்றோம்.

குன்றின் உச்சியில், கருங்கல் சுவர்களுக்கு நடுவில் உள்ள திருக்கோயிலில், சிவப்பு ஆடைகள் அணிந்து நெற்றியில் செந்தூர மிட்டு அம்மன் சம்மணமிட்டு அமர்ந்திருந்தாள். தியான அக்னியில் அவளுடைய முகம் சட்டென ஜொலித்தது. செந்தூரம் உருகி வழிந்தது. முகம் முழுவதும் சிவந்தது. அந்தத் தீயில் பாண்டவபுரத்திலுள்ள மைனர்கள் ஒவ்வொருவராக ஈசல்களைப் போன்று வந்து விழுந்து கரிந்து போனார்கள். அந்தச் சாம்பல்தான் கணவர்களை இழந்து நிற்கும் அதிர்ஷ்டமற்ற பெண்களின் நெற்றியில் திலகமாயிற்று.

அவள் பாண்டவபுரத்து சுமங்கலிப் பெண்களின் பாதுகாவலாக இருந் தாள். பாண்டவபுரத்துக்கு வந்து சேரும் திருமணமான ஒவ்வொரு பெண்ணும் அவளை வணங்கினார்கள். அவளிடம் பிரார்த்தித்தும் கொண்டார்கள்:

'தாயே, பாண்டவபுரத்து மைனர்களிடமிருந்து என்னைக் காப்பாற்றுங்கள். அவர்களுடைய கவர்ச்சி வளையங்களில் அகப்பட்டுக் கொள்ளாம லிருக்கக் கூடிய மனோபலத்தை எனக்கு அளியுங்கள்.'

அப்படி அவர்கள் வேண்டியும் கூட பாண்டவபுரத்துத் தெருக்களில் அந்த மைனர்கள், அந்த அப்பாவிப் பெண்களின் வாழ்க்கையைப் பந்தாடுவதற்காக இறுமாப்புடன் திரிந்தார்கள்.

இதோ, இப்போது ஆயிரம் மைல்களுக்கு அப்பால் இந்த ஆள் நடமாட்டம் இல்லாத பிளாட்பாரத்தில், அறிமுகமற்ற அந்த விருந் தாளியை ஏற்றிக்கொண்டு வரும் வண்டிக்காகக் காத்திருக்கும் போதும், பாண்டவபுரம் வெகுதொலைவில் உள்ளது போல்தான் தோன்றுகிறது. சிறியதொரு நடுக்கத்துடனும் வேதனையுடனும், பாண்டவபுரம் வெகு தொலைவில் இருக்கிறதோ என்று மீண்டும் மீண்டும் நினைக்க வேண்டியதிருக்கிறது.

மாலை வெயிலில் ஒளிரும் இரும்புத் தண்டவாளங்கள். கம்பி வேலிகளுக்கப்பால் வெட்டிக் குமித்த செம்மண் படிகள் முடியும் இடத்தில், வரிசையாகக் கட்டப்பட்டுள்ள மஞ்சள் நிறக் கட்டடங் களுக்கு இடையே எருமைகள் கதறுகின்றன. தொடக்கப் பின்னாலும் பள்ளிகளுக்கு முன்னாலுள்ள மண்மேடுகளுக்கும் மஞ்சள் கட்டடங் களுக்கும் நேர் மேலே பழுப்பேறிய ஆகாயம்.

நாளுக்கு ஒருமுறை மட்டுமே மூச்சிரைக்க ஓடிவரும் அந்தப் புகை வண்டியிலிருந்து இறங்குபவர்களில் பாண்டவபுரத்திலிருந்து

வருபவர்கள் யாரையும் காணமுடியவில்லை. இங்கிருந்து பாண்டவ புரத்துக்கு இரை தேடிச் சென்ற ஒரே நபர், என்னுடைய குஞ்ஞிக் குட்டத்தான் மட்டுமே. புள்ளிப் பசுக்கள் மேயும் புல் மைதானத்துக்கு அப்பால் உள்ள ஒரு சிறிய தகர கூரைக் கொட்டகைதான் பாண்டவபுரம் ரயில்வே ஸ்டேஷன். ஃபாக்டரிக்கு அருகில் வேறொரு ஸ்டேஷனும் உண்டு. மைதானத்துக்கு மேற்கே அகதிகளின் கூடாரங்களுக்கும் வட குன்றுகளுக்கும் இடையிலுள்ள சிறு குளத்தில் மீன்கள் துள்ளி விளையாடுவதை நோக்கியவாறு கரையில் வெள்ளை நிறக் கொக்குகள் தவம் செய்து கொண்டிருந்தன. நகரத்துக்கு சரக்குகளை ஏற்றிச் செல்லும் மாட்டு வண்டிகளின் சலங்கை சத்தத்தைக் கேட்டு திடுக்கிட்டு பறந்து போகும் கொக்குகள், மீண்டும் அங்கே வெகு நேரங்கழித்து தயக்கத்துடன்தான் வந்து சேருகின்றன. அதற்கான காரணம், முன்பொரு முறை துப்பாக்கிகள் ஏந்திய இளம் வயது உல்லாசப் பயணிகள் சிலர் அக்குளக்கரைக்கு வந்து சென்றதுதான். அன்றுதான் அந்தக் குளத்திலுள்ள இருண்ட தண்ணீரில் சிவப்பு ரத்தம் கலந்தது.

சிவப்பு மேல் சட்டை அணிந்த, வலதுகாலில் ஆணியுள்ள வயதான போர்ட்டர் ஒருவன் வந்து தூணில் தொங்கவிட்டிருந்த இரும்புத் தண்ட வாளத்தில் கோபத்துடன் அடித்தான். தண்டவாளங்களின் மேல் வெறுப்புடன் காறித் துப்பினான். அவை தெரித்து இரும்பு உத்திரங் களில் மோதிச் சிதறின. தகரக் கொட்டகையில் தூங்கிக் கொண்டிருந்த புறாக்கள், உறக்கத்தை உதறிக் கொண்டு குறுக்கும் நெடுக்கும் பறந்தன. அவசர அவசரமாக யூனிஃபாரத்தின் பொத்தான்களை அணிந்து கொண்டு சுருட்டிப் பிடித்த கொடியுடன் தன் குகைக்குள்ளிலிருந்து வெளியே வந்தார் ஸ்டேஷன் மாஸ்டர். அவருடைய முகத்தில் மதியத் தூக்கம் தடைபட்டதால் உண்டான கோபம்தான் இருந்தது. பீளை சேர்ந்த கண்களைச் சிமிட்டி, உரத்த குரலில் கோட்டுவாய் விட்டுக் கொண்டு அவர் குருவாயூரப்பனை அழைத்தார். இதற்குள் பெஞ்சுகளில் அமர்ந்து உறக்கத்தில் ஆழ்ந்திருந்த ஐந்தாறு பயணிகள் திடுக்கிட்டு எழுந்து கொண்டார்கள். அவர்கள் துள்ளியெழுந்து பிளாட்பாரத்தின் ஓரத்துக்குச் சென்று வடக்கே நோக்கியவாறு நின்றுகொண்டார்கள். வெகு தூரத்தில், தண்டவாளத் தூண்களுக்கு அப்பால் ஓர் ஒளி வட்டம் தெரிந்தது. பின் திடீரென பெரிதாகி, புகையைத் துப்பியவாறு இருண்ட முகத்துடன் வேற்று கிரகத்திலிருந்து ரகசிய செய்தியுடன் வரும் ஒரு துவனைப் போல் குளம்படிச் சத்தத்துடன் அது நகர்ந்து வந்தது.

தாவளம் அடைந்துவிட்ட ஆசுவாசத்துடனும் பரபரப்புடனும் அந்த வண்டி வந்து நின்றது.

சில பேர் இறங்கினார்கள். அவர்கள் சோற்றுப் பாத்திரத்துடன் காலையி லேயே வடக்கு நோக்கி வேலைக்குச் சென்றவர்கள்; ஐந்தாறு பள்ளிப்

பிள்ளைகள்; மீன் கூடைகளைச் சுமந்து சென்ற மாப்பிளாக்கள்; ஜாமந்திப் பூக்கள் சூடி, மூக்குத்தியணிந்து, புகையிலையின் மணம் பரப்பும் கருத்த தமிழ்ப் பெண்கள்.

தேவி பெஞ்சிலிருந்து அசையவே இல்லை. ஆனால், கண்கள் அவளையறியாமலேயே மக்கள் கூட்டத்தில் யாரையோ தேடிக் கொண்டிருந்தன. அந்தக் கூட்டத்தில் பாண்டவபுரத்திலிருந்து வரும் ஒருவன் இருக்கிறானோ? கழுத்து வரையில் நீளமாக வளர்த்த தலைமுடி, தொளதொளாவென்ற நீண்ட காவி ஜிப்பா; முரட்டு பேண்ட்; நரம்புகள் புடைத்து நிற்கும் கருத்த முரட்டுத்தனமான கைகள், சிகரெட் கறைபடிந்த நீண்ட விரல்கள். மைனரின் ஊடுருவி நோக்கும் கண்கள். காமுக னுக்கேயுரிய முகபாவம். அவனுடைய பெயர் என்ன? நினைவில் இல்லை. ஆனால், அவனுடைய தொழில் மட்டும் தெரியும். அவன் பாண்டவபுரத்திலுள்ள கம்பீரமான மைனர்களில் ஒருவனாக இருந்தான். புதியதாக கல்யாணம் செய்துகொண்டு, மலர்ந்த கண்களுடனும், பிரமிப்புடனும் முதன்முதலாக பாண்டவபுரத்துக்குப் போய்ச் சேரும் கிராமத்துப் பெண்களுக்கு அவன் ஒரு பயங்கரமானவனாக இருந்தான். இரவில் அருகிலுள்ள வீட்டின் ஜன்னலுக்கருகில் சிகரெட்டை புகைத்துக் கொண்டு, ஜொலிக்கும் கண்களுடன் என்னுடைய படுக்கை அறையை நோக்கி என்னையே உற்றுப் பார்த்துக்கொண்டு நின்றிருந்த இளைஞன் அவன்.

பாண்டவபுரத்திலுள்ள பல குடும்பங்களைத் தகர்த்த மைனர்களில் அவனும் ஒருவன்.

வண்டியிலிருந்து இறங்கியவர்கள் உரத்த குரலில் பேசிக்கொண்டே கேட்டை தாண்டிப் போனார்கள். வண்டியில் ஏற வேண்டியவர்கள் ஏறினார்கள். பிளாட்பாரம் காலியாயிற்று. மீண்டும் மணியடிக்கப் பட்டது. வண்டி கூவிற்று. ஸ்டேஷன் மாஸ்டர் தலையைக் குலுக்கி, கோட்டுவாய் விட்டு குருவாயூரப்பனை அழைத்துக்கொண்டு பச்சைக் கொடியை ஆட்டிக் காட்டினார். மற்றொரு சடங்கையும் முடித்துவிட்ட ஆசுவாசத்துடன் அவர் மெல்ல மீண்டும் தன் குகைக்குள் குனிந்து நுழைந்துகொண்டார். உடுக்கை அடித்தவாறு வண்டியும் ஊர்ந்து நகர்ந்து போயிற்று. அது விட்டுச்சென்ற புகை மட்டும் மறையாமல் மேலெழும்பி பரவியது.

இல்லை. இந்த வண்டியிலும் இல்லை. நாளைக்குத்தானோ? நாளைக்கும் வராமல் இருப்பானோ? ஒருவேளை அவன் இப்போது இந்த வண்டியில் கூட இருக்கலாம். அவன் எப்போது வேண்டு மானாலும் வரட்டும். மெல்லவே வரட்டும். இங்கே வராமல் எங்கே போய் விடுவான்? அவனுடைய நடமாட்டங்களைக் கட்டுப்படுத்தும்

மெல்லிய சரடுகள் இதோ இந்த விரல்முனையில் அல்லவோ இருக்கின்றன.

அவனை நான் பாண்டவபுரத்திலிருந்து ஆவாஹித்தே வரவழைத்து விடுவேன்.

தேவி மெல்ல எழுந்துகொண்டாள். சேலையை ஒதுக்கிக் கொண்டு குடையையும் எடுத்துக்கொண்டு கேட்டுக்கருகே நடந்தாள். கேட்டில் கையை நீட்டிக்கொண்டு நிற்கும் வெள்ளை மேலுடுப்பு அணிந்திருந்த கருத்து மெலிந்த டிக்கெட் கலெக்டரை காணாததுபோல் நடக்கத் தொடங்கினாள்.

அவன் சட்டென அவள் முன்னால் வந்து நின்று, 'நீங்க தெற்கேப்புரம் பள்ளிக்கூடத்து டீச்சர்தானே?' என்று கேட்டான்.

அவள் வெறுமனே தலையை ஆட்டினாள்.

'உங்க பேரு கூட, தேவி டீச்சர்தானே?' அது எப்படி இவனுக்குத் தெரியும் என்பதுபோல் முகம் நிமிர்ந்து நோக்கினாள். அவன் சிரித்துக் கொண்டிருந்தான்.

'என் பொண்ணு உங்க கிளாசுலதான் படிக்கிறா, டீச்சர். அவ பேரு பி.கே. மாலதி.'

'தெரியுமே' என்று அவள் முணுமுணுத்தாள்.

'உங்களைப் பற்றி எப்போதும் மாலு சொல்லிக்கொண்டே இருப்பா.'

'உம்.'

'நீங்க தப்பா நெனைக்கலேன்னா, நான் ஒண்ணு கேக்கட்டுமா, தெனந் தோறும் வண்டி வர்ற நேரத்துக்கு நீங்க ஏன் வர்றீங்க? யாராவது வரவேண்டியவங்க இருக்காங்களா? ரொம்ப நாளாவே நான் பார்த்துக் கிட்டு வரேன். கொஞ்சநாளா உங்ககிட்ட இதப்பத்தி கேக்கணும்னும் நெனைச்சேன்' என்றவனின் குரலில், அதை அவள் தவறாக எடுத்துக் கொள்வாளோ என்னும் பயமும் இருந்தது.

'சும்மாதான்' என்றவள் முன்னோக்கி இரண்டு அடி வைத்ததும் அவன் வழிவிட்டு ஒதுங்கினான் என்றாலும், வெயிட்டிங் ரூமின் முனை வரையில் பின்னாலேயே வந்தான்.

'யாராவது வரவேண்டியவங்க இருக்காங்களா?' என்று அவன் மீண்டும் கேட்டான்.

'இருக்கலாம்.'

'அதில்ல. நான் எதுக்குக் கேட்டேன்னா...'

அவன் சிறியதொரு வெட்கத்துடன் தொடர்ந்தான்.

'உங்களுக்கு ரொம்பவும் நெருக்கமானவங்க யாரோ வரணும் போலிருக்கு, இல்லீங்களா?'

சொல்லவேண்டிய பதில் உள்ளிருந்து மேலெழும்பி வந்தது: 'உண்டு. ஒருத்தன் வரணும், அவன் என் காதலன்' என்று.

அவள் சட்டென படிகளில் இறங்கினாள்.

'சும்மாதான் கேட்டேன். மனசுல வைச்சிக்காதீங்க' என்று அவன் கூறிய சத்தம் முதுகுக்குப் பின்னால் கேட்டது.

ஆலமரத்தின் கீழே மதிலுக்கு அருகில் நிறுத்தியிருந்த டாக்சியிலிருந்து இருவர் அவளைச் சுட்டிக்காட்டி என்னவோ கூறுவதைக் கவனிக்காமல் அவள் வேகமாக நடந்தாள்.

பஸ் ஸ்டாண்டில், ரயிலிலிருந்து வரும் பயணிகளுக்காக பஸ் காத்துக் கொண்டிருக்கும். அது கிடைக்கவில்லை என்றால்தான் ஐந்தாறு மைல்கள் நடக்க வேண்டியதிருக்கும். இனி, வீட்டுக்குப் போவதற்குள் இருட்டிவிடும்.

அவள் வேகமாக நடக்கத் தொடங்கினாள்.

இரண்டு

குன்றுகளின் பிளவுகள் வழியே கருத்த முகமுடைய ஆகாயம் தாழ்வாக இறங்கி வந்தது. சாய்ந்து விழும் மழைச் சாரல்களை வழித்து விட்டவாறு, எரிச்சல் அடைந்தும் நடுங்கியும் கூந்தலை அலையவிட்டு அவள் குன்றின் சரிவில் இறங்கினாள். அவளுடைய அலறலைக் கேட்டு, அவளுடைய சிலம் பொலியைக் கேட்டு மாமரங்கள் நடுங்கின. புதர்களில் பதுங்கியிருந்த நரிகள் திடுக்கிட்டு, துள்ளி ஊளையிட்டன. அவளுடைய மூக்குத்தியின் ஒளி, மின்னலைப்போலப் பாய்ந்து சென்றது. அவளுடைய காலடிகள் பதிந்து விஷமுறக்களிலிருந்து கடும் விஷம் வடிந்தது. அவளுடைய கடைவாயின் வழியாக வழிந்த ரத்தத் துளிகள் தெறித்து விழுந்து தெச்சிப்பூக்கள் பூத்தன. கனத்து வரும் மழையின் அம்பு வியூகத்தைப் பிளந்து கொண்டு அவள் வெறியுடன் இறங்கினாள். அவளுடைய மதம் கொண்ட உடலின் தீட்சண்யமான சூட்டில் உருகி வழியும் பகலின் வியர்வைத் துளிகள் உருண்டு திரண்டன.

மழை ஓய்ந்து, காற்றின் வேகமும் தணிந்த இந்த அந்திச் சிவப்பின் வழியே, மேகங் களுக்கிடையே அந்த வயதான குதிரையின் மேல் சவாரி செய்து வரும் இளம் வயது இளவரசன் தென்பட்டான். கிரீடத்துக்குக் கீழே தடித்த முகம். கீழ்நோக்கித் தொங்கிய நனைந்த மீசை. ஏழு வண்ணங்களை விரியச் செய்யும் வைரக் குண்டலங்கள். நனைந்த உதடுகள் வடித்த நச்சுக் கறை மறையாமல் இருக்கும் நீண்ட கழுத்து.

இல்லையில்லை. எங்கே தவறுகின்றது. எல்லாவற்றையும் மறு படியும் பொறுக்கி எடுக்கவேண்டும். கையில் கிடைக்கும் ஒவ்வொரு கல்லையும், கண்ணாடித் துண்டுகளையும் ஒவ்வொரு கைப் பிடியளவு காற்றையும், வேறுபடுத்தி அறியக்கூடிய மணங்களையும் எல்லாம் கலந்து ஓர் உருவத்தை உண்டாக்க வேண்டும். தொளதொளாவென்ற காவி ஜிப்பா, முரட்டு பேண்ட், நரம்புகள் புடைத்துக்கொண்டிருக்கும் கருத்த திடமான கைகள், சிகரெட் கறை படிந்த நீண்ட விரல்கள், கைகளை விசாலமாக வீசி இடதுபக்கமாகச் சிறிது சாய்ந்து நடக்கும் நடை.

சோர்வுற்று அழுக்கேறிய முகத்தில் பற்றியெரியும் இரண்டு கண்கள். காமுகனின் கண்கள்; ஆமாம். அப்படித்தான் இருந்தன. காணக்கூடிய விதானங்களைத் தாண்டி பறந்துபறந்து போகும்போது, எங்கேயோ கிரீடத் தலைப்பாகைக்குக் கீழேயுள்ள தடித்த முகம் கலங்குகிறது. வட்டமடித்துப் படரும் அவற்றுக்கிடையே இருந்து எரிந்துகொண்டி ருக்கும் இரண்டு கண்கள் தெளிந்து தெரிகின்றன.

ஆமாம். அவையெல்லாம் உண்மைதான். கற்பனைக்கும் உண்மைக்கும் இடையிலுள்ள மெல்லிய எல்லைகளை நான் என்றோ தகர்த்துவிட்டி ருக்கிறேன். உண்மையைக் கற்பனையாக்கவும் கற்பனையை உண்மை யாக்கவுமான அந்த அபூர்வமான திறமை இப்போது என்னை மகிழ வைக்கவில்லை.

ஆனால், இங்கே இப்படியே நான் ஆணியடித்தாற்போல் என் நிலையை உறுதிப்படுத்திக்கொள்ள வேண்டும். வடிவமிழக்கப்படும் கற்பனைகள், அலையும் நினைவுகளை எங்கும் கொண்டுபோய் சேர்ப்பதில்லை. அதனால், மிகவும் கஷ்டப்பட்டு நான் என் கற்பனைகளுக்கு வடிவத்தை உண்டாக்கிக்கொள்ளவேண்டும். அவற்றுக்குள் நிறங்களையும் மணங்களையும் புகுத்தவேண்டும்.

தொளதொளவென்ற நீண்ட காவி ஜிப்பா, முரட்டு பேண்ட், நரம்புகள் புடைத்துக்கொண்டிருக்கும் கருத்த திடமான கைகள், சோர்வுற்று அழுக்கடைந்த முகத்தில் பற்றியெரியும் கண்கள்.

அவனுடைய வருகை ஆகாயத்தின் வழியாக இருக்காது. அவன் கால்களும் எப்போதும் மண்ணில் தொடுபவைதான். வலை வீசிப் பிடிக்கவும் அடிமைப்படுத்துவதற்குமாகவே பிறந்தவன்.

நான் எல்லாவற்றையும் அடக்கிக் கொள்கிறேன்தான். எதற்காக அவனை மட்டும் எதிர்நோக்கி நான் தினந்தோறும் காத்துக் கொண்டு இருக்கிறேன் என்று எனக்கே பிடிப்பு இல்லை. எதற்காக எல்லா மெஸ்மரிஸ சக்திகளையும் சேர்த்துக்கொண்டு அவனை ஆவாஹித்து

வரவழைக்க நான் துடித்துக்கொண்டிருக்கிறேன் என்று எனக்கே தெரியவில்லை.

ஆனால், அவனுடைய, அதுதான் அந்த வேட்டைக்காரனின் கண்களோ!

குன்றுச் சரிவின் வழியாக அலறிக்கொண்டே இறங்கி வந்த தேவியின் வடிவம் இப்போது என் கண்கள் முன்பாக இல்லை. மழைபெய்து ஓய்ந்து இருக்கிறது. மேகங்கள் இருண்ட விதானங்களில் அபயம் தேடிக்கொண்டிருந்தன.

நான் அவனுடைய வரவுக்காக பாதையைச் செப்பனிடுகிறேன்!

அவனுடைய சிவந்த கால் பாதங்கள் மண்ணில் படுவது இப்போது எனக்குத் தெரிகிறது.

●

சுமைதாங்கிக்கு அருகில் ஒரு குலுக்கலுடன் டாக்ஸி நின்றது. பாதையோரத்தில் குவிக்கப்பட்டிருந்த சரளைக்கற்களில் குத்துக்காலிட்டு அமர்ந்திருந்த இளைஞன் பீடியை இழுத்து எறிந்து விட்டு, இருந்த இருப்பிலிருந்தே அசையாமல் தலையைச் சாய்த்து நோக்கினான்.

'களரிப்பாடத்து குஞ்ஞிக்குட்டன் வீடு எதுன்னு கேளுங்க' டிரைவரிடம் காரில் வந்தவன் சொன்னான்.

டிரைவர் இளைஞனிடம் கேட்டான்.

'களரிப்பாடத்துக் குஞ்ஞிக்குட்டன் வீடு எங்கேயிருக்கு?'

இளைஞன் தலையிலுள்ள கட்டை அவிழ்த்து உதறிக்கொண்டு, தாடையைச் சொறிந்து, தலையைச் சொறிந்து ஒரு நிமிடம் வரையில் யோசித்துவிட்டுச் சொன்னான்.

'களரிப்பாடத்துக்காரங்க இங்க நாலைஞ்சி வீட்டுக்காரங்க இருக்காங்களே! அதுல குஞ்ஞிக்குட்டன் மாஸ்டர் வீடு எதுன்னு எனக்குத் தெரியாதுங்களே!'

வடக்கே பாண்டவபுரத்துக்கு வேலைக்குப் போனாரே, அந்தக் குஞ்ஞிக்குட்டன்தான்.'

'அதெல்லாம், அவிங்க எந்தப் புரம் போனாங்களோ என்னமோ, யாருக்குத் தெரியும்? ஆனா, சில பேரு பட்டாளத்துக்குப் போனாங்க. அவங்க கூட இப்ப எங்க இருக்காங்கன்னு யாருக்குத் தெரியும்?'

‘குஞ்ஞிக்குட்டன் பட்டாளத்துக்குப் போகல. அந்தாளு ஃபேக்டரில தான் வேலை செஞ்சான்’ என்று காரில் வந்தவன் தலையை வெளியே நீட்டி கொஞ்சம் பொறுமை இழந்து விவரிக்கப் பார்த்தான்.

‘நான் சொல்ற குஞ்ஞிக்குட்டனோட நெத்தியில ஒரு பெரிய காயத்தின் வடு இருக்கும். நடக்கும் போது கூட கொஞ்சம் இடதுபுறமா சாய்ஞ்சு தான் நடப்பான்.’

அதைக் கேட்டதும் இளைஞனுக்கு சிரிப்புதான் வந்தது. மடியிலிருந்து ஒரு பீடியை எடுத்து பற்ற வைத்துக்கொண்டு அவன் எழுந்து கொண்டான்.

‘அப்படியெல்லாம் சொன்னா யாருக்குப் புரியும் சார்? நீங்க கொஞ்சம் இங்கியே நில்லுங்க சார். நான் அந்த வெத்தலைப் பாக்குக் கடைக்குப் போயி கொஞ்சம் விசாரிச்சுட்டு வரேன்.’

டாக்ஸி டிரைவர் இதற்குள் கீழே இறங்கினான். சுமைதாங்கியில் செதுக்கி வைத்திருக்கும் பாசி பிடித்து மறையத்தொடங்கிய எழுத்து களை வாசிக்க முயன்று கொண்டிருந்தான். கொஞ்சநேரம் வரையில் மிகவும் சிரமப்பட்டு அவன் அவ்வெழுத்துகளைக் கூட்டிப் படித்தான்.

‘களரிப்பாடத்து குஞ்ஞுண்ணிமேனன் அவர்களின் உபயம்.’

‘குஞ்ஞிக்குட்டனின் முப்பாட்டன் பேருதான் அது’ என்று டாக்ஸியில் பயணித்து வந்தவன் கூறினான். ‘பெரியவரு அந்த காலத்துல ரொம்பவும் புகழ்பெற்றிருந்தவரு. ஒரு காலத்துல இந்த களரிப்பாடத்துக்காரங்க நாடு முழுவதையும் அடக்கி ஆண்டவங்கதான். நல்லா தின்னு, குடிச்சி, தாசி வீட்டுக்குக் கொண்டுபோயி கொடுத்தே எல்லாத்தையும் தொலைச் சுட்டாங்க. அப்படிச் செய்யலேன்னா, இப்ப குஞ்ஞிக்குட்டன் ஒரு வேலைக்காக அலைஞ்சி திரிஞ்சி பாண்டவபுரத்துக்கு வந்து விழ வேண்டிய அவசியம் இருந்திருக்காது. குஞ்ஞிக்குட்டன் எல்லாத்தையும் என்கிட்ட சொல்லியிருக்கான். எனக்கு எல்லாமும் தெரியும்.’

அதற்குள் இளைஞனும் வெற்றிலைப் பாக்குக் கடைக்காரனுடன் திரும்பி வந்திருந்தான். சிவந்த வாயில் தேயத் தொடங்கியிருந்த பற்களை வெளியே காட்டிக்கொண்டு வெண்சிலுவை அணிந்த மாப்பிளா சொன்னான்.

‘நீங்க சொல்ற ஆடு எதுன்னு புரியலிங்க சார். களரிப் பாடத்துக் காரங்கங்கறவங்க இங்க அஞ்சாறு தாய் வழிக்காரங்க இருக்காங்க. குடும்பத்துக்குப் பாகம் பிரிச்சப்போ ஒவ்வொரத் தங்களும் ஒவ்வொரு வழியில போயிட்டாங்க. அவங்களே தங்களைத் தாங்களே தெரிந்து கொள்றதும் கூட சந்தேகம்தான். நீங்க எங்கேர்ந்து சார், வரீங்க?’

‘நான் வடக்கே பாண்டவபுரத்துலேர்ந்து வரேன். அதான், குஞ்ஞிக் குட்டன் வூட்டுக்குப் போயி கொஞ்சம் வேலையிருக்கு. அதுக்குத்தான் தேடறேன்.’

‘ஒரு காரியம் பண்ணுங்க சார். இந்த களரிப்பாடத்துக்காரங்கள்லே கொஞ்சம் வசதியா இருக்கற ஒரு குடும்பம் இருக்க. அங்கே சம்பந்தம் செஞ்சுகிட்ட உண்ணிமேனன் சாருட்ட கேட்டா விவரம் தெரியும். அவரு தெக்கேப்புறம் பள்ளிக்கூடத்துல வாத்தியாரா இருக்காரு. இந்த ஊரு பிரசிடெண்டும் அவருதான். இங்க உள்ள எல்லா நாயருங்களையும் அவருக்குத் தெரியும்.’

‘அவுரு எங்க வசிக்கிறாரு?’

‘களரிப்பாடத்து குடும்பத்துலதான் இருக்காரு. பழைய வூட்டை யெல்லாம் இடிச்சிநெரவிட்டு பெரியவரு ஜோரால்ல இப்ப கட்டியிருக் காரு. தோ, அப்படியே நேரா போனாபோதும்’ என்ற மாப்பிளா, தெற்கு நோக்கி விரலைக் காட்டினான். கருங்கல் சல்லிகள் பரப்பப் பட்டிருக்கும் குண்டும் குழியுமுள்ள ஒழுங்கில்லாத வழி; ‘அப்பூட்டன் வைத்தியரோட வைத்தியசாலைக்குப் பக்கத்துலேர்ந்து மேற்குப்புறமா திரும்பணும். அங்கேர்ந்து கொஞ்சதூரம் போனதும் ஒரு கோயிலும் ஆலமரமும் தெரியும். அந்த ஆலமரத்தச் சுத்திக்கிட்டு மறுபடியும் தெக்குப் பக்கமா போவணும். அதாவது, கோயில் குளத்துக்குப் பக்கத்தாலேயே.’

‘அதிக தூரம் போக வேணாம்’ என்று இடையில் புகுந்த இளைஞன், ‘இடது பக்கத்துல வெள்ளை பூசிய ஒரு மதிலும் மதில்வாசலும் தெரியும். மதிலுக்கு அப்பாலுள்ள முற்றத்துல செம்பருத்திக் காடு தெரியும். அதான், உண்ணிமேனன் சாரோட வீடு’ என்று விவரித்தான்.

‘இந்த வழியில் எல்லாம் வண்டி போவுமா?’ என்று டிரைவர் சிறிது சந்தேகத்துடன் கேட்டான்.

‘வண்டி போகுமான்னா கேக்கறீங்க? நல்லா சொன்னீங்க போங்க!’ என்ற இளைஞன் சிரித்தான். ‘உண்ணிமேனன் சாரு இப்போ இந்த ஊரு நாயர் சங்கத்து பிரசிடெண்ட். அடுத்த தடவை பஞ்சாயத்து பிரசி டெண்டுக்கும் நிக்கப் போற ஆளு அவரு.’

வண்டி நகர்ந்தது.

ஒரு சிகரெட்டைப் பற்றவைத்து இழுத்துக்கொண்டே டிரைவரிடம், ‘இந்த வண்டி உங்களுக்குச் சொந்தமா?’ என்று கேட்டான் பயணி.

‘இல்ல சார், அய்மதுகுட்டி ஹமீதோடதுதான்.’

‘நல்லா ஓடுதா?’

‘எங்க ஓடுது சார்?’ என்று பெருமூச்சுவிட்ட டிரைவர், ‘இங்கல்லாம் யாரு டாக்ஸிய கூப்பிடறாங்க? எப்போதாச்சும் யாராவது வண்டியி லேர்ந்து வந்து இறங்குவாங்க. இங்க வர்றதுக்கும் பிரைவேட்டு பஸ்ஸு இருக்கு. கொஞ்சநேரம் காத்துக்கிட்டு இருந்தாலும் எழுபது பைசா கொடுத்தாலே போதுமே. அப்படி இருக்கறப்போ டாக்ஸி யாருக்கு வேணும்? தெனந்தோறும் காலையில, ஒரு டியூட்டியப் போல ஸ்டேஷன் முன்னால வண்டிய கொண்டுபோய் விடுவேன். ஏதாச்சும் கெடைச்சா சரி. அப்புறம். ஹாஜியாருக்குச் சொந்தமா ஓட்டறதுதான் ஜாஸ்தின்னு வெச்சுக்குங்களேன்’ என்று விலாவரியாகச் சொன்னான்.

வீட்டுக்கு முன் நுழைவு வாயில்.

அப்புக்குட்டன் வைத்தியரின் வைத்தியசாலை தெரிந்தது. அங்கிருந்து மேற்குப் பக்கமாகத் திரும்பினார்கள்.

பழைய கோயில். யானைக்கொட்டிலின் சாத்து மரங்கள் எல்லாம் ஒடிந்து தொங்கிக்கொண்டிருந்தன. ஆலமரத்தின் கீழே சிதறிக் கிடக்கும் காக்கை எச்சங்களுக்கிடையே, நீளமாக முடியை வளர்த்த இரண்டு இளைஞர்கள் கால்களை மடக்கி அமர்ந்திருந்தார்கள். அவர்களுக்குப் பின்னால், டின் தகரத்தில் கரியினால் எழுதப்பட்ட வழிகாட்டும் பலகை - விஜயகேரளா டுட்டோரியல் காலேஜ்.

வண்டி வளைவு திரும்பி, ஒரு நடைபாதையில் ஏறியது. இருபக்கங் களிலும் முள்வேலிகள். ஒரு கார் மிகவும் சிரமப்பட்டு போகக்கூடிய அளவில்தான் அப்பாதையின் அகலம். எதிரே மீன்கூடையுடன் வந்த மீனவப்பெண் கொஞ்சநேரம் திகைத்துப்போய் விட்டு, பின் சாபம் இட்டுக் கொண்டே முள்வேலியோடு வேலியாக சேர்ந்து நின்று, வண்டி போவதற்கு இடம் அளித்தாள்.

நடைபாதையிலிருந்து மீண்டும் திரும்பி வெட்டவெளித்தோட்டத்துக் குள் கார் புகுந்தது. புதியதாக வெள்ளையடித்த மதில். புதுப்பித்துக் கட்டப்பட்ட நுழைவாசல். மதிலுக்கு மேலேயே தெரியும் வகையில் மலர்ந்து நிற்கும் செம்பருத்திப்பூக்கள்.

‘இதான் சாரோட வீடா இருக்கும்’ என்றான் டிரைவர். பயணி இறங்கினான்.

வண்டியின் சத்தத்தைக் கேட்டுவிட்டு, வாயிற்கதவைத் திறந்து யாரோ வெளியே எட்டிப்பார்த்தார்கள்.

'உண்ணிமேனன் மாஸ்டரோட வீடு இதானா?' என்று பயணி கேட்டான்.

'ஆமாம்.'

மதில்வாசல் வாயிற்கதவை முழுவதுமாகத் திறந்துகொண்டு அவர் வெளியே வந்தார். சிறிது நரை விழுந்த குட்டைத் தலைமுடியுள்ள தடிமனானவர். அடர்த்தியான புருவங்கள். பெரும் மார்பகங்கள். பெரும் தொந்தி வயிறு. தொப்புள் இருக்கும் இடத்தில் ஒரு மோழை. கழுத்தில் நீளமான புலிநகம் கட்டப்பட்ட மணிமாலை.

•

நில்லுங்கள். ஒரு பகைவனின் முகம், என்னுள்ளுக்குள் நுரைத்துப் பொங்கும் வெறுப்பில் கலந்து, அதை எல்லா கோழைத்தனத்துடனும் சேர்த்துக் குழைத்து வரைந்து முடிப்பதற்கு எனக்குத் திறமையுண்டோ? இல்லையென்றால், வண்டல் நீர் வடிந்து பாசிப்பிடித்த கோயில் சுவரில் கரியினால் வரைந்த ஏராளமான முகங்களில் ஒன்றை நான் அந்த மனிதனுக்குப் பரிசளிக்கட்டுமா? ஆனால், உண்ணிமேனன் மாஸ்டருக் கேயுரிய ஒரு முகம் உண்டென்றாலும், ஒரே முகத்தைப் பலரும் பல்வேறு வகையில் காண்கிறார்கள் என்று தோன்றுகிறது. என் அன்புக்குரியவனின் முகத்தில் காறித் துப்புவதற்கு ஜனங்கள் இருப்பார்கள். இல்லை யென்றாலும் கூட அந்த முகத்துக்கும் அந்த மனிதனுக்கும் இடையில் என்ன உறவு இருக்க முடியும்? பொய் முகங்களை களைந்து எடுத்தெறி வதற்கு நாம் திறமையுள்ளவர்கள்தானா?

அதனால், உண்ணிமேனன் மாஸ்டருக்கு அவருடைய முகத்தையே தான் நான் கொடுத்துக் கொண்டிருக்கிறேன்.

•

'உண்ணிமேனன் மாஸ்டர் தானே?' என்று கேட்டான் பயணி.

'ஆமாம். எனக்கு நீங்க யாருன்னு புரியலியே!'

'நான் களரிப்பாடத்து குஞ்ஞிக்குட்டனோட வீட்டை தேடிக்கிட்டு வந்திருக்கேன்.'

'குஞ்ஞிக்குட்டனா?' என்று கேட்ட உண்ணிமேனனின் புருவங்கள் வளைந்தன. தன் குட்டை மீசையைத் தடவியவாறு அவர் சிறிதுநேரம் என்னவோ யோசித்துக்கொண்டு நின்றார்.

'வடக்கே, பாண்டவபுரத்துல வேலை செய்யற ஆளு.'

‘உண்மைதான். புரியாம இல்ல. அதுக்கு இப்போ இங்க குஞ்ஞிக்குட்டன் இல்லியே. எங்கேயிருக்கான்னு யாருக்குத் தெரியும்?’

‘அவரு வேலை செய்யற இடத்துலேர்ந்துதான் நான் வரேன்.’

‘இதுக்காகவேவா வந்தீங்க?’

கொஞ்சம் தயங்கிவிட்டு அவன், ‘ஆமாம்’ என்றான். திடீரென்று உண்ணிமேனனின் கண்களில் விகாரமான ஓர் ஆர்வம் தெரிந்தது. அவர் குரலைத் தாழ்த்திக் கேட்டார்.

‘குஞ்ஞிக்குட்டன் எதையாச்சும் கொடுத்தனுப்பியிருக்கானா? ஏதாச்சும் பணம் பொருள்.’

‘அது’ பயணி கொஞ்சம் தயங்கினான். அதன் பின், ‘நான் கொஞ்சம் அவசரமாக வந்துள்ளேன். அதனால, வர்றதுக்கு முந்தி குஞ்ஞிக்குட்டனைப் பார்க்கமுடியாமப் போயிட்டுது’ என்றான்.

‘என்ன இருந்தாலும் கொஞ்சம் கஷ்டம்தான்! சொல்லப்போனா அவர்களும் களரிப்பாடத்துக் குடும்பத்தைச் சேர்ந்தவர்கள்தான். இருந்தாலும், இப்போதைய ஒரு நெலமய வச்சுப் பாக்கும்போது...’ என்றவர் சிறிது தயங்கிவிட்டு, ஒரு பழக்கமில்லாதவனிடம் எதற்காக இதையெல்லாம் விவரிக்கவேண்டும் என்னும் எண்ணத்தில் நிறுத்தினார்.

‘குஞ்ஞிக்குட்டன் பணமொன்னும் அனுப்புறதில்லையா?’ என்று விசாரித்தான் வந்தவன்.

‘பணம் கொடுத்தனுப்பறதில்லேன்னா கேக்கறீங்க-தூ!’ என்று உண்ணி மேனன் மாஸ்டர் காறித்துப்பினார். பின், ‘அவன் களரிப்பாடத்துக் குடும்பத்து வித்தில்லையா? அப்படியொரு நல்லபழக்கம் அவனுக்கு வருமா? பணம் போவட்டும், மனைவின்னு சொல்லிக்கிட்டு இங்க ஒருத்தி இருக்காள்லே. அவளுக்கு ஒரு கடிதாசியக் கூடவா அனுப்பக் கூடாது?’ என்று கேட்டார்.

‘அப்போ, நான் போகட்டுங்களா சார்?’ என்று டாக்ஸி டிரைவர் தலையைச் சொறிந்து கொண்டு கேட்டான்.

‘கொஞ்சம் குஞ்ஞிக்குட்டன் வீட்டைக் காண்பிச்சா உபகார மாயிருக்கும்’ என்று உண்ணிமேனனிடம் கேட்ட பயணி, ‘இந்த வண்டிய அனுப்பிடலாம்களா?’ என்று மேலும் கேட்டான்.

‘வண்டிய போகச்சொல்லிடுங்க. இங்க பக்கத்துலதான் அவன் வூடு இருக்கு. நான் காண்பிக்கிறேன்.’

காரின் டிக்கியைத் திறந்து, ஒரு கறுப்பு சூட்கேஸையும் ஏர்பேக்கையும் டிரைவர் வெளியில் எடுத்தான். உண்ணிமேனனின் கண்கள் ஆவலோடு அந்த சூட்கேஸை தழுவத் தொடங்கியது.

சொன்னதைவிட இரண்டு ரூபாய் அதிகம் கிடைத்தவுடன் டிரைவருக்கு மகிழ்ச்சியாகிவிட்டது. அவன் சலாம் செய்து பணிவோடு, 'நீங்க இன்னிக்கே திரும்பலைங்களா சார்?' என்று கேட்டான்.

அந்தப் பயணி அதைப்பற்றி அதுவரையில் ஆலோசிக்கவே இல்லை.

டிரைவர் கேட்ட கேள்விக்கு உண்ணிமேனன்தான், 'நேரம்தான் இவ்வள வாயிட்டுதே. இனிமே இன்னிக்குப் போக வேணாம்' என்று பதில் கூறினார்.

அவருடைய கண்கள் அப்போதும் அந்த சூட்கேசின் மேலேயே பதிந்திருந்தன.

'நாளைக்குக் காலை வண்டியில போனாப் போதும். ரொம்ப தூரத்தி லேர்ந்து வந்திருக்கீங்களே! அதனால, ஒரு நாளைக்கு இங்க தங்கிவிட்டுப் போவலாம்.'

அவன் அதற்கு எதிர்ப்பு ஒன்றும் கூறவில்லை.

டிரைவர் மறுபடியும் போகாமல் அங்கேயே தயங்கியவாறு நின்றான்.

'அப்படின்னா, நாளைக்குக் காலைல வண்டிய கொண்டுவரட்டுங்களா?'

'வேணாம், வேணாம்' என்று பதில் கூறிய உண்ணிமேனன், 'அவசியம்னா கூப்பிட்டுக்கறோம்' என்று பதில் கூறினார்.

மீண்டும் ஒரு முறை சலாம் செய்துவிட்டு டிரைவர் வண்டியை ஸ்டார்ட் செய்தான்.

இதற்குள் உண்ணிமேனன் சூட்கேஸை தாவி எடுத்துக்கொண்டு உள்ளே போய்விட்டிருந்தார்.

'இங்க உள்ளே வந்து உக்காரலாமில்லிங்களா?' என்று அவர் அவனை அழைத்தார்.

'அப்புறம் வர்றேன். மொதல்ல குஞ்ஞிக்குட்டன் வீட்டுக்கு போயிட்டு வந்துடலாம்.'

'அப்படியே செஞ்சுடலாம்' என்ற உண்ணிமேனன் அதை விரும்ப வில்லை என்றாலும், வெறுப்பை வெளியே காண்பிக்காமல்

சூட்கேஸையும் தூக்கிக் கொண்டு உண்ணிமேனன் முன்னே நடந்தார். பின்னாலேயே அவனும் போனான்.

'மாஸ்டர், நீங்க ஒண்ணும் சிரமப்பட வேணாம். பெட்டிய நானே எடுத்துக்கறேன்.'

'இதிலென்ன சிரமம்? பரவாயில்ல.'

வெளித்தோட்டத்திலிருந்து அவர்கள் ஒரு நடைபாதையில் ஏறினார்கள். மிகவும் அகலம் குறைந்த நடைபாதை. அழுக்குநீர் தேங்கிக் கிடக்கும் குழிகள். காலையில் மழை பெய்திருக்க வேண்டும். வேலி மரங்களுக்கிடையேயுள்ள இலைப் புதர்கள் நனைந்து ஊறியிருந்தன.

'குஞ்ஞிக்குட்டன் வூட்டுல எல்லா விஷயங்களுமே ரொம்பக் கஷ்டம்தாங்க' என்ற உண்ணிமேனன், என்னவெல்லாமோ கூறுவதற்கு முட்டி மோதிக்கொண்டு இருந்தார். 'இந்தக் குடும்பத்துக்குப் பாகம் பிரிச்ச வகையில் முப்பத்தேழு செண்ட் தென்னந்தோப்பு இருக்கு. அதுல ஒரு சின்ன வூடும் இருக்கு. அதுவும் ஒரு கொங்கணிக்கு ரெண்டாயிரம் ரூபாவுக்கு அடமானம் வச்சிருக்கு. அவன்தான் அங்க வெளயிற தேங்காயைப் பறிச்சிக்கறான். வட்டியையும், அசலோட பங்கையும் புடிச்சிக்கிட்டது போவ அவன் ஏதாச்சும் கொடுத்தாதான் ஆச்சி. இல்லேன்னாலும் அந்த தோப்பு போனது போனதுதான். அப்புறம், அந்தக் கொழந்தைக்கு ஸ்கூல்லேர்ந்து நாலு காசு சம்பளம் கெடைக் கறதாலதான் சோத்துக்குக் கஷ்டமில்லாமே காலம் தள்ளறா. குஞ்ஞிக் குட்டனுக்குத்தான் இப்ப வேலையும் சம்பளமும் கெடைக்குதே? அவன் நெனைச்சா இந்த ரெண்டாயிரம் ரூபா அடமானத்தை அடைக்க முடியாதா?'

அவன் ஒன்றும் கூறவில்லை. 'உண்மையில் குஞ்ஞிக்குட்டனுக்கு வேலையிருக்கிறதில்லையா? நிரந்தரமான வருமானம் இருக்கற தில்லையா? அவன் நெனைச்சா இந்த இரண்டாயிரம் ரூபா கடன அடைக்க முடியாதா?' என்றெல்லாம் அவரிடமிருந்து கேள்விகள் வந்தன.

இதற்கு என்ன பதில் கூறுவது?

'முடியாதுங்கறது இல்லேன்னு எனக்குத் தெரியும்' என்ற உண்ணிமேனன் பதிலுக்காகக் காத்திராமல் மேலும் தொடர்ந்தார். 'ஒவ்வொன்றும் வேணும்கற எண்ணம் வேணும். குடும்பத்திலேர்ந்து பங்கு கெடைச்ச இடத்துல கண்டவனும் ஏறி தேங்காய் பறிக்கறத பார்க்கறப்போ இயலாமைதான் தோணும். காலா காலமாக பலமிக்க

பெரியவங்க ஆண்டுகிட்டிருந்த குடும்பத்தோட ஒரு துண்டு நிலம் கைவிட்டுப் போவுதுன்னா, உடம்புலேர்ந்து ஒரு உறுப்பு உருவிக்கிட்டு போவுதுங்கற எண்ணம் வேணும். இல்லேன்னாலும், இங்குள்ள நாயர்களுக்காவது அப்படிப்பட்ட எண்ணம் ஒண்ணு வேணுமில்லியா? அதனாலதானே, எங்கேர்ந்தோ வந்து சேர்ற கிறிஸ்துவங்கள்லாம் தென்னந்தோப்புகள நெனச்ச வெலைக்கு வாரிக் கூட்டறாங்க? இங்க உள்ளவங்களும் அன்றன்றைய சாப்பாட்டுக்கு கஷ்டமில்லாம பணம் கிடைச்சா போதும்னு இருக்காங்க. அப்புறம் எப்படி குடும்பம் அழியாம இருக்கும். என்னோட மனைவியின் தாய் வழியிலேர்ந்து நான் வந்து உறவு கொள்ளலேன்னா தெரிஞ்சிருக்கும். கொஞ்சபேரு திருவோட்டைக் கூட எடுத்துக்கிட்டிருப்பாங்க.'

உரையாடல் இப்படி நீண்டு போவதை அவன் விரும்பவில்லை. விஷயத்தை மாற்றுவதற்காக அவன் கேட்டான்:

'குஞ்ஞிக்குட்டன் வூட்ல யாரெல்லாம் இருக்காங்க?'

'அவன் மனைவி இருக்கா. ஒரு ஆம்பளைப் புள்ள இருக்கு. குஞ்ஞிக் குட்டனோட தங்கச்சி இருக்கா. அப்புறம் அவனோட பாட்டியும் இருக்கறா!'

'கஷ்டம்தான்' என்று அவன் முணுமுணுத்தான்.

'எந்தவொரு கஷ்டமுமில்லே. எல்லா நடவடிக்கைகளும் மோசம்தான். குடும்பத்தலைவனுங்க இங்க தான்தோன்றித்தனமா நடந்து, உள்ளதை யெல்லாம் தீத்துட்டாங்க. அது நமக்கு நல்லாவே புரியும். அவங்க காலம் அப்படி இருந்தது. போனது போவட்டும். இருந்தாலும், படிச்சும் வெவரம் தெரிஞ்சும் உள்ள மருமக்களா இருந்தும்கூட மீந்ததையெல்லாம் சரியான முறையில் பார்த்து நடத்தலாம். ஆனா அதுவும் நடக்கல. அவங்களும் மாமன்களப் போலவே தீவாளி குளிக்கலாம்னு நெனைச்சா எப்படியிருக்கும் கதை? மாமனுங்கள்லாம் நல்லா தின்னும், உறவு கொண்டும், கெட்ட செய்கையாலயும் ஆர்ப்பாட்ட ஆரவாரத்தாலயும் இருந்த தோட்டங்களையெல்லாம் வித்துட்டாங்கன்னா, மருமகன்களா வந்தவனுங்க சீட்டாடவும் கள்ளுக் குடிக்கவும் செட்டு சேர்றதுக்கும் மீதி இருந்ததையெல்லாம் தொலைச்சுட்டானுங்க. நான் ஒருத்தன் இங்க வந்து புகுந்ததாலதான் இந்த ஒரு பிரிவாச்சும் தப்பிச்சுது. இல்லேன்னா.'

உண்ணிமேனன், சொன்னதையே மீண்டும் மீண்டும் சொல்லிக் கொண்டிருந்தார். அதனால், அவன் பொறுமையிழந்து முகத்தைத் திருப்பிக் கொண்டான்.

வீடு வந்துவிட்டது.

சிறிய மூங்கில் கேட். சிறிய முற்றம். நடுவே, உடைந்து நொறுங்கிக் கிடந்த ஒரு சிறிய துளசிதளம். தெற்குப் பக்க மூலையில் ஓர் ஒட்டு மாமரம். மரத்தின் கீழே சுற்றிலும் சிதறிக் கிடக்கும் மாவிலைகள். ஓடு வேய்ந்த ஒரு சிறிய வீடு.

'இதான் அந்த வூடு' என்று கூறிக்கொண்டே உண்ணிமேனன் சூட்கேஸை கீழே வைத்தார்.

'நான் உள்ள வரமாட்டேன்.'

மூங்கில் கேட்டில் ஒரு காலை தூக்கி வைத்து வேலியிலிருந்து ஒரு முள்ளை ஒடித்து பற்கள் சந்தில் குத்திக்கொண்டே மாஸ்டர் நீட்டி முழக்கி அழைத்தார்:

'தேவி டீச்சர்.'

அதோ, அவன் வந்துவிட்டான். மூங்கில் கேட்டில் காலை தூக்கி வைத்துக்கொண்டு கொஞ்சம் திகைப்போடு சுற்றிலும் நோக்கிக் கொண்டிருக்கும் இளைஞனின் உருவத்தை இந்த இருண்ட அறையிலிருந்தே என்னால் கற்பனை செய்து பார்க்க முடிகிறது. ஒரு நீண்ட பயணத்தின் முடிவில், அழுக்கேறிய மனமும் தளர்ந்த உடலு மாக வந்து நுழைபவன் எவ்வகையான வரவேற்பை என்னிடமிருந்து எதிர்பார்க்கிறான்? அந்த ஜன்னலின் வழியே ஒருமுறை எட்டிப்பார்க்கக் கூட என்னால் முடியவில்லையே. எல்லாவற்றையும் மறந்துவிட்டு வாசற்படியைத் தாண்டிச் சென்று அவனுடைய நீண்ட கைகளுக்குள் நான் தளர்ந்து குழைந்து விழுவேன் என்று அவன் கருதுகிறானோ?

அதற்காகத்தான் நான் அவனை ஆவாஹித்து வரவழைத்தேனோ?

எதற்காக என்று எனக்கே ஒரு பிடிப்பில்லையே, தாயே பகவதி!

குன்றின் உச்சியில் பாண்டவபுரத்து அம்மன் ஆலயம். கருங்கல் சுவர்களுக்கு நடுவிலுள்ள திருக்கோயிலில் சிவப்பு ஆடைகள் அணிந்து, நெற்றியின் உச்சியில் செந்தூரம் இட்டு அம்மன் சம்மணம் போட்டு அமர்ந்திருக்கிறாள். தியானத்தின் அக்னியில் அவளுடைய முகம் சட்டென ஜொலிக்கிறது. செந்தூரம் வழிகிறது. முகமெங்கும் சிவக்கிறது. அந்தத் தீயில் பாண்டவபுரத்து மைனர்கள் ஒவ்வொரு வராக ஈசல்களைப்போல் வந்து விழுந்து கரிந்து போகிறார்கள்.

•

உட்புறத்தில் அசைவு ஒன்றும் கேட்கவில்லை. அகலம் குறைந்த முன்புற வராந்தாவின் அரை மதிலில் சுருண்டு படுத்திருந்த ஒரு வெள்ளைப் பூனை மெல்ல கண்களை மூடிக் கொண்டது.

உண்ணிமேனன் மீண்டும் கூப்பிட்டார்:

'தேவி டீச்சர்...!'

முன்பக்க வாயிலைத் திறந்துக் கொண்டு ஒரு பெண் வராந்தாவுக்கு இறங்கி வந்தாள். சிவப்பு ஜாக்கெட்டும் அழுக்குக் கறையுள்ள முண்டும் அணிந்த அவளின் முகம் உண்ணிமேனனைக் கண்டதாலோ என்னவோ, திடீரென்று கறுத்ததை அவன் கவனித்தான். அந்த அரைமதிலில் சாய்ந்து ஒரு நிமிடம் வரையில் சந்தேகித்து நின்று விட்டு அப்பெண்மணி சட்டென உள்ளே போய்விட்டாள். 'பார்த்தீங்களா? அவளோட போக்கை!' என்று உண்ணிமேனன். முணுமுணுப்பது கேட்டது. 'கஞ்சிக் குடிக்க வக்கில்ல. இருந்தாலும், ஊர்வசிங்கற நெனப்பு.'

அவன் ஒன்றும் கூறாமல் ஒட்டு மாமரத்தின் கிளைகளில் அந்தியில் வந்தடையும் காக்கைகளின் ஆரவாரத்தை நோக்கிக்கொண்டு வெறுமனே நின்றான்.

சிறிதுநேரம் கழிந்தவுடன் ஓர் அழுக்கு மேல் துண்டை தோளில் போட்டுக்கொண்டு மார்பகங்களை மறைத்தவாறே அவள் வெளியே வந்தாள். துளசிதளத்தில் கையை ஊன்றி, அந்த அறிமுகமற்றவனை நேருக்கு நேராக உற்றுப் பார்த்துவிட்டு அவள் கேட்டாள்:

'யாரு நீங்க?'

'குஞ்ஞிக்குட்டன் வேலை செய்யற இடத்துலேர்ந்து வர்றேன்ங்க.'

'ஆங்?'

'பாண்டவபுரத்துலேர்ந்து' என்றான் அவன்.

அதைக் கேட்டும் கூட தேவியின் முகபாவணையில் எந்தவொரு வித்தியாசமும் இல்லாமல் இருந்தது. அவள் தூரத்தில் எங்கேயோ கண்களை ஓடவிட்டு அதே தோரணையில் நின்றுகொண்டிருந்தாள்.

'உள்ளே போங்க தம்பி' என்று உண்ணிமேனன் மாஸ்டர், குட்டைத் தலைமுடியில் தன் விரல்களால் தடவிக்கொண்டே கூறினார்.

'நான் போறேன். நீங்க கொஞ்ச நேரம் கழிச்சி அந்தப் பக்கமா வருவீங்கல்ல?'

'வர்றேன்' என்று அவன் யாரிடம் சொல்கிறோம் என்ற பிடிப் பேயில்லாமல் கூறினான்.

தளர்ந்த கால்களை நன்கு உறுதிப்படுத்திக்கொண்டு மூங்கில் படிகளின் மேலே தூக்கி வைத்து அவன் உட்புறம் சென்றான். பெட்டியையும் பேக்கையும் தூக்கிக்கொண்டு சிறிது இடதுபுறமாக சாய்ந்து நடந்தான்.

தேவி டீச்சர் வராண்டாவில் நுழைந்து சுவற்றில் சாய்ந்து நிற்று கொண்டிருந்தாள். படிக்கட்டில் பெட்டியை இறக்கி வைத்தவன். அவள் ஏதாவது சொல்வாள் என சிறிது நேரம் காத்திருந்தான். அப்படியும் அவள் தன்னை நோக்கவில்லையே என்பதையறிந்து. மேலும் சிறிதுநேரம் தயங்கியவன், சிறியதொரு புன்முறுவலில் தன் சங்கடத்தை மறைத்துக்கொண்டு அவன் அந்த அரைத் திண்ணையில் ஏறியமர்ந்தான். அரை மயக்கத்தில் படுத்திருந்த வெள்ளைப் பூனை திடுக்கிட்டு விழித்தெழுந்து ஓர் உறுமலுடன் அவனை நோக்கிவிட்டு முற்றத்துப் பக்கம் குதித்தோடியது.

'நான் பாண்டவபுரத்திலேர்ந்து வரேன்' என்று அவன் யாரிடம் சொல்கிறோம் என்ற உறுதியில்லாமல் முணுமுணுத்தான்.

அதற்கான பதில் அலட்சியமான ஒரு முனகலாகத்தான் இருந்தது.

மூன்று

அவன் மீண்டும் திருப்பிச் சொன்னான்:

'நான் பாண்டவபுரத்துலேர்ந்துவர்றேன்.'

பாண்டவபுரம் என்னும் பெயர் அவள் முகத்தில் யாதொரு பாவ வித்தியாசத்தையும் உண்டாக்கவில்லை என்பதைக் கண்டவன், ஒரு முட்டாளைப் போல மீண்டும் சிரிக்க முயன்றான். தேவியின் கண்கள் அப்போதும் தூரத்தில் எங்கேயோ உள்ள ஒரு புலப்படாத புள்ளியில்தான் நிலைகுத்தியிருந்தன.

'இதென்ன மாற்றம்?' அவன் ஆச்சரியப்பட்டான்.

சிறிதுநேரம் நிசப்தமாக இருந்துவிட்டு அவன் சொல்லத் தொடங்கினான்.

'பாண்டவபுரத்துல நானும் குஞ்ஞிக்குட்டனும் ஒரே பேக்டரியில்தான் வேலை செய்யறோம்.'

அப்படி சொல்லத் தொடங்கும்போதே அது எப்படிப்பட்டதொரு முட்டாள்தனமானது என்று அவனுக்கே தோன்றியது. ஒரு மோசமான நினைவூட்டல்!

அவன் தொடர்ந்தான்.

'நீங்க அங்கேர்ந்து வந்து ரொம்ப காலமாயிட்டுதே! அப்படியிருந்தும், எதனால இதுவரைக்கும் நான் தேடி வரவில்லைன்னு நீங்க ஆச்சரியப்பட்டுக்கிட்டு இருந்திருப்பீங்க, இல்லியா? உண்மையாவே அதுக்கான காரணம் எனக்கே தெரியல. ஒருவேளை

வெகுதூரத்துக்கு அப்பாலுள்ள அந்த மனப் பயணத்துல அது தளர்ந்தும் அறுந்தும் போவதற்கான அந்த விசித்திரத் தொடர்புகளோட அர்த்தம் யாருக்குத் தெரியும், இல்லியா?'

தேவி ஒருமுறை முனகினாள் என்று தோன்றியது. அவளின் முகத்தில் அப்போதும் அதே இறுக்கமான பாவனைதான் இருந்தது. அவளின் கண்கள் மூங்கில் கேட்டுக்கும் நடைபாதைக்கும் அப்பாலுள்ள முள்வேலிகளையும் தாண்டி, தூரத்தில் எங்கேயோ எதையோ தேடிக் கொண்டிருந்தன.

அவர்களுக்கிடையே சிறிதுநேரம் வரையில் சகிக்கமுடியாத ஒரு மவுனம் பரவியது.

சிறிதுநேரம் கழித்து, ஒரு சிகரெட்டைப் பற்றவைத்து புகையை விழுங்கியவாறு, 'என்னைத் தெரியலியா?' என்று கேட்டான்.

சட்டென்று தேவி முகத்தை உயர்த்தினாள். அவளின் தளர்வடைந்த கண்கள் அவன் முகத்தில் வந்து விழுந்தன. அவள் முகத்தில் திடீரென பரபரப்பு படர்வதையும், புரிந்துகொள்ள முடியாதது போன்று தன்னை அவள் குழப்பத்துடன் நோக்குவதையும் அவன் கண்டான்.

அவனே தொடர்ந்தான்:

'நான் வருவேன்கறதையும், என்னிக்காவது ஒருமுறை வராமல் இருக்க மாட்டேன்கறதையும் தெரியாமலா இருந்திருப்பீங்க? இன்னும் சொல்லணும்னா நீங்க ரெயில்வே ஸ்டேஷனிலேயே காத்துக்கிட்டு நிற்பீங்கன்னும் நினைச்சேன்.'

அவள் அதற்கும் பதில் கூறவில்லை.

அவன் மெல்லிய குரலில் தொடர்ந்தான்.

'எட்டொன்பது வருஷமாவது ஆகியிருக்கும். பாண்டவபுரத்துல, குஞ்ஞிக்குட்டனோட குவார்ட்டர்ஸ்லதான் நான் உங்களை முதன்முதலா பார்த்தேன். குஞ்ஞிக்குட்டன் புதுசா கல்யாணம் செய்து கொண்டு வந்ததற்கான வரவேற்பு விழா நடந்து கொண்டிருந்தது. அப்போது நீங்க ஒரு அப்பட்டமான கிராமத்துப் பொண்ணாகத்தான் இருந்தீங்க. வெட்கப்பட்டுக்கொண்டு, உள்ளுக்குள் எங்கேயோ மறைந்து நின்று உங்களை குஞ்ஞிக்குட்டன் பலமாகப் பிடித்து எங்கள் முன் இழுத்துக்கொண்டு வந்தான். அன்னிக்கு நீங்க சரியா சேலை கட்டக்கூடத் தெரியாதவங்களாத்தான் இருந்தீங்கங்கறது எனக்கு இப்போதும் நினைவிருக்கிறது. சிவப்புப் புள்ளிகள் உள்ள ஒரு சேலையை எப்படியோ

இழுத்து வாரிச் சுற்றியிருந்தீங்கன்னுதான் நான் நெனைக்கறேன். மக்கள் கூட்டத்துக்கு நடுவே வந்து பிரமிப்போடு எங்கள் முகத்தையெல்லாம் குழப்பத்துடன் பார்த்துக்கிட்டு நின்னீங்க. கடைசியில நான்தான் உங்கள அந்த கலாட்டாவிலிருந்து தப்பிக்க வைத்தேன். 'மிஸ்ஸஸ் குஞ்ஞிக் குட்டனுக்கு இப்போ பயணக் களைப்பா இருக்கும்' என்று நான்தான் கூறினேன். அதோடு மட்டுமில்லாமல், 'அவங்க போய் தூங்கட்டும்' என்றும் கூறினேன். அப்போது மதுவின் போதையில் இருந்த அந்த மோசமான குறுப்பு 'தனியாகவா?' என்று கேட்டான். அதைக் கேட்டதும் நீங்க அப்படியே முகம் வாடிப் போனீங்க.'

தேவி தன்னுடைய கிழிந்த கரி புரண்ட வேட்டியையும், மார்பை மறைப்பதற்காக மேலே போட்டுக்கொண்டிருந்த எண்ணெய்ப் பிசுக்கு நாற்றமடிக்கும் துண்டையும் மாறி மாறி பார்த்துக் கொண்டிருக்கிறாள்.

திடீரென்று அவள் முணுமுணுப்பதை அவன் கேட்டான்:

'நீங்க ஆள் மாறி பார்க்கறீங்க. நான் இந்த வீட்டைவிட்டு வேற எங்கியும் போனதேயில்லை.'

'இல்ல, இல்ல' என்று அவன் பிடிவாதத்துடன் மீண்டும் சொன்னான். 'நான் பலதடவை உங்க வீட்டுக்கு வந்துருக்கேன். வரவேற்பு நடந்த அந்த ராத்திரியைப் பத்தி எனக்கு இப்போதும் நல்லாவே நெனப்பிருக்கு. எங்களில் சில நண்பருங்க உங்க வரவேற்பறையில ஒண்ணு கூடினோம். பட்டாளக்காரனான குறுப்பு ரெண்டு பாட்டில் மதுவைக் கொண்டு வந்திருந்தான். அதனுடைய துர்நாற்றம் அந்த எடமெல்லாம் பரவினப்போ குடிச்சி போதையேறிய நாங்க, நாக்கு குழைந்து, பேசறதுக்கே சரியான மொறையில அது திரும்பாததுனால என்ன வெல்லாமோ புலம்பத் தொடங்கினோம். அப்பத்தான் நீங்க கண்களை மூடிக்கிட்டு உள்ளே ஓடிப் போனீங்க. அன்னிக்கு ராத்திரி முழுக்க நாங்க குடிச்சிக்கிட்டும் கெட்டவார்த்தைகளைச் சொல்லி குஞ்ஞிக்குட்டனை கிண்டல் செய்துக்கிட்டும் பொழுத போக்கினோம். ஒருபோதும் நான் ஒரு குடிகாரனாக இல்லேங்கறது உங்களுக்கும் தெரியுமில்லே. ஆனா, அன்னிக்கு ராத்திரி நானும் ஏராளமாவே குடிச்சேன். கடைசியில குஞ்ஞிக்குட்டன் வாந்தி எடுக்கத் தொடங்கினான். அன்னிக்கு ராத்திரி முழுக்க அந்த வாந்தியிலேயேதான் அவன் கெடந்து தூங்கினான்.'

கொஞ்ச நேரம் நிறுத்திவிட்டு அவன் தொடங்கினான்:

'நீங்க கொஞ்சம் நெனச்சிப் பாருங்க. பாண்டவபுரத்திலுள்ள அகதிங்க ளோட காலனிக்கு அப்பால, ஒட்டகங்களும் புள்ளிப் பசுக்களும் மேய்ந்து திரியும் ஒரு புல்வெளி இருந்தது. அதுக்கு முன்னாலுள்ள பேக்டரிக்குச் சொந்தமான காலனியிலதான் நீங்களும் தங்கியிருந்தீங்க. அச்சில்

வார்க்கப்பட்டது போல மஞ்சள் வண்ணம் பூசிய சில வீடுங்க. சுவரில் குறிக்கப்பட்ட நெம்பருங்கதான் அதெல்லாத்தையுமே ஒண்ணுக் கொண்ணு வேறுபடுத்திக் காட்டும். பாண்டவபுரத்திலுள்ள மனுஷங்களப் போலத்தான் அந்த வீடுகளும் லட்சணம் கெட்டதுங்கன்னு நீங்க ஒரு தடவை சொல்லியிருக்கீங்க. பெரிய சௌகரியம் ஒண்ணும் இல்லாத சின்னச் சின்ன அறைகளுக்குள்ளே சரியான காற்றும் வெளிச்சமும் வரமுடியாத நிலைமை. கம்பி வலைகளை அடிச்சி மறைச்ச உங்களோட மேற்கத்திய வராண்டாவுல நின்னா, தூரத்துல ரெயில் இன்ஜினுங்க ஷண்டிங் செய்யறது தெரிஞ்சுக்கிட்டிருக்கும்.'

தேவியின் வறண்ட உதடுகளின் மூலையில் அருவருப்பு நிறைந்த ஒரு சிரிப்பு மலரத் தொடங்கியது.

'உண்ணிமேனன் மாஸ்டர்தானே இதையெல்லாம் உங்களுக்கு சொல்லிக் கொடுத்தாரு? அவருதானே உங்களயும் இங்க கூட்டிக்கிட்டு வந்தாரு?' என்று அவள் கேட்டாள்.

அதென்ன இப்படியொரு கேள்வி என்பதுபோல அவன் அவள் முகத்தை உற்று நோக்கினான்.

'அவரு அதையும் செய்வாரு. அதுக்கு மேலயும் செய்வாரு. அவரோட சூழ்ச்சியொண்ணும் என்கிட்ட நடக்கலே. அதான் இந்த வேகம்'

'உண்ணிமேனன் மாஸ்டர் என்கிட்ட ஒண்ணுமே சொல்லலியே. அவரையே நான் இன்னிக்குத்தான் மொத மொதலா பாக்கறேன்.'

வெளிவாயிற்படியோரம் ஒரு நரைத்த தலை வெளிப்பட்டது. வளைந்து கூன் விழுந்த ஒரு சரீரம். குனிந்துகொண்டே உயரமான வெளி வாயிற் படிக்கட்டைத் தாண்டி திண்ணைக்கு வந்து சேர்ந்தது. கையை நெற்றிக்கு நேரே சாய்த்துப் பிடித்து, பீளை கட்டின கண்களால் அவனை கூர்ந்து பார்த்துவிட்டு அவர் கேட்டார்:

'யாரது?'

'யாரோ ஒரு ஆளு. எனக்கு யாருன்னே தெரியல' என்று தேவி வெறுப்போடு முகத்தைத் திருப்பினாள்.

'நான் குஞ்ஞிக்குட்டன் வேலை செய்யற இடத்துலேர்ந்து வரேன், பாட்டி' என்றான் அவன்.

'ஆங்' என்று காதை வளைத்துப் பிடித்து, பொக்கைவாயைக் காட்டி சிரித்துக்கொண்டேவிவரமாகச் சொல் என்பதுபோல் பாட்டி கேட்டாள்.

'குஞ்ஞிக்குட்டன் வேலை செய்யற இடத்துலேர்ந்து வரேன்' என்று அவன் உரத்த குரலில் மீண்டும் சொன்னான்.

எதையோ புரிந்து கொண்டதுபோல் அவர் தலையாட்டினார். அதன்பின் ஒன்றும் பேசாமல் கூனிக் குனிந்து கொண்டு முன்பு போலவே உள்ளுக்குள் போனார்.

அவன் மீண்டும் தேவியின் முகத்தை உற்று நோக்கினான். அவளோ அதேபோல் சுவற்றில் சாய்ந்து தூரத்தில் எங்கேயோ நோக்கி நின்று கொண்டிருந்தாள்.

'நீங்களே கொஞ்சம் நெனச்சிப் பாருங்க. பாண்டவபுரத்துல உள்ள மகளிர்சங்கம் அடுத்த வருஷத்துல ஓணம் பண்டிகை கொண்டாடினப்போ திருவாதிரைக் களியோட பொறுப்பு உங்ககிட்டதான் இருந்தது. அந்த வருஷத்திய ஓணம் பண்டிகை நடவடிக்கைங்க தூள் பறந்தது. அப்பதான் நீங்க மிஸ்ஸஸ் பணிக்கரோட சண்டையும் போட்டீங்க. பாண்டவபுரத்துக்கு அழகான ஒரு கிராமத்துப் பொண்ணு வந்து சேர்ந்துருக்குன்னு ஜனங்கள்லாம்கூட தெரிஞ்சிக்கிட்டாங்க. பாவம், அந்தச் சம்பவம் நடந்த பின்னாலதான் குஞ்ஞிக்குட்டனுக்கு கொஞ்ச நாளு வரைக்கும் விருந்து உபசரிப்புன்னு ஒரே கலாட்டாவாகவே இருந்தது. அவங்கள்லாம் வந்ததே, உங்களப் பார்க்கவும் உங்ககிட்ட பேசவும்தான்'

அவளுக்கு தான் சொல்லி வருவது போரடிக்கிறது என்று தோன்றிய போது, அவளுக்குள் மயங்கிக் கிடக்கும் நினைவுகளை தட்டியெழுப்ப தன்னால் முடியவில்லை என்பதைப் புரிந்துகொண்டவன் அதை நிறுத்திவிட்டு, விஷயத்தை மாற்றுவதற்காகக் கேட்டான்

'பையன் எங்கே?'

'குளிக்கப் போயிருக்கான்.'

'எந்த வகுப்புல படிக்கறான்?'

'மூணாவதுல.'

'உங்க பள்ளிக் கூடத்துலியேதானா?'

'ஆமாம்.'

மீண்டும் பதில் வந்தவுடன், அவனுக்கு தன்னுடைய நேசத்துக்குரிய பாண்டவபுரத்துக்கே திரும்பி வரவேண்டிய நிலையாயிற்று. நினைவு களில் மூழ்கி, மலர்ந்த கண்களுடன் அவன் சொல்லத் தொடங்கினான்.

‘பாண்டவபுரத்துல இப்ப பனிக்காலத்தின் தொடக்கமாக இருக்கும். நகரமே வண்ணங்களை வாரிப் பூசிக் கொள்வதும் கூட இக்காலத்துல தான். பல்வேறு வண்ணங்களில் உள்ள கம்பிளி சட்டைகளை அணிஞ்சு மக்கள் தெருக்கள்ல நடமாடுவாங்க. அந்தப் பழைய சிவப்பு புல் ஓவர் இப்பவும் உங்களிடம் இருக்குதுங்களா? ஒருவேளை உங்களுக்கு அது மறந்து போயும் இருக்கலாம். இல்லேன்னாலும் நீங்க எல்லாத்தையும் சட்டுனு மறக்கற சுபாவம் கொண்டவங்களாச்சே! அந்த புல் ஓவரைக் கூட நான்தான் உங்களுக்கு பொறந்தநாளு பரிசா கொடுத்தேன். சிவப்பு நிறம்தான் உங்களுக்குப் பொருத்தமானதுன்னு சொன்னப்போ நீங்க விழுந்து விழுந்து சிரிச்சீங்க. சிவப்புச் சேலை, சிவப்பு புல் ஓவர், நெற்றியில் குங்குமப் பொட்டு, உச்சியில செந்தூரம். நீங்க அப்ப ஒரு தீ ஜுவாலையாக இருந்தீங்க. அதுல கருதி விழுந்தது நான் மட்டுமல்ல; ஆராதர்களாக, ஒருவேளை உங்களுக்கே தெரிஞ்சிருக்காத ஏராளமான இளைஞருங்க, பாண்டவபுரத்துல இருந்திருக்காங்க.’

‘நிறுத்துங்க’ - என்ற தேவி சட்டென்று வெடித்தாள்:

‘உங்களுக்கு ஒண்ணு பைத்தியமா இருக்கணும். இல்லேன்னா, நீங்க சாமர்த்தியமா நடிக்கறீங்க. இந்த ரெண்டுல எந்த வகையாக நீங்க இருந்தாலும், நான் பாண்டவபுரத்துக்கு மட்டுமல்ல; இந்த வீட்டை விட்டும் எங்கியுமே போனதில்ல. குஞ்ஞிக்குட்டன் என் கழுத்துல தாலிகட்டியது என்னமோ வாஸ்தவம்தான். ஆனா, நாங்க மிகமிக கொஞ்சநாள்தான் ஒண்ணா வாழ்ந்திருக்கோம். ஒருநாள் ராத்திரில அவரு எங்கேயோ ஓடிப் போயிட்டாரு. அதுக்குப் பின்னால நாங்க ஒருத்தருக் கொருத்தரு பாத்துக்கிட்டதே இல்ல. அவரு எங்கே இருக்காருன்னே எனக்கு எந்தவொரு விவரமும் கெடைக்கல. அப்படியிருக்க, நீங்க ஏன் இப்படி அழகா பொய் சொல்றீங்க.’

தேவி வேகமாக உள்ளுக்குள் போவதைப் பார்த்த அவன், கொஞ்ச நேரம் வரையில் திகைத்து நின்றான். பின்பு, ஒரு பெருமூச்சுடன் முணுமுணுத்தான்.

‘ஆச்சரியம்தான். பொம்பளைங்களால எவ்வளவு சீக்கிரத்தில எல்லாத்தையும் மறக்க முடியுது!’

நான்கு

உண்ணிமேனன் மாஸ்டருடைய வீட்டு முகப்பு புதுப்பிக்கப்பட்டதாகயிருந்தது. ஓடுவேய்ந்த பழைய வீட்டுடன் ஒட்ட வைத்த ஒரு துண்டு போல அது வீட்டோடு சேராமல் வேறுபட்டு நின்றது. மின்னும் கருப்புத் தரை. இளம் சிவப்பு வண்ணம் பூசப்பட்ட அழகான சுவர்கள். மூலையி லுள்ள ஒரு பீடத்தில் பெரியதொரு குத்துவிளக்கு. ஆகமொத்தத்தில் லட்சுமி கடாட்சமுள்ள வீடு என்று அவனுக்குத் தோன்றியது.

'உண்ணிமேனன்' களரிப்பாடம் குடும்பத்தின் செழிப்பான காலத்தைப் பற்றி சொல்லிக் கொண்டிருந்தார்.

'நீங்க வர்ற வழியிலேயே பார்த்திருப்பீங்க. இப்ப இருக்கற ஸ்கூலுக்குத் தெக்குப் பக்கமா, பாதையோரத்துல ஒரு சுமைதாங்கி இருக்கும். கொஞ்சம் முயற்சி செஞ்சீங்கன்னா அதுல செதுக்கி வச்சிருக்கறத உங்களால வாசிக்கவும் முடியும். 'களரிப்பாடத்து குஞ்னுண்ணி மேனன் அவர்களின் உபயம்' என்று. முன்னேல்லாம், விடியற நேரத்துல கெழக்கேர்ந்து பச்சைக் காய்கறிகள, சுமந்து கொண்டுவர்ற பொண்ணுங்கள்லாம் அந்த சுமைதாங்கி மேலத்தான் சுமையை எறக்கி வச்சுட்டு உக்காருவாங்க. குஞ்னுண்ணி மேனன் கிராமத்துக்காரங்களுக்கெல்லாம் ஒரு சுமைதாங்கியாகத்தான் இருந்தார் என்று சொல்லிக் கேள்விப்பட்டிருக்கேன். அந்தக் காலத்துல கிராமத்துல பாகப்பிரிவினை வழக்கோ குடும்பத் தகராறோ எது

ஏற்பட்டாலும் ஆளுங்க மொதல்ல குஞ்ஞுண்ணிமேனனோட முன் வாசலுக்குதான் போய் நிப்பாங்க. முன் வாசலறையிலுள்ள ஈஸிச்சேரில ஒரு பனையோலை விசிறியைப் புடிச்சிக்கிட்டு அவரு அப்படியே மல்லார்ந்து படுத்திருப்பாரு. மொகத்துல ராஜகளை மின்னும். அதிக மொன்னும் பேச மாட்டாரு. ரெண்டு மூணு வாசகங்கள் மட்டும் வெளியே வந்தாலே போதும், அதுக்குமேல் அதிகம் பேசணுமா? வேண்டாம். அந்த அளவுக்கு அவுரு நீதிமானா இருந்தாரு.'

அந்தப் பழங்கதைகளையெல்லாம் அவன் ரசிக்கிறானே என்பதைத் தெரிந்து கொள்வதற்காக அவனுடைய முகத்தைச் சாடையாக நோக்கினார் உண்ணிமேனன்.

'சுமைதாங்கிக்கு அந்தப் பக்கமா இன்னும் கொஞ்சம் மேற்கால போனா, குன்றுமேல ஏறும் இடத்துல ஒருமுன் வாசலறை இடிஞ்சி கெடக்கறதப் பாக்கலாம். இப்போ அதுவொரு கிறிஸ்துவனோட கையில இருக்கு. குஞ்ஞுண்ணிமேனன் காலத்துல அதுவொரு தண்ணீர்ப்பந்தலா இருந்தது. அவரோட காலத்துக்குப் பின்னாலும் வெகுகாலம் வரைக்கும் அது அப்படியே நெலச்சிருந்தது. திருக்கோவில்ல நடைபெற அஷ்டமிக்கும், காளிக்காவுல நடைபெற பரணிக்கும் ஆற்றைத் தாண்டி கிழக்கேர்ந்து ஏராளமான ஜனங்க வருவாங்க. ஆம்பிள பொம்பள வித்தியாசமில்லாம கூட்டம் கூட்டமாதான் அவுங்க அப்போல்லாம் வருவாங்க. அப்போல்லாம் இன்னிக்கு மாதிரி காரும் பஸ்ஸுமொன்றும் இல்லையே!' ஏழெட்டு மைல் தூரத்த ஒரேயடியா நடந்தாதான் முடியும்.'

அவனுக்கு அந்த வரலாற்றைக் கேட்பதற்குச் சற்றும் ஆர்வம் தோன்றவில்லை. சிகரெட்டைப் பற்ற வைத்துப் புகையை விழுங்கிக் கொண்டே அவன் ஜன்னலின் வழியாக நோக்கினான். பெரியதொரு தோட்டம் வரிசை வரிசையாக துல்லியமான இடைவெளியுடன் வளர்ந்து எழும்பும் தென்னங்கன்றுகள். அவையெல்லாம் உண்ணி மேனன் உழைப்பின் பலன்தான் என்று தோன்றியது. களரிப்பாடத்து குடும்பத்தில் கொஞ்சம் செழிப்புடன் இருப்பது இந்த தாய் வழி மட்டும்தான் என்று அவர் சொன்னதும் கூட உண்மைதான்.

உண்ணிமேனன் தொடர்ந்து பேசிக்கொண்டிருந்தார். 'காளிகாவுல நடக்கிற பரணி விழாவோட செலவெல்லாம் அந்தக் காலத்திலிருந்தே களரிப்பாடத்து குடும்பத்தோடதுதான். நாலாபுறங்கள்லேர்ந்தும் ஏராள மான ஜனங்க அன்னிக்குக் காவுக்காக வந்து கூடுவாங்க. அஸ்வதி அன்னிக்கு மத்தியானம் காவுக்கு வந்துட்டா, மறுநாள் பரணியன்னிக்கு

---

* முதுகில் அலகு குத்தி அதை ஒரு கயிற்றின் மூலம் மரத்தில் கட்டி தொங்கியவாறு வலம் வருதல்.

ஆயிரம் திரி விளக்கையும்* தூக்கத்தையும் பார்த்துட்டுதான் திரும்புவாங்க. அந்த நாள்கள்ல தண்ணீர் பந்தலில் இந்த குடும்பத்தைச் சேர்ந்தவங்க செலவில்தான் நீர்மோரு ஊத்திக்கிட்டு இருப்பாங்க. ஒரு பெரிய வெண்கல தம்பளர் நெறைய நீர் மோரும், உள்ளங்கையில் கொஞ்சம் மாவடு ஊறுகாயும் கொடுப்பாங்க. அந்த மாவடுவோட ருசி அடுத்த பரணி வரைக்கும் இந்த நாட்லவுள்ளவங்களோட நாக்குலேயே இருக்கும். மாம்பிஞ்சுகளை கொத்தோடும் கொலையோடும் பறிச்சு வந்து பால்வடியாமலேயே மாவடு ஊறுகாய் தயாரிப்பாங்க.'

அவனுக்கு வெறுப்புத் தோன்றியது. களரிப்பாடத்து குடும்பப் புராணத்தைப் பற்றி கேட்பதால் என்ன புண்ணியம்? பேச்சைக் குஞ்ஞிக் குட்டனிடமும் தேவியினிடமும் திருப்பிக் கொண்டு வருவதற்கு அவன் முயன்றான்.

'குஞ்ஞிக்குட்டன் இங்கேர்ந்து யாருக்கும் தெரியாமல் ஓடிப்போ யிட்டானோ?' என்று அவன் திடீரென்று கேட்டான்.

'நீங்க ஒண்ணும் சொல்ல வேணாம் நண்பரே' என்ற உண்ணிமேனன் தாம்பாளத்தை அருகில் இழுத்துக் கொண்டு, வெற்றிலை போடு வதிலுள்ள ஆர்வத்தில் இருந்தார். வெற்றிலையில் சுண்ணாம்பைத் தடவிக்கொண்டே அவர் தொடர்ந்தார். நறுக்கிய புகையிலை, களிப்பாக்கு, வாசனைச்சுண்ணாம்பு ஆகியவற்றின் கதம்ப மணம் அங்கு பரவிற்று.

'இளம் வயசுலேயே தறிகெட்டு போனா அப்புறம் என்னா செய்யறது? பெரிய குடும்பத்தச் சேர்ந்தவன்னுல்லாம் சொல்றதுலயும் என்ன புண்ணியம்? சின்ன வயசுலேர்ந்தே ஈனஜாதிக்காரங்களோடதான் அவனோட சகவாசம் இருந்தது. களரிப்பரம்புல இருந்துகிட்டு சீட்டாறது என்ன, பீடி புடிக்கறது என்ன, சாராயம் குடிக்கறது என்ன - இப்படி எல்லாத்தையும் ஸ்கூல்ல படிக்கறப்போவே தொடங்கி இருக்கான். எந்தக் குடும்பமா இருந்தாலும் குடும்பத்தோட அந்தஸ்த தொலைச்சி தலைமொழுவறதுக்கின்னே சில பதர் விதைகள் முளைக்கு மல்லவா, அப்படிப்பட்டவன்ல ஒருத்தன்தான் குஞ்ஞிக்குட்டனும். அவனோட தாயோ செழிப்பும் லட்சணமுமுள்ள பொண்ணாக இருந்தாள். அவள் தவமிருந்து பெத்த ஆண் சந்ததிதான் இவன். இவன் வந்த பின்னால அவளோட கதியும் அதோகதியாகி விட்டது. அந்த அளவுக்கு அவனோட நடவடிக்கை இருந்தது. இதையெல்லாம் முன்ஜென்ம வினைன்னு இல்லாம வேற என்னான்னு சொல்றது?'

அவனுக்குத் தெரியவேண்டியது வேறொன்றாக இருந்தது.

'குஞ்ஞிகுட்டன் ஓடிப்போறதுக்கு என்ன காரணம்?'

'அதைப்பற்றி அப்போ யாருக்குத் தெரியும்?' என்று கேட்ட உண்ணி மேனன் தோள்களைக் குலுக்கிக்கொண்டு, 'கல்யாணம் கழிஞ்சாலாவது நல்லவனா ஆவானோன்னு பாக்கலாம்னுதான் புடிச்ச புடியிலியே போயி ஒரு இடத்துல சம்பந்தம் பேசி முடிச்சது. காசும் பணமும், கொஞ்சம் கொறைஞ்ச இடம்தான்னாலும் நல்ல குடும்பத்துல பொறந்த பொண்ணு. அப்பா அம்மாவுக்கு ஒரே மகள். பேரு ஊர்வசி. அவளோட அழகைப் பார்த்துட்டாவது இவன் இங்க ஒரே இடத்துலேயே அடங்கியொடுங்கி காலம் தள்ளுவான்னு நாங்கள்ளாம் கருதினோம். புள்ளையார் புடிக்கப்போயி, குரங்காத்தான் ஆச்சு. அந்தப் பொண்ணோட வாழ்க்கையும் அதோ தொலைச்சிட்டுது. கல்யாணம் முடிஞ்சி ஒரு மாசம் கழிஞ்சப்போவே குஞ்ஞிக்குட்டனுக்குப் பைத்தியம் தொடங்கிட்டுது. முன்னேல்லாம் சின்னதொரு மனத்தடுமாற்றம்தான் இருக்கும். இந்த தடவை அந்தத் தடுமாற்றத்தோட லைனே கொஞ்சம் மாறிட்டுது. எல்லாமே மறை கழண்டு போச்சு.'

'மனைவிய தவறா புரிஞ்சிகிட்டுதான் ஓடிப்போனானா?'

'தவறா புரிஞ்சிக்கிட்டா? நல்ல தமாஷ்தான் போ!' என்ற உண்ணி மேனன் ஜன்னல்வழியாகக் காறித் துப்பினார். வெண் மணலில் சிவப்புப் பொட்டுக்கள் தெரித்தன.

'தவறா புரிஞ்சிக்கறதுக்கும் ஒரு தகுதி வேணாமா? கல்யாணம்னு சொல்றது சின்னப்புள்ளைங்க விளையாட்டான்னு கேக்கறேன். அவனோட காட்டுத்தனத்தச் சொல்லவே வேணாம். பொண்டாட்டி பேர்ல எப்போதும் அவனுக்கு ஒரே சந்தேகம்தான். அவகண்ணுக்கு மைதீட்டினாலோ, பொட்டுவைச்சாலோ, புதுச் சேலைய உடுத்தினாலோ அவனுக்கு சந்தேகம்தான். வசிய மருந்து கொடுத்து, பொண்டாட்டி வூட்டுக்காரங்க தன்னை மயக்கிட்டாங்கன்னு அவனுக்கு ஆரம்பத்துலேயே எண்ணம்; பொண்ணு பாக்கப் போனப்போ கூட அங்க ஒரு பூஜை நடந்துகிட்டு இருந்ததாம். பூசாரி கையாலேயே அங்க படைத்த ஒரு பழத்த கொடுத்தாங்களாம். அதைத் தின்னத்தொடங்கினஉடனேயே அவனோட உள் மனசு தடுமாற ஆரம்பிச்சுட்டுது. அந்தப் பொண்ணே போதும்னு அவனுக்கு தோணத் தொடங்கிட்டுது. அதனால, அந்தப் பழத்துலதான் ஏதோ வசிய மருந்து வைச்சிருந்தாங்கன்னான்.'

'அப்புறம்?' என்று அவன் நாற்காலியில் நிமிர்ந்து அமர்ந்து ஆவலுடன் கேட்டான்.

'அந்தப் பொண்ணு, அதான் நம்ம ஊர்வசி, அவன் கையைக் காலைப் பிடித்து சொல்லிப் பார்த்த பிறகாவது மனசு மாற வேணாமா? காதும் காதும் வைத்தாற்போல சோட்டானிக்கரைக்கு அழைச்சுண்டு போயி

வாந்தியெடுக்கச் செய்து பார்த்தாள். அப்புறமும் மாற்றமில்ல. தேவியைக் கண்டாலே பேசாமல் ஒதுங்கிப் போனான். அவ கையிலேர்ந்து பச்சைத் தண்ணியக்கூட வாங்கிக் குடிக்கறதில்லை. எதுவெல்லாம் வசியம் செஞ்சு வைச்சிருப்பாளோன்னு எப்படித் தெரிஞ்சிக்க முடியும்? அசைஞ்சா சந்தேகம், திரும்பினா சந்தேகம். கடைசில படுக்கையும் கூட வெவ்வேற, அறையா போயிட்டுது. அவளுக்கு வவுத்துல தரிச்சிருக் கறதுண்ணு தெரிஞ்ச அன்னிக்கு வூட்ல ஒரு பூகம்பமே உருவாயிட்டுது. அந்தக் கொழந்தைக்கு அப்பன் யாருன்னு குஞ்ஞிக்குட்டனுக்குத் தெரியணுமாம். அப்படியிருக்கப்போதான் ஒருமுறை - அன்னிக்குத் திருவாதிரைக் காலமாவும் இருந்தது. வெடியற்காலையில் தேவி குளிக்கறதுக்காக எழுந்தபோது குஞ்ஞிக்குட்டன் அறை தெறந்து கெடக்கறது. கொஞ்ச நாள்கள் வரைக்கும் பலரும் பல எடங்கள்லேயும் தேடிப் பார்த்தாங்க. கடைசியில எல்லாருக்குமே வெறுத்துட்டுது. அப்புறம் அவன் எப்படித்தான் உங்க எடத்துக்கு வந்து சேர்ந்தானோ? அந்த எடத்துக்கு என்ன பேரு சொன்னீங்க?'

'பாண்டவபுரம்'

'நல்ல பேரு. அஞ்ஞாத வாசத்துக்குன்னே பொருத்தமான எடம்தான்.'

உண்ணிமேனனுக்கு அதை நினைத்தபோது சிரிப்பு வந்தது. மனைவிக்குப் பயந்து ஒருத்தன் அஞ்ஞாத வாசத்துக்கு, அதுவும் பாண்டவபுரத்துக்குப் போயிருக்கிறான்.

'அவன் போனப் பின்னால எந்தவொரு வெவரமும் கெடைக்காம அவன் எங்கியாவது செத்துகித்துப் போயிருப்பானோன்னும் கூட நாங்க நெனைச்சோம். அப்படியே அவன் உயிரோட இருந்தாலும் கூட அவனால அந்தக் குடும்பத்துக்கும் எந்தவொரு பிரயோஜனமும் இல்ல. அதனால, செத்தாலும் உயிரோட இருந்தாலும் யாருக்கு என்ன புண்ணியம்?'

டீ வந்தது. சூடான டீயை உறிஞ்சிக் குடிக்கும்போது இளமையை இழக்காத தேவியின் முகத்தை அவன் அருகில் கண்டான். குஞ்ஞிக் குட்டனுக்கு வசிய மருந்து கொடுத்து மயக்கியவளா இவள்? அவளுக்கு அதற்கான தைரியம் இருக்குமா? அப்படியே அவள் அவனை மயக்குவதற்கான பிரத்யேகத்தன்மை குஞ்ஞிக்குட்டனிடம் அப்படி என்னதான் இருந்தது?

அவனே கேட்டான்!

'குஞ்ஞிக்குட்டனின் சந்தேகத்துக்கு ஏதாவது அடிப்படை காரணமுண்டோ?'

'என்ன அடிப்படை இருக்குது?' என்று கேட்ட உண்ணிமேனனின் முகம் சிவந்தது. உங்களுக்கும் பைத்தியம் புடிச்சிட்டுதோ? வசியம் பண்ணி கல்யாணம் செஞ்சிக்கறதுக்கு இவன் என்ன இளய தம்புரானோ?'

அவர் உரத்த குரலில் ஓசையெழுப்பிவாறு ஜன்னலின் வழியாக நீட்டித் துப்பினார்.

'அந்த அளவுக்கு மோகம் தோன்றதுக்கு அவன்கிட்ட என்னா கெடக்குது? களரிப்பாடத்து குடும்பத்தோட பேரைக் கேட்டுட்டல்லே பாவம் அவங்க இதுல அகப்பட்டுக்கிட்டாங்க.'

கொஞ்சநேரம் கழித்து அவன் எழுந்து கொண்டான்.

இருட்டிவிட்டிருந்தது. அவன் சிறியதொரு பீதியுடன் வெளிப்புறத்தில் நோக்கினான். அந்தப் பெரிய வீடும், அதற்குள்ளேயுள்ள மனிதர்களும், சுற்றிலுமுள்ள பெரிய தோட்டமும் எல்லாம் அஞ்ஞாதமான ரகசியங்களில் மூச்சுத்திணறி நிற்கும் ஏதோவொரு புராதனமான இருளுக்குள் மூழ்கிப் போவதாக அவனுக்குத் தோன்றியது. குஞ்ஞிக் குட்டன், தேவி வசியம், பாண்டவபுரம், காமுகனாவதற்கான ஈடுபாடு - இவையெல்லாம் அறிவுக்கு ஒவ்வாத ஏராளமான நிகழ்ச்சிகளில் ஒன்றுக்கொன்று கட்டித் தழுவி கிடக்கின்றன. இவற்றில் எவை யெல்லாம் உண்மை? எவையெல்லாம் பொய்? குஞ்ஞிக்குட்டனின் விசித்திரமான நடவடிக்கைகளிடையே கூட ஏறக்குறைய புரிந்து கொள்ளலாம் என்று அவனுக்குத் தோன்றுகிறது. பாண்டவ புரத்திலுள்ள காலனிக்கு உச்சியில் மஞ்சள் முகத்துடன் வாய் பிளந்து நிற்கும் பூதத்தைப் போன்ற ஏதோவொரு கருத்த சக்தி இங்கேயும் மேலே மிதந்து கொண்டிருக்கின்றது. அதனுடைய எரிந்து கொண்டிருக்கும் பார்வைப்பட்டு, அறிவற்ற ஏழைகள் என்னவெல்லாமோ ஒப்புக்கு செய்கிறார்கள். அவை அறிவுக்கு ஒவ்வாத ஏராளமான விஷயங்கள். இப்பிரபஞ்சத்தில் அறிவுக்கும் புலப்படாத எவையெல்லாம் இருக்கின்றன?

'நீங்க இனிமே என்ன செய்யப் போறீங்க?' என்று விசாரித்தார் உண்ணிமேனன்.

'இன்னிக்கு ராத்திரி அங்கேயே தங்கிக்கறேன். நாளைக்குக் காலையில வண்டிக்குத் திரும்பிப் போயிடுவேன்.'

'அப்படி வேணாம்' என்று தடுத்த உண்ணிமேனன், 'ராத்ரிக்கு இங்கியே தங்கிக்கிடலாம். அங்க இடம் சௌகரியமா இருக்காது' என்றார்.

உண்ணிமேனனின் குரலில் தேவையற்ற ஒரு பொறாமை மறைந்து கிடக்கிறதென்று அவனுக்குத் தோன்றியது. அந்தச் சிறிய வீட்டில்

அழகான ஓர் இளம் பெண்ணும் தானும் மட்டும் தனித்து தங்கினால் என்று அவர் நினைத்திருப்பார். அதுவும், பல ஆண்டுகளுக்கு முன்பே கணவனால் ஒதுக்கப்பட்டு எல்லா உணர்ச்சிகளையும் ஒதுக்கி உள்ளுக்குள் வைத்துக் கொண்டிருக்கும் பெண் அவள்.

'எனக்குன்னு அப்படி பிரத்யேக சௌகரியங்களொன்றும் தேவையில் லையே' என்று கூறியவன், 'ஒரு பாயும் தலையணையும் மட்டும் கிடைத்தால் வெளி வராண்டாவிலேயேபடுத்துக் கொள்ளலாமே' என்றான்.

உண்ணிமேனனுக்கு அது முற்றிலும் பிடிக்கவில்லை என்று தோன்றிற்று.

'அப்படின்னா, ராத்திரி சாப்பாட்டை இங்கியே சாப்டுக்கலாம். அங்க அதுக்கெல்லாம் கொஞ்சம் கஷ்டமாக இருக்கும்,' என்றார் உண்ணிமேனன்.

அவன் அதற்கு எதிர்ப்புக் காட்டவில்லை. சாப்பாட்டு மேஜைக்கு அருகில் அமர்ந்திருக்கும்போதும் உண்ணிமேனன் வாய் ஓயாமல் பேசிக் கொண்டேதான் இருந்தார். குஞ்ஞிக்குட்டனைப் பற்றி தேவியைப் பற்றி, களரிப்பாடம் குடும்பத்தைப் பற்றி - இப்படி எல்லா வற்றையும் பேசினார். அவனுக்கு அவை ஒன்றிலும் கொஞ்சம் கூட ஆர்வம் தோன்றவில்லை. அவனுடைய மனம் பாண்டவபுரத்திலுள்ள அப்பெரிய ஃபேக்டரியினிடமும், மைதானத்துக்கு முன்புறமுள்ள காலனியிடமும் வழுக்கிச் சென்று கொண்டிருந்தது. வரிசை வரிசையாக மஞ்சள் வண்ணம் பூசிய வீடுகள். சுவரில் கருப்பு வண்ணத்தால் எழுதிய வீட்டு எண்கள். எல்லா வீடுகளும் ஒன்று போலவே காட்சியளித்தன. எண்கள் மட்டும்தான் வெவ்வேறாக இருந்தன. அந்த எண்களின் வேறு பாடுகள்தான் அவ்வீடுகளில் வசித்துக் கொண்டிருந்த ஒரே முகம் உள்ளவர்களையும் வித்தியாசப்படுத்தியிருந்தன. மது அருந்தி போதையேறி வரும் இரவுகளில் அந்த எண்களை வாசித்து அடையாளம் காண மிகவும் சிரமமாக இருக்கும். அதற்காகவே, கடைசியில் ஒரு யுக்தியைக் கண்டுபிடித்தான். ஒரு பழைய மாத இதழிலிருந்து மனோகரமாகச் சிரிக்கும் மதுபாலாவின் படத்தைக் கத்தரித்து எடுத்து வாசற் கதவில் ஒட்டி வைத்தான். போதையேறி உணர்விழந்த இரவுகளில் மதுபாலாதான் வழிகாட்டினாள்.

சாப்பிட்டு முடித்ததும் அவன் வெளியேறத் தொடங்கினான். உண்ணிமேனன் பின்னாலேயே வந்தார்.

'அப்புறம் உங்ககிட்டே அதைச் சொல்றதுக்குக் கொஞ்சம் தயக்கமா இருக்கு' என்ற உண்ணிமேனன் சுற்றுமுற்றும் நோக்கிவிட்டு

சந்தேகத்துடன் நிறுத்தினார். உள்ளுக்குள் எங்கேயோ பாத்திரம் கழுவும் மனைவியால் தான் பேசுவதைக் கேட்க முடியாது என்னும் உறுதியேற் பட்டவுடன் அவர் மெதுவாக, 'இப்போதைய சூழ்நிலையில் நீங்க அங்க போகாமலேயே இருக்கறதுதான் நல்லது' என்று கூறினார்.

'ஏன் அப்படிச் சொல்றீங்க?'

'சில கொழப்பமெல்லாம் உண்டு. அவற்றையெல்லாம் நான் அப்புறம் வெவரமா சொல்றேன். அந்தப் பொட்டியையும் சாமான்களையு மெல்லாம் அங்க கொண்டு போயே வைச்சிருக்க வேணாம்.'

'எனக்கும் குஞ்ஞிக்குட்டனுக்குமுள்ள நெருக்கத்த யோசிக்கறப்போ வேற ஒரு வீட்ல தங்கறதப் பத்தி என்னால நெனைக்கவே முடியாது.'

உண்ணிமேனன் கொஞ்சம் அழுத்தமாக முனகினார். டப்பியிலிருந்து ஒரு சிட்டிகை பொடியை எடுத்து வேகமாக மூக்கில் வைத்து இழுத்துக் கொண்டே அவர் விருப்பமில்லாமல், 'சரி போவட்டும். நாளைக்குக் காலையில போறதுக்கு முன்னால இங்க வந்துட்டு போவீங்கள்லே' என்று விடைகொடுத்தார்.

'வருவேன்.'

'அப்படின்னா இனிமே தாமதிக்க வேணாம். பயங்கர இருட்டா இருக்கு. டார்ச்சை எடுத்துக்குங்க. வழி தெரியுமில்லே, நான் கூட வரவேண்டா மில்லே?'

'வேணாம்.'

அவன் இருளுக்குள் இறங்கினான்.

குஞ்ஞிக்குட்டனின் வீட்டுக்குள் ஏறிப் போகும்போது அவ்வீட்டில் எங்கும் ஆள் நடமாட்ட சந்தடியையே காணமுடியவில்லை. வராண்டாவில் வெளிச்சம் இல்லாத ஒரு பல்ப் மங்கலாக எரிந்தது. உள் அறைக்குள்ளும் எங்கேயோ மங்கிய வெளிச்சம் இருந்தது.

அவன் வராண்டாவிலேயே சிறிது தூரம் குழம்பி நின்றான். என்ன சொல்லி அழைப்பது?

ஒருமுறை இருமினான்.

ஜன்னலில் தேவியின் தலை தெரிந்தது. அவள் கதவைத் திறந்து விட்டு ஒதுங்கி நின்றாள்.

'நான் ரொம்பவும் நேரங்கழிச்சி வந்துட்டேனோ?' அவன் எதையாவது பேச வேண்டுமே என்பதற்காகக் கேட்டான்.

‘இல்ல’ என்ற தேவியின் சத்தம் சிறிதும் பிசிறில்லாமலேயே இருந்தது.

அவன் மெல்ல உள்புறமாகச் சென்றான். அகலம் குறைந்த இடைக்கழி. இரு பக்கங்களிலும் ஒவ்வொரு சிறிய அறைகள் உண்டென்று தோன்றியது. மங்கிய வெளிச்சத்தில் அடுக்களைக்குச் செல்லும் வாயில் தெரிந்தது.

‘நான் இப்போ இங்கே வந்தது உங்களுக்கு ரொம்பவும் அசௌகரிய மாகி விட்டது போலிருக்கு, இல்லியா?’

தன்னுடைய குரலில் தேவையற்ற ஒரு குற்றவுணர்வு வெளிப்படுவதாக அவனுக்குத் தோன்றியது.

‘இல்ல’ என்ற தேவியின் குரலில் அப்போதும் யாதொரு மாற்றமும் ஏற்பட்டிருக்கவில்லை.

‘நான் நாளைக்குக் காலையிலயே போயிடறேன்.’

சுற்றிலும் நோக்கிவிட்டு வேதனை கலந்த குரலில் அவன் கூறினான்:

‘இந்த மாற்றத்த என்னால புரிஞ்சிக்க முடியல. கண்டிப்பாக நீங்க என்னை அடையாளம் கண்டிருப்பீங்க. அவ்வளவு சீக்கிரத்துல மறக்க முடியுமா? நாள் கணக்குலே, மாசக் கணக்குலே நீங்க எனக்காக காத்திருந்திருப்பீங்கன்னு எனக்குத் தெரியும். ஆனால், நான் ஆரம்பத்து லேயே ஒரு தப்பு பண்ணிட்டேன். என்னை நீங்க நம்பறதுக்காக தெளிவான வெவரங்கள் தேவைப்படும்னு கருதி பல ஆதாரங்கள் அடங்கிய பெரியதொரு தூக்குப்பையை சுமந்துகிட்டு இங்கே நான் நுழைஞ்சுட்டேன். இப்போது எனக்கு அந்த ஆதாரங்களால என்ன செய்யறதுன்னு புரியல. வடிவமுமில்ல. ஒரேயொரு தடவை மட்டுமே வெட்டக்கூடிய வாளைப் போல, ஒரேயொரு குண்டு மட்டுமே மிச்சமுள்ள கைத்துப்பாக்கியைப் போல, கைவிட முடியாத ஒரு தயக்கத்தோடும், நம்ப வைக்கலாம்கற ஒரு குழப்பத்தோடும்தான் நான் அவற்றைப் பாதுகாத்து வைத்துக் கொண்டிருந்தேன். உங்க முகம் கூட என்னை அடையாளம் கண்டுகொண்டதைக் காட்டுகிறது. அப்புறம் ஏன் இந்தத் திரை?’

சிறிது நேரம் கழித்து அவன் தொடர்ந்தான்:

‘பாண்டவபுரத்துல இருந்தப்போ ஒரு முறை கூட இப்படி என்கிட்டே நீங்க நடந்து கொண்டதில்லையே! குஞ்ஞிக்குட்டன் இருக்கறப்போதும் இல்லாத போதும் நான் எத்தனை முறைகள் உங்க குவார்ட்டர்ஸுக்கு வந்திருக்கிறேன். எத்தனை தடவைகள் சாப்பாட்டு மேஜைக்குப் பக்கத்துலயே உட்கார்ந்துகிட்டு நமக்குள்ளே வேடிக்கைகள் சொல்லிக்

கிட்டும் உரக்க சிரிச்சிக்கிட்டும் இருந்திருக்கிறோம்! சிரிக்கறப்போ உங்க பற்களப் பார்க்கறதுக்கு அழகா இருக்குன்னு நான் ஒரு தடவை ரகசியமா உங்ககிட்டே சொன்னப்போ ஸ்கூல்ல படிக்கற காலத்துலயே தோழிங்கள்லாம் உங்களை பல்லழகின்னு அழைச்சாங்கன்னு நீங்க கூட சொன்னீங்களே.'

தேவி திடீரென்று இடையில் புகுந்து, 'சாப்பிடலாமா?' என்று கேட்டாள்.

'வேணாம், நான் உண்ணிமேனன் மாஸ்டர் வீட்டுலேயே சாப்டுட்டேன்.'

'ஓ' என்று புருவத்தைச் சுளித்துவிட்டு, 'ரொம்ப நல்லதாப் போச்சி' என்றாள்.

'எல்லாரும் படுத்துட்டாங்களா?'

'அந்தப் பாயும் தலையணையும் வராந்தாவுல உங்களுக்காகக்கதான் வெச்சிருக்கு.'

அவன் வராந்தாவுக்குச் செல்ல காலை எடுத்து வைத்ததும், பின்னால் வாயிற்கதவு பலமாக அடைக்கப்பட்டது. ஒரு மூலையில் சாய்த்து வைக்கப்பட்டிருந்த சுருட்டப்பட்ட பாயை அவன் வெறுப்புடனும் கோபத்துடனும் உற்று நோக்கினான்.

வராந்தாவிலுள்ள விளக்கு அணைந்தது.

அவன் பாயை விரித்துவிட்டு மல்லாந்து படுத்தான். ஓட்டு முனைகளின் பிளவில் தெரிந்த ஆகாயம். சாணம் மெழுகிய தரையில் சிதறிக் கிடக்கும் நெல்மணிகளைப் போன்ற நட்சத்திரங்கள். குளிர்ந்த காற்று. மெல்லிய காற்றில் பாக்கு மரங்கள் ஒரு மென்மையான சத்தத்துடன் அலைகின்றன. இருளில் புதைந்த தோட்டத்தில் வடிவமற்ற நிழல்கள் சேர்ந்து தழுவத் தொடங்கியபோதும், பழக்கமற்ற சில சத்தங்கள் உயர்ந்தபோதும், தான் ஏதோ ஒரு மாந்திரீக வளையத்துக்குள் வந்து அகப்பட்டுக் கொண்டதாக அவனுக்குத் தோன்றியது.

ஏன் இந்த தண்டனை? எதற்காக நான் இவ்வளவு தூரம் கடந்து இங்கு வந்து சேர்ந்தேன்? அவன் தனக்குத்தானே கேட்டுக் கொண்டான்.

அதற்குப் பதில் சொல்வதுபோல், தோட்டத்தின் ஓரத்தில் உள்ள புளியமரத்திலிருந்து ஒரு கோட்டான் நீட்டிக் கூவியது. உரக்கச் சிறகடித்தவாறு ஒரு வௌவால் கூட்டம் இருளுக்குள் ஊளையிட்டுக் கொண்டு போயிற்று. அவன் உள்ளுக்குள் உதறலுடன் கண்களை இறுக

மூடிக்கொண்டு தூக்கம் வருவதற்காக பிரார்த்தித்தவாறு புரண்டு படுத்தான்.

அதன்பின், எப்போதோ ஒருமுறை பாண்டவபுரத்திலுள்ள மைதானத்தில் வீசிய குதிரைச் சாண மணமுள்ள காற்று அவனைத் தழுவிற்று. அதனுடைய பழக்கமான தடவலில் அவன் மயங்கினான்.

ஐந்து

சூரியக் கதிர்கள் முகத்தில் விழுந்து சுள்ளிட்ட போதுதான் அவன் விழித்தெழுந்தான். உடல் முழுவதும் வலித்தது. பயணக் களைப்பில் உறங்கிவிட்டதால் அதை அவன் அறியவில்லை.

திண்ணையில் ஆவலுடன் தன்னை நோக்கும் இரண்டு சிறிய கண்களை அவன் கண்டான். நாடா கால்சட்டை மட்டும் அணிந்த ஒரு குழந்தை. நெற்றியின்மேல் விழுந்து புரளும் நீண்ட முடி. உப்பிய கன்னங்கள்.

அவன் பாயைச் சுருட்டி வைத்தான். ஒரு சிகரெட்டைப் பற்ற வைத்து முற்றத்தில் உலாத்தும் போதும் அக்குழந்தையின் கண்கள் அவனுடைய ஒவ்வொரு கால் சுவடுகளுடன் சேர்ந்து நகர்ந்து கொண்டே இருந்தன.

பற்களைத் தேய்த்தான். முகம் கழுவினான். அதற்குள் குழந்தை டீயுடன் வந்து விட்டான். டீயைக் குடித்துக் கொண்டிருக்கும்போதே, 'உன்னோட பேரு என்ன கண்ணா?' என்று கேட்டான்.

'ரகு'

'எந்த வகுப்புல படிக்கறே?'

'மூணாவது'

அவன் அப்பையனின் முகத்தையே சிறிது நேரம் பார்த்துக் கொண்டிருந்தான். குஞ்ஞிக் குட்டனின் சாயலா, இல்லே, தேவியினுடையதா?

ரகுவை அருகில் அழைத்து நிறுத்திக் கொண்டு அப்பையனின் நீண்ட தலைமுடியில் விரல்களால் கோதிக்கொண்டே அவன் கேட்டான்.

'ரகு நீ அப்பாவைப் பார்த்திருக்கியோ?'

ரகு 'இல்லை' என்று தலையாட்டினான்.

'அப்பா எப்படி இருப்பாருன்னாவது தெரியுமோ?'

'அவரைப் பாக்காம எப்படி தெரிஞ்சிக்க முடியும்?'

'கெட்டிக்காரன்தான்' என்று சிரித்துக்கொண்டே பையனின் முதுகில் தட்டியவன், 'அப்படித்தான் கேக்கணும்' என்றான்.

'அப்பா அம்மா சேர்ந்து நிக்கற போட்டோ இருக்கா?'

'இல்ல'

'அப்பாவோட போட்டோ ஒண்ணுகூட இல்லியா?'

'இல்ல'

அவன் ஒரு நிமிடம் ஆலோசித்துவிட்டு, 'கண்ணா, உன் சிலேட்டையும் பல்பத்தையும் எடுத்துக்கிட்டு வா. நான் அப்பா படத்தை வரைஞ்சி காட்டறேன்' என்று கூறினான்.

ரகு சிலேட்டை எடுத்து வந்தான். அதில் வரைந்திருக்கும் ஒட்டகத்தின் படத்தை பச்சிலையால் கலைத்துவிட்டு சிலேட்டை கையில் பிடித்துக் கொண்டு சிறிதுநேரம் அமர்ந்திருந்தான் அவன்.

குஞ்ஞிக்குட்டனின் முகம் எப்படி இருக்கும்? வட்ட முகமா? நீள முகமா? முடியை எப்படிக் கோதிக்கொள்வான்? மீசை உண்டோ? ரகு அவன் முகத்தையே உற்று நோக்கிக் கொண்டிருந்தான். ஆவல் நிழலாடும் பையனின் சிறிய கண்களை நோக்கியபோது அவனுக்குக் கொஞ்சம் கஷ்டம் தோன்றியது. தான் வஞ்சிக்கப் பார்ப்பது அவனையா, தன்னையேவா?

அதன்பின், வருவது வரட்டும் என்று வரையத் தொடங்கினான்.

'தோ பாரு, ஏறக்குறைய இதேப் போலத்தான் இருப்பாரு. பெரிய தலை, வட்ட முகம். ஒரளவு உன்னைப் போலவேதான் இருப்பார் ரகு. பின்னோக்கிச் சீவப்பட்ட சுருள்முடி. பெரிய கண்கள். கன்னத்தில் காயத்தின் வடு. அகலமான கருப்பு மீசை. நல்ல உயரம். ஆனால், மெலிந்த தேகம். நடக்கறபோது இடப்பக்கமா கொஞ்சம் சாய்ஞ்சி, தோ இதே மாதிரிதான் நடப்பாரு. உன்னோட சாயலேதான் ரகு'

‘யேய்... தப்பு, தப்பு’ என்று கையைக் கொட்டிச் சிரித்தான் ரகு.

‘ஏன்?’

‘அப்பாவுக்கு மீசையில்லியே, அப்பாவுக்கு மீசையில்லியே!’

ரகு மெல்லிய குரலில் பாடினான்.

‘மீசையில்லேன்னு உனக்கு யாரு சொன்னாங்க?’

‘அப்பாவுக்கு மீசையில்லேன்னு அம்மாவே சொல்லியிருக்காங்களே!’

ரகு அப்போதும் அதே மெல்லிய குரலில் பாடினான்.

முதலில் கொஞ்சம் தடுமாறினான் என்றாலும், உடனே அவனால் சமாளிக்கவும் முடிந்தது.

‘ஒருவேளை பாண்டவபுரத்துக்கு வந்த பின்னால் அப்பா மீசை வைச்சிருக்கலாம்.’

‘இந்தப் படத்த நான் அம்மாகிட்டே கொண்டு போயி காட்டட்டுமா?’ என்று ரகு கேட்டான்.

‘வேணாம்’ என்று தடுத்தவன், ‘எனக்கு அப்படில்லாம் வரையத் தெரியாது. உனக்குக் காட்டத்தானே தமாஷுக்காக அதை வரைஞ்சேன் ரகு’ என்று சமாளித்தான்.

ரகு அப்போதும் அந்தப் படத்தையே கூர்ந்து நோக்கிக்கொண்டு நின்றான். அவன் அந்த மெல்லிய கோடுகளின் மூலம் தந்தையின் முகத்தின் மேல் விரலை நகர்த்திக் கொண்டிருந்தான். ஒருபோதும் நேரில் காணாத, பல சமயங்களிலும் கனவில் கண்ட தந்தை. கனவில் கண்டிருந்த தந்தையின் முகம் இதுவல்ல. கனவில் கண்டிருந்த தந்தையின் உருவம், விஜயகுமாரின் அப்பாவைப் போன்று உப்பிச் சிவந்த முகமாகவும், தாடையில் ஒரு குழி விழுந்துமிருந்தது. புள்ளிகள் உள்ள சிவப்புச் சட்டையும், கருப்பு கால்சட்டையும் அணிந்திருந்தார். தன் தந்தை தன்னிடம் நெருங்கி வரும்போதும், அவனைச் சேர்த்து அணைக்கும்போதும் ஹேர் ஆயிலினுடையதும், முகப்பவுடருடையது மான மணம் மூக்குக்குள் நுழையும். வாசந்தியின் தந்தையைப் போல் பச்சை நிற ஸ்கூட்டரின் இரைச்சலோடுதான் வருவார். ஸ்கூட்டரின் முன்புறத்தில் தந்தையின் கால்களுக்கிடையேதான் அவனும் நிற்பான். இடையில் தந்தை பார்க்காத நேரத்தில் ஹார்ன் சுவிட்சை அமுக்கும் போது கீ... என்னும் சத்தம் கேட்டதும், ரோடில் நிற்கும் பிள்ளைகள்

வழியைவிட்டு ஓடுவார்கள். ஸ்கூல் முற்றத்தில் புதிய கட்டடத்தின் ஓரத்தில் ஸ்கூட்டரை நிறுத்தும்போது கொஞ்சம் மிடுக்கோடவே துள்ளி இறங்குவான். சுற்றிலும் கூடி நிற்கும் பிள்ளைகள் விரிந்த கண்களுடன், 'கே.கே. ரகுநாதனோட அப்பாவுக்கு ஸ்கூட்டர் உண்டு' என்று கூறுவார்கள்.

'ரகு, நீ என்ன யோசிக்கறே?' என்று ரகுவின் சிறிது திறந்த வாயையும், கனவுகள் மலரும் கண்களையும் உற்று நோக்கியவாறு அவன் கேட்டான்.

'உங்களுக்கு ஸ்கூட்டர் இருக்குங்களா மாமா?'

'இருக்கு.'

'எங்கே?'

'பாண்டவபுரத்துல.'

'அது எங்கேருக்கு?'

'வடக்கே ரொம்ப தூரத்துல இருக்கு. ஆயிரம் மைலுக்கு அப்பால இருக்கு. அங்கே போய்ச் சேர்றதுக்கு ரெண்டு நாளு ரயில்ல போவணும்.'

'அங்கதான் எங்க அப்பா இருக்காருங்களா?'

'ஆமாம்.'

'அப்படின்னா, ஏன் வரலே? தாஸண்ணன் அப்பாவைப் போல பொட்டியத் தூக்கிக்கிட்டு.'

தாஸண்ணனின் அப்பா பட்டாளக்காரர். வருடத்துக்கு ஒருமுறை விடுப்பில் வரும்போது பச்சை பேண்டும், கருப்பு ஷூவும் எல்லாம் அணிந்து கொண்டு காரில்தான் வந்து இறங்குவார். பெட்டி நிறைய பொருள்களாக நிரம்பியிருக்கும். புதிய உடுப்புகள், தங்கைக்காக சில பொம்மைகள், சாவி கொடுத்தால் காரை ஓட்டும் குரங்கு, அடிக்கடி கண்களைச் சிமிட்டும் பொம்மைகள், பிஸ்கட் டின்கள், மிட்டாய் பாக்கெட்டுகள் - இப்படி நிறையவே இருக்கும். அவன் தந்தை வந்து போகும் வரையில் தாஸண்ணனின் மிடுக்கைப் பார்க்க வேண்டுமே! அப்பப்பா... புதிய உடுப்பும் புதிய செருப்பும் அணிந்து டவுனுக்கு சினிமா பார்க்கப் போகும் போதுள்ள ஒரு போக்கைப் பார்க்கணுமே, அதுவும் தந்தையின் கையில் தொங்கிக் கொண்டு. பார்த்தால் பேசுவது கூட கிடையாது.

ரகு கேள்வியை மீண்டும் கேட்டான்.

'எங்க அப்பா ஏன் வரலை?'

அவனால் அதற்குச் சட்டென்று பதில் கூற முடியவில்லை. சிறிதுநேரம் ஆலோசித்துவிட்டு, சுற்றிலும் நோக்கி யாரும் இல்லை என்று உறுதி செய்துகொண்டு அவன் முணுமுணுத்தான்.

'உன் அப்பா வருவாருடா ரகு. எப்படியும் ஒருநாளைக்கு வராமல் இருக்க மாட்டாரு.'

'இல்லல்ல. நீங்க பொய் சொல்றீங்க மாமா.'

'பொய் சொல்லல, சத்தியமாவே வருவாரு.'

'அப்பா செத்துட்டாருன்னு அம்மாதான் சொன்னாங்களே!'

அவனுக்கு மீண்டும் பதில் தடைபட்டது. உண்மையில் இப்போது குஞ்ஞிக்குட்டன் எங்கே இருக்கிறான்? பாண்டவபுரத்தில்தானோ? அவனுடைய இப்போதைய நிலைதான் என்ன?

அப்போதுதான் உள்ளே இருந்து தேவி ரகுவை அழைப்பது கேட்டது.

அவனிடமிருந்து போவதற்கு விருப்பமில்லாதவனைப் போல் ஒற்றைக் காலால் நொண்டிக்கொண்டே வீட்டின் உள்ளுக்குள் போகும் ரகுவை நோக்கியவாறு அவன் உட்கார்ந்திருந்தான்.

சிறிதுநேரம் கழிந்தவுடன் தேவி வெளியே வந்தாள்.

'இன்னிக்கு ஊருக்குப் போகலையா?'

'போகணுமா?' என்று அவளுடைய கண்களுக்குள் உற்று நோக்கிய வாறே அவன் கேட்டான்.

'சும்மாதான் கேட்டேன்.'

'எனக்கு நீங்க சொல்றது புரியலியே' என்றவன் மீண்டும், 'வேண்டு மென்றே நீங்க காட்டுற இந்த பழக்கமற்ற பாவனையை மனப்பூர்வமான இந்த ஆர்வக் குறைச்சலை அறிந்து கொண்டே இப்படியொரு நாடகத்தை விளையாடறதிலுள்ள சிரமத்தை உங்களின் இந்த முகத்திலேர்ந்தே என்னால் புரிஞ்சிக்க முடிகிறது. அது என்னை வேதனையும் படுத்துது. வேறு யாராவதாக இருந்திருந்தாலும் நான் இத மறந்துட்டிருப்பேன். ஆனா அது நீங்களாக இருக்கறதனாலதான்... எனக்கு அதையெல்லாம் திரும்பவும் சொல்றதுக்குக் கொஞ்சம் கஷ்டமாத்தான் இருக்கு. அந்த

வகையில உள்ள ஒரு விசித்திரமான உறவாச்சே நமக்குள்ளே இருந்த பந்தம்!'

தேவி முகம் கவிழ்ந்து நின்று கொண்டிருந்தாள். ஒரு நிமிட வெடிச்சி தறலில் அந்த முகத்தில் பல எண்ணமாற்றங்களும் மின்னி மறைவதை அவன் கண்டான்.

அவன் தொடர்ந்தான். மெல்லிய குரல் உணர்ச்சிவயப்பட்டதால் இடையிடையே தடுமாறியது. வறண்ட உதடுகளை இடையிடையே எச்சிலால் நனைத்துக்கொண்டு அவன் சொன்னான்.

'என் அறையின் ஜன்னல் வழியா பார்த்தா உங்க படுக்கையறையை காணமுடியும். எத்தனையோ ராத்திரிகளில் என் அறையிலுள்ள விளக்கை அணைத்துவிட்டு, ஜன்னல் கம்பிகளில் என் முகத்தை அழுத்திக்கொண்டு, அரண்ட வெளிச்சத்தில் உங்க அறையில் தென்படும் நிழல்கள் கட்டியணைத்து புரள்வதையும், அப்போது ஒரு லோக்கல் புகைவண்டி மூச்சு வாங்கிக்கொண்டு புகையை உமிழ்ந்து செல்வதையும், அந்த வண்டி எழுப்பிய ஆரவாரங்களுக்குப் பின்பு எனக்குத் தென்பட்ட நிழல்கள் சட்டென்று சாந்தமடைவதையும் எல்லாம் எத்தனை தடவைகள் நான் நோக்கி நின்றிருக்கிறேன் தெரியுமா! அப்போதெல்லாம் என் மனசுல உண்டானது பொறாமையா, வெறுப்பா, கையாலாகத்தனமா என்பது எனக்கு இப்போதும்கூட நிச்சயமா தெரியல. குஞ்ஞிக்குட்டன் அதிர்ஷ்டசாலிதான் என்று பலசமயங்களிலும் எனக்குத் தோன்றியிருந்தாலும், என்ன காரணத் தாலோ, என்னால் அவரை ஒருக்காலும் வெறுக்க முடியவில்லை. நீங்கள்லாம் என்ன சொன்னாலும், உங்க வாதங்கள் உறுதிப்படுத்த நூறாயிரம் சம்பவங்களின் விவரங்களை வெளியே பரப்பினாலும் நான் வீட்டு மேலே ஏறி நின்னுக்கிட்டு, குஞ்ஞிக்குட்டன் ஒரு அப்பாவி, பாவப்பட்டவர்ன்னு கூவிச் சொல்ல தயாரா இருக்கேன். அபரிமிதமா தவறாகப் புரிந்துகொள்ளப்பட்டவரா இருந்துட்டார். எல்லாரையும் நம்பவும், எல்லாரையும் சந்தேகிக்கவும் கூடியவராக ஆகிவிட்டதுதான் அவரோட வாழ்க்கையில் ஏற்பட்ட மிகப் பெரிய வருத்தம்.'

கொஞ்சம் பதறினாள் என்றாலும் அதை மறைத்து இயன்ற அளவு பலத்தைச் சேர்த்துக்கொண்டு தேவி பேசினாள்.

'நீங்க ஏன் இந்த கட்டுக் கதைகளையெல்லாம் என்கிட்ட சொல்றீங்க? உங்க உத்தேசம்தான் என்ன? என் வாழ்க்கையிலேயே நேத்திக்குத்தான் உங்கள மொதமொதலா நான் பார்த்தேன். பாண்டவபுரத்து குவார்ட்டர்சும், அதுக்குப் பின்னாலவுள்ள ரெயில்வே தண்டவாளமும், எங்களோட படுக்கையறையும், நீங்களும் கூட ஒரு பெரிய

கட்டுக்கதையின் பகுதிகள்தானே? எதுக்காக இதையெல்லாம் கற்பனையாக உருவாக்கறீங்க? என்னை வேதனைப்படுத்தணும்னே நெனைக்கறீங்களா? அப்படின்னா நீங்க தவறாகப் புரிஞ்சிகிட்டீங்கன்னு தான் அர்த்தம். குத்தினால் காயப்படுற காலமெல்லாம் என்னை விட்டு எப்போதோ போயிட்டுது.'

அவ்வளவையும் சொல்லி முடித்தபோதுதான், அவளுக்குக் கொஞ்சம் நிம்மதி கிடைத்ததுபோல் தோன்றியது. திண்ணையிலிருந்த டீ கிளாசைத் தாவி எடுக்க முயலும்போது வேண்டுமென்றே முன்பக்கமாக சாய்ந்த அவனுடைய உடலில் உரசாமல் தவிர்த்துக்கொண்டு அவள் சிரிக்க முயன்றாள்.

அவனோ, பிடிவாதத்துடனும் ஆலோசத்துடனும் பேச்சைத் தொடர்ந்து கொண்டிருந்தான்!

'உங்க கல்யாணத்த பத்தியும், குஞ்ஞிக்குட்டனின் முடிவில்லாத சந்தேகங்களைப் பத்தியும் அதனாலேயே நீங்க ஒருத்தருக்கொருத்தர் தவறா புரிஞ்சிக்கிட்டு பிரிஞ்சதைப் பத்தியும்கூட எனக்குத் தெரியும்!'

உள்ளே செல்லத் தொடங்கிய தேவி சட்டென்று திரும்பி நின்றாள்.

ஒரு திடுக்கிடலோடு, 'நீங்க என்ன சொன்னீங்க?' என்று அவள் கேட்டாள்.

'உங்க இருவரின் விஷயம் எல்லாம் எனக்குத் தெரியும்னுதான்' என்றவன் பெரியதொரு வெற்றிக்களிப்புடன் சொன்னான்: 'உங்கள் குஞ்ஞிக்குட்டன் பாக்க வந்தன்னிக்கு உங்க வீட்ல ஒரு பூஜை நடந்து கொண்டருந்ததாம். அப்போ, பூஜாரியின் கையிலேர்ந்து நைவேத்தியம் செய்த பழம் ஒன்றை வாங்கி தின்னதாலதான் உங்களக் கல்யாணம் செஞ்சிக்க வேண்டியதாயிட்டுதுன்னு, குஞ்ஞிக்குட்டன் சந்தேகித்தார். அவரோட உள்ளத்துல ஏதோ ஒரு தாழ்மையுணர்வு பதிந்துபோய் இருக்கணும். சந்தேகங்கள் அவரோட உள்ளத்துல கிடந்து பெருகிட்டது. தினசரி வாழ்க்கையிலவுள்ள பயனற்ற உரசல்களைக் கூட அவர் கடுமையா எடுத்துக்கிட்டார். உங்களோட ஒவ்வொரு அசைவு களையும் சந்தேகப்படும்படிக்கு அவர் ஏராளமான காரணங்கள் கண்டுபுடிச்சார். அநாவசியமான காரணங்கள கண்டுபுடிச்சி அவர் பல சமயங்கள்லயும் உங்ககிட்ட சண்டை போட்டிருக்கார். உங்களப் பார்க்கறபோதே அவருக்குப் பெரும் வெறி கிளம்பிடுது; கடைசியில உங்க ரெண்டு பேரோட படுக்கையைம் கூட வெவ்வேற அறையாக ஆக்கிக்கிட்டீங்க. ஒரு திருவாதிரக்கால ராத்திரியில.'

‘போதும், போதும்‘ என்ற தேவி உணர்விழந்தவளைப் போல், ‘நீங்க இதையெல்லாம் எப்படித் தெரிஞ்சிக்கிட்டீங்க? உண்மையைச் சொல்லுங்க. நீங்க எதுக்காக என்னை இப்படி பயமுறுத்தறீங்க? நீங்க யாரு? உங்க உத்தேசம்தான் என்ன?’

கேள்விகள் ஒன்றன் பின் ஒன்றாக, துள்ளி விழுந்து கொண்டிருந்தன. என்ன கேட்கிறோம் என்றோ, ஏன் கேட்கிறோம் என்றோ அவளுக்கு எந்தவொரு வடிவமும் இல்லாமலிருந்தது. பல ஆண்டுகளாக பெருக்கி வாரி குவித்திருந்த குப்பைக் கூடையில் யாரோ கூந்தாலியால் வாரி வெளியே வீசுகிறார்கள்.

எதற்கு? எதற்கு?

அவனோ, எவ்வித முகமாறுதலும் இல்லாமல், குரூரமாக எதிலும் பட்டும் படாமல் சொல்லி முடித்தான்.

‘எப்படியோ குஞ்ஞிக்குட்டன் பாண்டவபுரத்துக்கு வந்து சேர்ந்துட்டாரு.’

‘எல்லாம் சரிதான்’ என்று அவள் கடுமையான குரலில் சொன்னாள்; ‘ஆனால் இனிமே அங்க நடந்ததுங்கறதப் பத்தி நீங்க சொல்லப் போற தெல்லாமே பச்சைப் புளுகுதான். அதனால, அவையெதையும் இன்னும் நீங்க திருப்பிச் சொல்லவும் வேணாம். நானும் அதக் கேக்கவும் வேணாம்.’

‘கேக்க தான் வேணும், கண்டிப்பா நீங்க அதைக் கேக்க தான் வேணும்’ என்றவனின் குரலில் புலப்படாத ஏதோவொரு அதிகாரத்தொனி ஏற்பட்டிருந்தது. ‘நீங்க சந்தேகப்படற மாதிரி எனக்கு அப்படி யொண்ணும் பிரத்யேக உத்தேசம் இல்லை. அப்படி ஏதாச்சும் எனக்கு இருந்திருக்கும்னா நான் பாண்டவபுரத்திலேயே அதை சாதிச்சிக் கிட்டிருப்பேன். எத்தனையெத்தனையோ சந்தர்ப்பங்கள் என்னைத் தேடி வந்தும்கூட நான் வெலகித்தான் போயிருக்கேன். அதுக்குக் காரணம், எனக்கு உங்களப் புடிச்சிருந்ததுதான். அதுவும் சும்மாதான். அதுக்கு மேல நான் எதுக்கும் ஆசைப்பட்டதில்ல. உங்களுக்கு நெனப் பிருக்கா, டிசம்பர் மாசத்துல குளிரால் நடுங்கும் ராத்திரிகள்ல பாண்டவபுரமெங்கும் கம்பளிப் போர்வையாலும் தங்களின் இணைகள் ஏற்படுத்தும் உஷ்ணத்தினாலும் அபயம் தேடிக்கொண்டு தூங்கும் போது, குஞ்ஞிக்குட்டன் வேலைக்குப் போய்விட்ட ராத்திரிகளில், நீங்க ஒரு சிவப்புக் கம்பளிக் கோட்டை அணிஞ்சிக்கிட்டு, என் அறையையே உற்றுநோக்கிக் கொண்டு ஜன்னல் அருகே வந்து நிற்பதுண்டா இல்லையா? எந்தவொரு இளைஞனையும் பைத்தியம் பிடிக்கச்

செய்யும் நிமிஷங்களாகத்தான் அவை இருந்தன அந்த நேரத்தில் நான் கொஞ்சம் கண்ணுக் காட்டினாலோ, விரலை அசைச்சாலோ நீங்க என் அறைக்கு ஓடி வந்திருப்பீங்க. என் உஷ்ணத்திலும் ஒதுங்கியிருப்பீங்க. ஆனா, நான் அப்படிச் செய்யல. அதுக்கு காரணம், நான் உங்கள ஒரு அழகான பக்கத்து வீட்டுப் பெண்ணாக மட்டும்தான் காண விரும்பினேன். ஒருமுறை என் கட்டுப்பாடே தகர்ந்துபோய் விடும்னு பயப்பட்டப்போது நான், 'போய்டுங்க, ஜன்னலை அடைச்சிட்டு போயி படுத்துத் தூங்குங்க, என்று உரக்கச் சொன்னேன்.'

'பொய், அப்பட்டமான பொய். குஞ்ஞிக்குட்டன் அத்தானைத் தவிர வேறொரு ஆம்பளையப் பத்தி நான் இதுவரைக்கும் அப்படி நெனைச்சிப் பார்த்ததே இல்ல. நான் செலுத்திய அன்புல நூறுல ஒரு பங்கையாவது குஞ்ஞிக்குட்டன் அத்தான் செலுத்தியிருந்தார்னா எனக்கு இன்னிக்கு இந்த கதி வந்திருக்காது.'

'எவ்வளவு அழகா பொய் சொல்றீங்க! எனக்கு அதுல அதிசயமில்ல. எல்லா பொண்ணுங்களும் சத்தியம் செஞ்சு சொல்ற வார்த்தைதான் இது. அதுவும் சொந்த கணவனைத் தவிர மற்றொரு ஆம்பிளையப் பத்தி கனவுலகூட நினைக்க முடியாதுன்னுதான் சொல்லுவாங்க. ஆனா, சொந்த கணவனின் மரணத்த எப்போதாவது கனவுல காணாத எந்தவொரு பொண்ணும் இந்த பூமிமேல இருக்கமாட்டாங்க.'

எவ்வளவு அழகான பொய்! மீண்டும் அதை நினைத்தபோது அவனால் சிரிப்பை அடக்க முடியவில்லை. குலுங்கிக் குலுங்கி சிரித்தான். முகம் சிவந்தது. கழுத்திலுள்ள நரம்புகள் புடைத்தன. தொண்டையை அடைத்த போது இருமல் வந்தது. அவன் திணறித் திணறி இருமினான். வெளியே வந்த க்பத்தை முற்றத்தில் துப்பினான்.

அந்த கலாட்டாவைக் கேட்டுவிட்டுத்தான், ரகு வாயிற்படியில் வந்து எட்டிப் பார்த்திருக்க வேண்டும். அவன் குளித்துவிட்டு சுத்தமான நிக்கரையும் சட்டையையும் அணிந்திருந்தான். ஒரு கையில் அலுமினியத்தினாலான சோற்றுப் பாத்திரமும், கக்கத்தில் ரப்பரால் கட்டப்பட்ட அடுக்கு புத்தகங்களும் இருந்தன. இச்சிறு வயதிலேயே அவன் தனியே தயாராகிக் கொள்ள கற்றிருக்கிறான். ரகுவைக் காணும் போதெல்லாம் வயதுக்கு மீறிய பக்குவம் அவனுக்கு இருப்பதாகத் தோன்றுவதை அவன் ஆச்சரியத்துடன் நினைத்துப் பார்த்தான்.

'அம்மா, நான் போய் வரேன்' என்று உரக்கச் சொல்லிக்கொண்டே முற்றத்தில் குதித்தான்.

தேவி முனகினாள்.

சட்டென்று எதையோ மறந்துவிட்டது போல் திரும்பி நின்று 'இன்னிக்குப் போய்டுவீங்களா, மாமா?' என்று ரகு கேட்டான்.

அவன் தேவியின் முகத்தை நோக்கினான். அதில் யாதொரு பாவபேதமும் இல்லாமல் இருந்தது. அவள் வழக்கம்போல் அவன் கண்களை நேரிட்டு நோக்காமலேயே, தூரத்தில் எங்கேயோ பார்த்துக் கொண்டிருந்தாள்.

'நான் இன்னிக்குப் போவலே' என்று அவன் யாரிடமோ என்பதுபோல் கூறினான்.

அதைக் கேட்டும்கூட தேவியின் முகத்தில் யாதொரு பாவனை வெளிப்பாடும் இல்லாமல் இருந்தது.

அவள் கேட்டிருக்க மாட்டாளோ என்னும் சந்தேகத்தில் அவன் மீண்டும் ஒருமுறை திருப்பிச் சொன்னான்.

'நான் இன்னிக்குப் போவலே.'

அதற்குப் பதிலைப் போல், அவன் முதுகுப்புறமாக, வாயிற்கதவு ஒரு கிறீச்சிலுடன் அடைப்பட்டது.

•

அவனைப் பற்றி இவ்வாறெல்லாம்தானா நான் கற்பனை செய்ய வேண்டும்! அவனுடைய உருவத்தை வடித்தெடுத்தபோது தோன்றிய லாகவம் இப்போது எதனாலோ தோன்றவில்லை.

சிலசமயம் அவனுடைய நடவடிக்கை இப்படியே இருக்குமென்றும் தோன்றவில்லை. ஒரு காமுகனின் விகாரமான சூழ்ச்சியை உள்ளுக்குள் மறைத்துக்கொண்டு, ஒரு கட்டுப்பாடுடையவனின் முகமூடியை அணிந்து சிறியதொரு அதிகார பாவனையுடன் இங்கு நுழைந்திருக்கலாம். தடித்து உருண்ட அவனுடைய கைவிரல்களின் அசைவுகளுக்குத் தோதாத அசைந் தாடும் பொம்மையாகிவிட்ட என்னை குரங்கு விளையாட்டு விளையாட அவன் முயன்றிருக்கலாம். அவனுக்கு ஏன் ஒரு மரியாதையான காதலனின் முகத்தோற்றத்தை அளிக்கவேண்டும்? என்னவோ எனக்குப் புரியவில்லை. என் மனத்தின் அடித்தட்டிலுள்ள குப்பைக்கூடையில் அழுந்தி கிடப்பது என்னவெல்லாம் என்பது எனக்கே நல்லதொரு வடிவமில்லை.

சிலநேரங்களில், ஒருவேளை, அவனுக்கு ஒரு விரோதியின் முகத்தை அளிக்கவும் என்னால் முடியலாம்.

என்னை நம்ப வைப்பதற்காக, சாட்சி விவரங்களின் திரையை அவிழ்க்க அவன் முயலுவான் என்று எனக்கு நம்பிக்கையுள்ளது.

பாசிப் பிடித்து மறையத் தொடங்கிய சம்பவங்களின் பின்பலத்துடன் கூடிய ஏராளமான விளக்கங்கள் எனக்கு வேண்டும். அதுவும் அநேக காரணங்களுடன். இல்லாத ஒரு இறந்தகாலத்தை உருவாக்க முயலும் போது காயம்பட்டு ரத்தம் வடிவது என்னவோ என் உள்ளுக்குள்தான். குஞ்ஞிக்குட்டன் அத்தான், என்னை ஒரு பழந்துணி மூட்டையைப் போல் தூக்கி எறிந்துவிட்டு ஓடிப்போனது ஏன்? நான் என்ன தவறு செய்தேன்? ஏதாகிலும் காரணங்கள் இருந்திருக்குமோ? மனித மனத்தின் ஆழத்தைக் கண்டவர்கள் இங்கு யார்தான் இருக்கிறார்கள்?

ஆமாம். நான் இப்போது அதற்கான சான்றுகளைத் தேடிக் கொண்டிருக்கிறேன்.

அறிவுக்குப் பொருந்தும்படியான ஓர் இறந்தகாலம் எனக்கு வேண்டும். இந்தப் பழைய வீட்டின் இருளடைந்த அறைகளில், அடுப்புக்கரியில் தண்ணீர் வழிந்து வடிவமற்ற படங்களை வரைந்திருக்கும் அடுக்களைச் சுவர்களில், என் முகத்தின்மேல் கண்களை பதித்திருக்கும் சில குழந்தைகளின் முகங்கள் சிதறிக் கிடக்கும் வகுப்பறையில், என் இறந்த காலத்திலும் கூட வெடிப்பேற்பட்டிருக்கிறது. அதன் விகாரமான விரிசல்களில் பிடிப்பும் பிடிமானமும் இல்லாமல், நான் வண்ணங்களை வாரிப் பூசிக்கொண்டிருக்கிறேன்.

ஆனால், தெளிவான எல்லைகளுள்ள ஓர் இறந்தகாலம் என்பது என்னுடைய நீண்ட கனவாகும். அதிலிருந்து சிவந்த புகை வளையங்கள் உயரும்போது பாண்டவபுரம் உருவம் பெறுகிறது. நட்பைத் தேடியலையும் மனத்துக்கு குளிர்ச்சியை அளிக்கும் பாண்டவபுரம். ஒரு பெண்ணுக்கு ரத்தம் சிந்துவதற்காகத் தயாரான பாண்டவபுரம். ஐந்து சகோதரர்கள் அமைத்த பாண்டவபுரம். வண்ணங்களை வாரிப் பூசிய தெருக்களில், ஆவல் கொண்ட கண்களுடன் மைனர்கள் அகந்தையுடன் நடமாடும் பாண்டவபுரம். நேசிக்கப்பட விரும்புபவர்களின், நேசிப்பதாக நடிப்பவர்களின், சதிகாரர்களின், கொலையாளிகளின், இறக்கத் துடிப்பவர்களின் பாண்டவபுரம்.

என் அன்புக்குகந்த பாண்டவபுரம். ஆசுவாசம் தேடுபவர்களின் மனங்களில் இப்போது பாண்டவபுரம் வடிவம் கொள்கிறது.

ஆறு

இருக்கக்கூடிய இரண்டு அறைகளில் ஒன்றை அவசரத்தில் தனக்காக ஒழித்து அழகுப்படுத்தியதைக் கண்டபோது அவனுக்குக் கொஞ்சம் கூட ஆச்சரியம் தோன்றவில்லை. அவன் அதை எதிர்பார்த்ததுபோல் இருந்தது. புலப்படாத ஏதோவொரு மகிழ்ச்சி உள்ளுக்குள் எங்கேயோ முளைவிட்டபோது, அவன் அதை நசுக்கி அமுக்க முற்பட்டான். கூடாது, எது ஒன்றையும் வெளியே காட்டக்கூடாது. பாண்டவபுரத்தில் இருந்து ஏதோவொரு கண்களுக்குப் புலப்படாத ஆதிக்கத்தின் சக்தியில் இவ்விடத்தை நோக்கிப் பயணப்பட்டபோது, இப்பயணத்தின் ஒன்றையும் ஆசைப்படக் கூடாது என்று தீர்மானித்து உறுதிபூண்டிருந்தான். சபல மனத்தை எப்போதும் கடிவாளமிட்டு நிறுத்தினான். 'பாண்டவபுரம் போன்று உள்ள சதிகாரர்களின் இடத்தைவிட்டு பரிசுத்தமான ஒரு கிராமப்புறத்துக்குத்தான் போகப்பாகிறேன். அங்கு என்னுடைய விஷ மணமுடைய மஞ்சள் புகையைப்பரப்பி விடக் கூடாது' என்று நினைத்தான்.

பாண்டவபுரம் எப்படி விசித்திரமான இடமாகும். இங்கு, இவ்வளவு தூரத்திலிருந்து யோசிக்கும்போதுதான் அது எப்படி சபிக்கப்பட்ட நகரம் என்று தோன்றுகிறது. அங்கே பிறந்து கீழே விழும் ஒவ்வொரு ஆண் குழந்தையும் மிக இளமையிலேயே வழி தவறிப் போய்விடுகிறார்கள். கூடப் பிறந்த பிள்ளைகளுடன் முதலில் சண்டையிடத் தொடங்குகிறார்கள். சின்னச்சின்ன ஆசைகளின் பின்னே சென்று மல்லுக்கு நிற்கிறார்கள். சூதாடுகிறார்கள். சதிகாரர்களாகிறார்கள்.

காமுகர்களாகிறார்கள். பாண்டவபுரத்தில் உள்ள பழுத்த முகமுடைய ஒவ்வொரு ஆணும் ஒவ்வொரு சதிகாரன்தான். அவர்களின் மனைவிகளோ தீயைத் தின்னவும் கண்ணீரைக் குடிக்கவும் தீர்ப்பளிக்கப்பட்டவர்களாக உள்ளார்கள்.

மிகச் சிறிய அறை. முதல்நாள் தான் படுத்திருந்த பாய் மூலையில் சுருட்டி வைக்கப்பட்டிருந்தது. துடைப்பத்தால் பெருக்கிய அடையாளம் கூட தெளிவாகத் தெரியும் சாம்பல் நிற அசுத்தமான தரை. கால் ஒடிந்த ஒரு மரப்பெட்டி.

மேலே கட்டப்பட்டுள்ள கொடிக்கயிறுகளின் கட்டுகளை அவிழ்த்து எடுக்க தேவி மிகவும் கஷ்டப்படுவதைக் கண்டவுடன் அவன் கூறினான்.

'வேணாம். அது அங்கியே இருக்கட்டும்'

அதைக் கேட்டதாகக் கூட பாவிக்காமல் அவள் தன் பணியைத் தொடர்ந்தபோது அவன் தெருவாயிற்படியில் சாய்ந்து நின்று ஒரு சிகரெட்டை பற்ற வைத்தான்.

சிறிதுநேரம் கழிந்து எல்லாவற்றையும் ஒதுக்கிவிட்டு, பெருக்கி சுத்தம் செய்து, துணியை நனைத்து துடைத்து, தரையை அழகுபடுத்தி இப்போது எப்படி இருக்கிறது என்று கேட்கும் பாவனையில் அவள் அவனுக்கு நேரே நோக்கியபோது அவன் சிரித்துக் கொண்டே, 'பரவாயில்லையே!' என்றான்.

அவள் அவ்விடத்தைவிட்டு போகத் தொடங்கினாள்.

அவன் அப்போது, 'தேவி' என்றழைத்தான்.

சிறியதொரு அதிகாரத் தோரணையுடன்தான் அவன் அவ்வாறு அழைத்தான் என்றாலும், உடனே விவரிக்க முனைந்தான்.

'நான் அப்படி கூப்பிடலாமா? என் மேல் கோபமில்லேன்னா இதை வாங்கிக்குங்க. தெனசரி செலவுக்காவது தேவைப்படுமல்லவா! ஒண்ணும் தவறா நெனைக்க வேணாம். குஞ்ஞிக்குட்டன் கொடுக்கற மாதிரி நினைச்சி இதை நீங்க எடுத்துக்கிட்டா போதும்.'

அவன் கையில் ஒரு நூறு ரூபாய் நோட்டு இருந்தது.

யாதொரு தயக்கமும் இல்லாமல் அவள் அதை வாங்கி தன் மடியில் சொருகிக் கொண்டபோது அவன்தான் ஆச்சரியமடைந்தான்.

மதியமாயிற்று. அறைக்குள்ளே ஒரு மெல்லிய தூசுக் காற்று வேகமாகப் புகுந்து கொண்டிருந்தது. ஈரம் மறையாத தரையில் அவன் பல தடவைகள், 'தேவி தேவி தேவி' என்று எழுதினான்.

அது முற்றிலும் தெளிவாக இல்லையென்றாலும், உடனே கால்களால் தேய்த்து மறைக்க முனைந்தான் அவன்.

வெளியே தென்னைகளின் உச்சியில், ஆகாயவெளியில் இருண்ட மேகங்கள் உருண்டு திரண்டு கொண்டிருந்தன.

அவன் நினைவுகள் மீண்டும் வேறு திசைக்குப் போவதாக இருந்தன.

வேனல் காலத்தின் இறுதியில், இரவு நேரத்தில், சட்டென வீழ்ச்சியுறும் உஷ்ணத்தையும் முளைத்தெழும் தூசுக் காற்றையும் பற்றி நினைத்து மொட்டை மாடியில், மூங்கில் கட்டிலில், நட்சத்திரங்கள் விதைக்கப் பட்டுள்ள ஆகாயத்தை நோக்கிக் கொண்டு கண் விழித்துக் கிடக்கும் போது, தூரத்தில் எங்கேயோ காற்று உறுமும் சத்தம் கேட்கிறது. பின்பு அதுவே பலமான ஓர் அலறலாக அருகில் வந்தபோதுதான், அகதி குடியிருப்புகளின் முன்னால் உள்ள பாதையிலிருந்து சிவந்த புழுதி ஆவேசமாக உள்ளே நுழைகிறது. காதுகளில் விரல்களைத் துருத்தி, கண்களை இறுக மூடிக்கொண்டு படுத்திருக்கிறான். காதுகளை மூடியும் காற்றின் முழக்கம் கேட்கிறது. தவிர்க்க முடியாத ஆடையைப் போல், மெல்லமெல்ல, உடல் முழுவதும் தூசு வந்து மூடுகிறது. முகத்திலும் கழுத்திலும் காதுகளிலுமெல்லாம் ஈரமுள்ள தூசுகளின் ஸ்பரிசம். அதை நாவால் துழாவிக் கொண்டே மல்லாந்து படுத்திருக்கிறான். பெரிய புளியமரங்களிலிருந்து காற்றில் படபடத்து தாவும் பறவைகளின் கூச்சலைக் கேட்கக் கூட முயலாமல் அப்படியே வெறுமனே படுத்திருக் கிறான். தொட்டப்புரத்திலிருந்து சலவைத் தொழிலாளி கிழவனின் மயில் திடுக்கிட்டு எழுந்து பூனைக்குரலில் உரத்து அகவுகிறது.

சிறு வயதில் முந்திரிக் கொட்டைகளைத் தேடி குன்றின் சரிவுகளில் அலைந்து திரியும்போது சற்றும் நினைத்திருக்கவே முடியாத நேரத்தில் பெய்யும் வடகிழக்குப் பருவமழையில் அகப்பட்டு நனைந்து குளிர்வதே ஒரு மகிழ்ச்சியாக இருக்கும். பாதுகாத்து வைக்கக்கூடிய நினைவுகளில் பாண்டவபுரத்தில் வீசும் தூசுக் காற்றின் யுத்தத்தையும் சேர்த்துக் கொள்ளலாம்.

சாப்பிட்டு முடித்து சிறிதுநேரம் தூங்கினான்.

மயக்கத்திலிருந்து சட்டென்று திடுக்கிட்டு எழுந்தான்.

கட்டிலுக்கு அருகில் யாரோ நிற்பதாகத் தோன்றியது. கண் விழித்துப் பார்த்தான். சிவப்பு நிறமும் மெலிந்த தேகமுடைய ஓர் இளம்பெண். பதினேழு பதினெட்டு வயதாவது அவளுக்கு இருக்கும். சிவப்புப் புள்ளிகள் உள்ள ரவிக்கை. சிவப்பு பாவாடை, குஞ்ஞிக்குட்டனின் தங்கையாக இருக்கலாம்.

‘தூங்காமலேயே இருந்தீங்களோ?’ அவள் தன் வரிசைப் பற்களைக் காட்டிச் சிரித்தாள்.

அவன் கட்டிலிலேயே எழுந்து அமர்ந்துகொண்டு ஒரு சிகரெட்டைப் பற்ற வைத்தான்.

‘அண்ணி வெளியே போயிருக்காங்களாக்கும்’ என்றாள் அவள்.

‘இன்னிக்கு லீவுல இருக்கறதா சொன்னாங்களே! காலைல ஸ்கூலுக்குப் போறதக் கூட பார்க்கலையே!’

‘பல இடங்கள்ல டியூஷன் உண்டு, குழந்தைகளுக்கு தரையில் அரிநமோத்து சிந்தம், எழுதிக் கற்றுக் கொடுக்கறதுல தேவி ரொம்பவும் கெட்டிக்காரியாம்.’

அவளுக்கு அதுதான் முக்கியமானதொரு வருமான வழியாக இருக்கும் என்று அவன் நினைத்தான்.

‘பாட்டி?’

‘தூங்கறாங்க.’

‘பேரென்ன?’

‘என்பேரா?’

‘உன்பேரை இல்லாம, பின்னே பாட்டியோட பேரைன்னா நினைச்சே?’

‘சியாமளா.’

‘நீ என்ன செய்யறே சியாமளா?’

‘பத்தாவது பாஸாயிட்டேன். டைப் படிக்கணும்னு இருந்தேன். அதனால் என்னா புண்ணியம்னு அண்ணி கேட்டாங்க. அதனால போவல. இங்க போரடிச்சு உக்கார்ந்துகிட்டிருக்கேன்.’

அவனால் வேறொன்றும் கேட்க முடியாமல் இருந்தது. வெளியே வெயில் மங்கியிருந்தது. ஆகாயம் மூடிக்கொண்டிருந்தது.

சிறிதுநேரம் சென்றவுடன் சியாமளா தன் கையின் சுண்டுவிரலைக் கடித்துக் கொண்டே, ‘காலைல நீங்க சொன்னதையெல்லாம் நானும் கேட்டுக்கிட்டிருந்தேன்’ என்றாள்.

அவன் திடுக்கிட்டுவிட்டான்.

‘அப்புறம்?’

‘கொஞ்சம் புரிஞ்சுது. கொஞ்சம் புரியல.’

அவனுக்குச் சிரிப்பு வந்தது.

‘என்னவெல்லாம் புரியாம இருந்தது?’

‘பாண்டவபுரத்து விஷயங்கள்தான்... கேக்கறதுக்கே, அது சுவையான பேருதான்... பாண்டவபுரம்! உண்மையிலேயே அப்படியொரு இடமிருக்கோ?’

‘எல்லாத்தையும் கேட்டுக்கிட்டு இருந்தேன்னு சொன்னியே? அப்போ அப்படியொரு இடம் இருக்குன்னு தோணலியா?’

‘இருக்கலாம். யாருக்கு அதெல்லாம் தெரியும்?’ என்று கேட்ட சியாமளா மீண்டும் சிரித்தாள். ‘இந்த வீட்டுலேர்ந்து வெளில போனாத் தானே எல்லாத்தையும் தெரிஞ்சிக்க முடியும்?’

‘அது இருக்கட்டும். அயோத்தியான்னு சொல்ற இடம் ஒண்ணு உண்டோ?’

‘பின்னே, அது இல்லாமலா இருந்திருக்கும்? ராமன் அங்கதானே?’

‘அப்படின்னா இதையும் அதேமாதிரி பாண்டவபுரம்கற இடம் ஒண்ணு இருக்குங்கறத நம்பத்தான் வேணும். நேர்ல பாக்காத ஏராளமான விஷயங்கள் இருக்குதுன்னு நாம நம்புகிறோமா இல்லையா, அதே மாதிரிதான் இதுவும்.’

‘இருந்தாலும்’ என்ற சியாமளா நகத்தைக் கடித்தவாறு சந்தேகத்துடன், ‘தேவியண்ணி சொல்றத கேட்டப்போ சந்தேகம் தோணிச்சி’ என்றாள்.

‘தேவி அண்ணி அப்படித்தான் பலதையும் சொல்வாங்க. அப்படியே இருந்தாலும், இனிமே இப்போ அப்படியொரு இடம் இல்லேன்னே வெச்சுப்போம். அதனால, இருக்குன்னு கற்பனை பண்ணிக்கறதுல தவறொண்ணுமில்லேயே? நாமெல்லாம் தாராளமா கனவுகள் காண்றவங்கதானே. இப்படிப்பட்ட கனவுகளே இல்லேன்னா, வாழ்க்கையே கூட ஒரு சலிப்பான சமாச்சாரம்தான்.’

சியாமளாவுக்கு அதற்குப் பதில் தோன்றவில்லை.

சிறிதுநேரம் கழித்து அவன் கௌரவத் தோரணையில், ‘பாண்டவபுரம் என்றொரு ஸ்தலம் கண்டிப்பா இருந்திருக்கணும், அல்லது இருக்கு... எங்கேயோ, எவ்வளவு தூரத்திலோ, என்னுடைய, நம்முடைய கனவுகள்ல ஒரு பாண்டவபுரம் இருக்கு. அது, நாம ஆசைப்படற, விரும்பற, வெறுக்கற பாண்டவபுரம்... அந்தக் காலத்துல

அங்கெல்லாம் ஒரே காடாக இருந்ததாம். பாண்டவருங்க வனவாசம் முடிஞ்சி, அஞ்ஞாத வாசக் காலத்துல கொஞ்ச காலம் அந்தக் காட்டுல தான் சுத்தித் திரிஞ்சிக்கிட்டு இருந்தாங்களாம். இப்போ காடும் போயிட்டுது. எல்லாம் போயிட்டுது. வெள்ளைக்காரங்க அங்கேர்ந்து என்னவெல்லாமோ தோண்டி எடுத்தாங்க. காட்டோட ஒரு பகுதியை மட்டும் வெட்டி எடுத்துட்டு ஃபேக்டரி கட்டினாங்க. ஃபேக்டரியோட சேர்ந்து காலனி ஒண்ணு உண்டாச்சு. அதைச் சுற்றி நகரமும் உண்டாச்சு. நகரம் பெருகி பரவினப்போ மீதியிருந்த காடும் அழிஞ்சுட்டுது. காட்டு வாசிகளும் காட்டு மிருகங்களும் ஓடி மறைஞ்சுட்டாங்க. மிருகங்கள கொன்று தின்னு நாசமாக்கி நாகரிக வாசிங்க முன்னேறினாங்க. மேலும், புது ஃபேக்டரிங்க வந்தன. ஆற்றுக்குப் பாலம் கட்டப்பட்டது. ரயில் பாதை வந்தது. அகதிங்க வந்தாங்க. அவங்களுக்கு இன்னொரு காலனியும் உண்டாச்சு' என்று பாண்டவபுரத்தைப் பற்றி விவரித்தான்.

'பாவம் பாண்டவருங்க!' என்ற சியாமளாவுக்குச் சிரிப்பு வந்தது. 'இனிமே ஒரு அஞ்ஞாத வாசமோ மற்றவையோ வேணும்னா என்ன செய்வாங்க?'

அவனுக்கும் சிரிப்பு வந்தது.

'ஒரு காடு போய்ட்டுதுன்னாலும் அதுக்குப் பதிலா மற்றொன்று உண்டாயிட்டுதே. மஞ்சள் புகை சாத்தானைப்போல வானைப் பொளந்து தொங்கிக் கொண்டிருக்கும் பாண்டவபுரத்து ஃபேக்டரி காலனியே தாராளமா போதும். அச்சில் வார்த்ததுப்போல உள்ள கட்டடங்கள்ல எவ்வளவு காலம் வேணும்னாலும் அஞ்ஞாத வாசம் இருக்கலாம். யாராவது கண்டுபுடிச்சிடுவாங்களோங்கற பயமே வேணாம். ஆனா, நெம்பர் மறந்து போனா சொந்த வீட்டுக்குத் திரும்பி வர்றதே கஷ்டம்தான்.'

சியாமளா கட்டில் படியில் கையை ஊன்றி குலுங்கிச் சிரித்தாள். தேவியைப் போலில்லை இவள். இவள் மிகவும் கெட்டிக்காரிதான் என்று அவன் நினைத்தான்.

'இல்லேன்னாலும் யாரு அஞ்ஞாத வாசத்துக்கெல்லாம் போவாங்க, அதுவும் இந்தக் காலத்துல?'

'போறவங்க கொறைச்சலாதான் இருப்பாங்க. ஆனால், போக விருப்ப முள்ளவங்கள ஏராளமாகப் பாக்கலாம்.'

சியாமளா நிசப்தமானாள். அவள் உள்ளுக்குள் ஏதோ சில வார்த்தை களைப் பொறுக்கிக் கொண்டிருப்பதாக அவனுக்குத் தோன்றிற்று.

அவன் போட்ட கணக்கு தவறவில்லை. சிறிதுநேரம் கழித்து கட்டில் படியில் மெல்லிய விரல்களால் தாளம் போட்டுக்கொண்டு கொஞ்சம் தயக்கத்துடன், 'நான் ஒண்ணு கேக்கப்போறேன், கோவிச்சிக்காதீங்க. உண்மையிலேயே, இப்போ குஞ்ஞிக்குட்டன் அண்ணன் பாண்டவ புரத்துல இருக்காருங்களா?' என்று கேட்டாள் சியாமளா.

அதற்கு சட்டென பதில் சொல்ல முடியாமல் அவன் சிறிது தயங்கினான். பின் சால்ஜாப்பு சொல்லித் தப்பிக்கப் பார்த்தான்.

'நாங்கள் பேசிக்கொண்டதையெல்லாம் கேட்டுக் கொண்டு இருந்த தாகச் சொன்னியே?'

'ஆமாம்.'

'அப்புறம் ஏன் இவ்வளவு சந்தேகம்?'

'இருந்தாலும் கேக்கறேன். குஞ்ஞிக்குட்டண்ணன் எங்கேயாச்சும் இருக்காருன்னா எங்களுக்கு ஒரு கடிதாசாவது அனுப்பாமே இருப்பாரா? தேவியண்ணிகிட்டேதானே அவருக்குக் கோபம்? என்கிட்டேயும் பாட்டிகிட்டேயும் இல்லையே! போறதுக்கு மொத நாளுவரைக்கும் அண்ணன் என்கிட்ட எந்தவொரு கோபவார்த்தையுமே சொன்ன தில்லையே. இந்த ஊருல அண்ணனைப்பத்தி ஒவ்வொருத்தரும் ஒவ்வொண்ணும் சொல்றது உண்டு. தறுதலை, அதிகப் பிரசங்கி, கிறுக்கன், குடிகாரன்னு கூட சொல்றாங்க. ஆனா யாரு என்ன சொன்னாலும் எனக்கு அப்படியொண்ணும் அவரைப்பத்தி தோணவே இல்ல. என்னால சரியான முறையில அண்ணனைப் புரிஞ்சிக்க முடியும். அண்ணன் இடத்துல நானாக இருந்திருந்தாலும் சிலசமயம் அப்படியெல்லாம் செஞ்சிக்கிட்டுதான் இருந்திருப்பேனாக்கும்.'

'ஆக மொத்தத்துல ஒரேயொரு அண்ணன்தான் இருக்காரு. அதனால, அண்ணன் செய்யறதையெல்லாம் நியாயப்படுத்தறதுல உள்ள துடிப்பை என்னால் புரிஞ்சிக்க முடியுது. ஆனா, சொந்த மனைவிக்கும் கொழந்தைக்கும் அவரு செஞ்ச கொடுமை சரியானதுதான்னு சொல்ல என்னால முடியல.'

'நான் ஒண்ணும் தேவியக்காவோட விஷயத்தச் சொல்லல. அண்ணனுக்கும் ஏன் அப்படியெல்லாம் தோணிச்சுன்னு எனக்குத் தெரியாது. ஆனா, அண்ணன் சின்னப்புள்ளையா இருந்த காலத்தி லிருந்தே பெரிய சுயநலக்காரனாவும், வீண்பிடித்தவாதக்காரனாவும் இருந்தாருன்னு பாட்டி சொல்லிக் கேள்விப்பட்டிருக்கேன். அண்ண னோட அறையில யாரும் நுழையக்கூடாது. அண்ணனோட விளையாட்டு பொருளுங்கள யாரும் தொடமுடியாது. சாப்பிடறதுக்குக்கூட

அண்ணனுக்குன்னே ஒரு தனி பீங்கான் தட்டு. அதை யாராவது எடுத்துட்டா ஒரே கலாட்டாதான், சண்டைதான். பேசினாலே சண்டை போடற குணமுள்ளவரு. ஸ்கூல்ல படிக்கற காலத்துலேயே ஒண்ணு ரெண்டு மொறை அம்மாகிட்ட கோவிச்சுக்கிட்டு வீட்டுலேர்ந்து ஓடிப் போயிட்டாரு. விஷுவுக்கு பட்டாசு வாங்குவதற்காகக் காசு கேட்டு கொடுக்காததாலோ என்னவோதான் அப்படி ஆயிட்டுதாம்.'

'அப்படித் திரும்பிப் பார்த்தா ஏராளமான காரணங்கள் கிடைக்கும். ஆனால், அதனாலல்லாம் அவரு செஞ்சது ஒண்ணும் இல்லாமப் போயிடாதே.'

'அதெல்லாம் எப்படியாவது போகட்டும். எனக்கு அது ஒண்ணும் தெரியவேணாம். ஆனால், இன்னிக்குக் காலைல நீங்க ரெண்டுபேரும் பேசிக்கிட்டத கேட்டப்போ, உங்க ரெண்டுபேருல யாரோ ஒருத்தரு பொய் சொல்றீங்கன்னு எனக்கு தோணுச்சி.'

'அப்படின்னா அது உன் அண்ணியா இருக்கக்கூடாதா?'

'இல்ல' என்று அவள் உறுதியாகக் கூறினாள். 'தேவியண்ணி ஒருபோதும் பொய் சொல்லமாட்டா. அதுவும் முக்கியமா இந்த விஷயத்துல. பொய் சொல்றதால தேவியண்ணிக்கு என்ன கெடைக்கப்போவுது? அப்புறம், இன்னொரு விஷயமும் எங்களுக்கெல்லாம் தெரிஞ்சதுதானே.'

'அது என்ன விஷயம்?'

'தேவியண்ணி பாண்டவபுரத்துக்கே போவலேங்கறதுதான். ஆமாம், இந்த வீட்டை விட்டு வேற எங்கயும் போகவே இல்லேங்கறதுதான்' என்று சியாமளா மீண்டும் குலுங்கிச் சிரித்தாள்.

அவனிடம் அதற்குப் பதில் இல்லை. அவன் சட்டென மனம் தளர்ந்தான். இந்த வாயாடிப் பெண்ணின் நாவுக்கு முன்னால் தான் சுலபமாகத் தோற்கும்படியாகிவிட்டதே!

பெரியதொரு தத்துவத்தைப் போல், 'உண்மை, கட்டுக்கதையை விட பல சமயங்களிலும் விசித்திரமானதுதான்' என்று கூறினான்.

'அத நாங்க ஸ்கூல் பாடப்புத்தகத்திலேயே படிச்சிருக்கோம்.'

தன் மனத்தளர்ச்சியை மறைப்பதற்காக அவன் எழுந்து கொண்டான்.

'ஒரு கிளாஸ் டீ தருவியா?' என்று கேட்டான்.

'பாக்கறேன். பால் இருக்கோ என்னமோ தெரியல.'

'வறட்டு டீயே போதும்.'

சியாமளா வேகமாக அடுக்களைக்குள் போனபோது அவன் ஆசுவாசத்துடன் பெருமூச்சு விட்டான்.

ஆனால், தனிமைப்பட்டதும் அவன் மீண்டும் குழப்பத்தில் ஆழ்ந்தான். பதில் கிடைக்காத ஏராளமான கேள்விகள் மீண்டும் முளைவிட்டன.

ஏன் இவ்வளவு தூரம் தள்ளி இங்கு வந்து சேர்ந்தோம்?

ஏன்? ஏன்?

பாண்டவபுரத்தில் இப்போது குளிர் காலத்தின் வரவாக இருக்கும். பனிக் காலத்துக்கு முன்புள்ள ஆரம்ப மழையும் பெய்து முடிந்து விட்டிருக்கும். அதில் மனம் குளிர்ந்த இளைஞர்களான மைனர்கள் இப்போது வண்ண ஜாலம் மிக்க கம்பளிக் கோட்டுகளை அணிந்து, வாசனைத் தைலங் களைப் பூசிக்கொண்டு பூந்தோட்டங்களிலும், தெருக்களிலும் அலைந்து திரிந்து கொண்டிருப்பார்கள். அவர்களின் ஆவல் மிக்க கண்கள் ஜன்னல் திரைகளையும் மஞ்சள் சுவர்களையும் துளைத்து தனியாக உள்ள பெண்களை மானபங்கமும் செய்துகொண்டிருக்கும்.

திடீரென்று அவனுடைய மனம் விம்மியது. பாண்டவபுரத்தின் மனோகர மான ஒரு சீசன் கை நழுவிப் போய்க் கொண்டிருக்கிறது. இங்கே சுய உணர்வை இழந்த ஒரு பெண்ணுக்கு விளக்கங்கள் கொடுத்து நம்ப வைப்பதற்காகப் பாடுபடும்போது பாண்டவபுரத்தில் ஒரு சீசன்.

அடுத்த ரயிலுக்கே திரும்பிப் போனால் என்ன?

அப்படியென்றால் இங்கே தேடிக்கொண்டு வந்தது எதற்கு?

அவன் தன் இயலாமையால் பற்களைக் கடித்து பாண்டவபுரத்தைப் பற்றிய நினைவுகளை மனப்பூர்வமாக உள்ளுக்குள்ளேயே அமுக்கிக் கொள்ள முனைந்தான்.

ஆனால், எவ்வளவு ஆழத்தில் அமுக்கப் பார்த்தாலும் இரட்டிப்பு சக்தியுடன் மேலெழும்பி வரக்கூடியவைதான் பாண்டவபுரத்தைப் பற்றிய அந்த வசீகரிக்கும் நினைவுகள் என்று அவனுக்குத் தெரிந்தே இருந்தது.

ஏழு

எதிர்பார்த்ததைப் போன்றே, மாலையில் உண்ணிமேனன் மாஸ்டர் தேடி வந்தார். அவர் தோற்றத்தைப் பார்த்தால், பள்ளிக்கூடம் விட்டதும் நேரே இங்கு வருவதுபோல்தான் தோன்றியது. முழுக்கை மஞ்சள் சட்டை, துணிக்குடை, கக்கத்தில் தோல் பை.

உண்ணிமேனன் படியில் தயங்கி நிற்பதை அவன் அறையிலிருந்தே பார்த்தான். வீட்டுக் குள்ளே காலை வைக்க மாட்டேன் என்று தேவியிடம் சபதம் செய்திருந்தார். அதனால், இப்போது யாரை அழைப்பது என்று சந்தேகித்துக்கொண்டிருக்கலாம். தன்னுடைய பெயர் கூட அவருக்குத் தெரிந்திருக்காது. அப்படியே அறிந்து இருந்தாலும் நேரிடை யாக எப்படி நீட்டி அழைக்க முடியும்? சிறிது நேரம் கழிந்ததும் அவர் சிறியதொரு தயக்கத் துடன் அழைப்பது கேட்டது.

'ரகு...'

அவன் வெளியே வந்தான்.

வேட்டியை மடித்துக் கட்டிக்கொண்டு வாயிற்படியோரம் சென்றான்.

'நீங்க இன்னும் போகல போலிருக்கே! காலை ரயிலுக்கே நீங்க போயிருப்பீங்கன்னுல்ல நான் நெனைச்சேன்' என்றார் உண்ணி மேனன்.

அவனால் சட்டென்று ஒரு பொய்யைச் சொல்ல முடிந்தது.

‘காலையில் எழுந்துருக்கும்போதே ரொம்ப நேரமாயிட்டுது. அப்புறம் குளிச்சிக்கிளிச்சு முடியறப்போ வண்டிக்குப் போற நேரமும் போய்ட்டுது.

‘மூணரைக்குப் போற பாசஞ்சர்ல போயிருக்கலாமில்லே?’

‘அதுவொண்ணு இருக்கா? எனக்குத் தெரியாதே!’ என்று அவன் ஆச்சரியப்படுவதுபோல் கேட்டான். ‘அப்படியே அதுல போனாலும் ஏராளமான இடங்கள்ல மாறி ஏறணுமில்லே? போனது போய்ட்டுது இனிமே நாளைக்குக் காலைல போனாப் போவுது.’

உண்ணிமேனனின் முகத்தில் சந்தேகங்கள் உருண்டு திரள்வதை அவன் கண்டான். எல்லாம் நாகரிகமற்ற பொறாமைதான். இரண்டு இளம் யுவதிகள் தனியாக வசிக்கும் வீட்டில் பரிச்சயமில்லாத ஓர் இளைஞன்; பெரிய சூட்கேஸ். அதற்குள் ஏராளமான விலைமிக்கப் பொருள்களும் இருக்கும். பை நிறைய பச்சை நோட்டுகளும் இருக்கும்.

‘உம்’ என்று ஒருமுறை அழுத்தமாக முனகிவிட்டு உண்ணிமேனன் பொருள் பொதிந்த குரலில், ‘சொல்லப்போனா நாளைக்குப் போறதுதான் நல்லது’ என்று கூறினார். அதிலுள்ள தீய எண்ணத்தைப் புரிந்துகொண்டு அவன் அலட்சியமாகப் பதில் கூறினான். ‘ஆங், ஏறக்குறைய நாளைக்குத் தான் போவணும். அதுவும் முடியலேன்னா அதுக்கு மறுநாளு. அப்படியுமில்லேன்னா அதுக்கும் அடுத்த நாளுதான்.’

அதன்பின் எதுவும் சொல்ல நிற்காமல் முள்வேலியின் மேல் காறித் துப்பிக் கொண்டே திரும்பி நடக்கும்போது சட்டென்று திரும்பி நின்ற மாஸ்டர், ‘சாயங்காலம் எங்க வீட்டுக்கு வருவீங்களோ?’ என்று கேட்டார்.

‘பாக்கலாம்.’

மாஸ்டர் துரிதமாக நடப்பதைக் கண்டதும் அவனுக்கு உள்ளுக்குள் ஒரு சிரிப்பு மேலெழும்பி வந்தது. பாவம் மாஸ்டர்! மாஸ்டருக்கு யார் பேரில் கோபம்? தேவியினிடமா, குஞ்ஞிக்குட்டனிடமா, இல்லே, தன்னிடமா?

மாலையில் குன்றின் சரிவுக்கு வாக்கிங் அழைத்துச் செல்வதாக ரகுவுக்கு வாக்குக் கொடுத்திருந்தான். அதனுடைய தூண்டுதலின் பேரில்தான் அவன் இப்போது அடுக்களைத் திண்ணையில் அமர்ந்துகொண்டு வீட்டுப் பாடங்களைப் படித்துத் தீர்க்கிறான்.

முற்றத்தில் உலாத்தும்போது ரகுவிடம் சொல்ல வேண்டிய விஷயங் களை அவன் மனத்துக்குள்ளே ஏறக்குறை உருவகப்படுத்திக் கொண்டான். சிறு குழந்தைகளின் பெரிய கேள்விகளுக்கு சிலசமயம் பதிலுக்குத் திணற வேண்டியதாகிவிடும். அதனால், ஒருபோதும் தன்னுடைய பதில் தடைபடக் கூடாது. எல்லாவற்றையும் ஒழுங்கு முறையுடன்,

கணிசமாகவே சொல்லவேண்டும். இல்லாத ஓர் இறந்தகாலத்தை உருவாக்குவது என்பது வாழ்ந்து முடிப்பதைவிட சிரமமானதுதான்.

குஞ்ஞிக்குட்டனுக்கும் தேவிக்கும் ரகுவுக்கும் எல்லாம் ஒவ்வொரு புதிய இறந்தகாலம். அவர்களுக்கே அனுபவம் இல்லாத, வண்ணஜால மிக்க இறந்தகாலம். அவற்றைப் பற்றி அவன் நினைத்த போது இன்பம் தோன்றியது.

குஞ்ஞிக்குட்டன் உயிருடன் இருப்பது என்பதுவும் அப்படித்தான் இருக்குமோ? வேண்டாம். கேள்விகள் வேண்டாம். கதையில் கேள்விகள் இல்லை. சாதாரண அறிவுக்குப் பொருந்தும்படியான ஓர் இறந்தகால நிகழ்ச்சிகளைச் சொன்னாலே போதும்.

அவனுடைய சிந்தனைகள் அப்படியே தடைப்பட்டன. ரகு துள்ளிக் குதித்தவாறு முற்றத்தை நோக்கி ஓடி வந்தான்.

'போகலாமா?' என்று கேட்டவாறு உற்சாகத்துடன் கூறினான் ரகு.

'கொஞ்சநேரம் போகட்டும். வெயிலும் கொஞ்சம் தணியட்டும்' என்றான் அவன். 'வெயில் தணிஞ்சுட்டுது' என்று கொஞ்சினான் ரகு.

'இன்னும் கொஞ்சநேரம் போகட்டும்.'

'குன்றுக்குக் கீழே சூரியன் போறதைப் பாக்கணும்னா இப்ப போனாத் தான் முடியும்.'

அவன் சம்மதித்தான். தன் அறைக்குச் சென்றான். ரகு கையில் தொங் கியவாறு கூடவே வந்தான். பச்சைக்கற்பூர மணமுள்ள பெட்டியைத் திறந்தவுடன் ரகுவின் கண்கள் மலர்ந்தன. மடித்து வைக்கப்பட்ட சட்டைகளுக்கும் பேண்டுகளுக்கும் இடையே எதையோ தேடுவதைப் பார்த்த அவன் முழங்காலிட்டு நின்றான். ஒரு சிவப்புச் சட்டையையும் நிக்கரையும் எடுத்து பையனிடம் கொடுத்தான்.

பின், 'சரியா இருக்குமான்னு பாரு' என்றான்.

நம்பிக்கை வராதது போல். அவற்றைத் திருப்பியும் மடித்தும் நோக்கிய வாறு ரகு சிறிதுநேரம் நின்றான். புதிய சட்டையை ஒருமுறை முகர்ந்து பார்த்துவிட்டு, சந்தேகத்துடன், 'இது எனக்கா?' என்று கேட்டான்.

சிறுவன் துள்ளிக் குதித்துக்கொண்டு உள்ளே ஓடியபோது அவன் கவனமாக தன் வேடத்தை மாற்றத் தொடங்கினான். கைலியை மாற்றி புதிய எட்டுமுழ வேட்டியை உடுத்தினான். நீலநிறக் கோடுள்ள டெர்லின் சட்டையை அணிந்தான். முகத்தில் பவுடர் பூசினான். மெலிந்து வரும் நீண்ட முடியை பின்பக்கமாக சீவி ஒதுக்கும்போது

இடையில் கண்ட நரைத்த இழைகளைக் கவனத்துடன் களை எடுத்தான். சிறிய பாட்டிலைத் திறந்து ஃபெர்ஃப்யூமின் துளிகளைக் கையில் ஊற்றி சட்டையில் அங்குமிங்கும் தடவினான்.

புதிய சட்டை அணிந்து பட்டாளக்காரனைப் போல் மார்ச் செய்து வந்து கொண்டிருந்தான் ரகு. அவனுக்குப் பின்னே குலுங்கிச் சிரித்தவாறே சியாமளாவும் வந்தாள்.

'நல்லாவே பொருந்தியிருக்கு. இந்த அளவை நீங்க எப்படி தெரிஞ்சி கிட்டீங்க?' என்று சியாமளா ஆச்சரியத்துடன் கேட்டாள்.

'ஏழு வயதுப் பையனோட அளவு கடைக்காரங்களுக்குத் தெரியும்?'

ரகு ஜன்னலில் ஏறி நின்று சுவரிலுள்ள சிறு கண்ணாடியில் சாய்ந்தும் நெளிந்தும் பார்த்தவன், தன்னுடைய புதிய வேடத்தைக் கண்டு ரசித்துக் கொண்டிருந்தான்.

சியாமளாவின் கண்கள் அவனுடைய திறந்த பெட்டியில் ஆவலுடனும் மகிழ்ச்சியுடனும் துழாவுவதைக் கண்டவுடன், 'என்ன?' என்று அவன் கேட்டான்.

'சாரியெல்லாம் இருக்கே, இவையெல்லாம் யாருக்கு? உங்க அக்காவுக்கா?'

அவன் பதில் பேசாமல் சிரித்தான்.

'நான் பாக்கலாமா?'

அவன் தலையாட்டினான்.

அவள் ஒரு நீலநிறச் சேலையை எடுத்து பிரிக்கத் தொடங்குவதற்குள் பின்னாலிருந்து தேவியின் குரல் கேட்டது. குற்றவுணர்வுடன் சேலையை மடித்து பெட்டியில் வைத்துவிட்டு அவள் மனமில்லாமல் வெளியே சென்றாள்.

'சியாமளாக்கா ரொம்ப ஆசை கொண்டவள். எதப்பார்த்தாலும் அப்பவே வேணும்பா' என்று கூறிய ரகு, 'இதனால அம்மா எப்போதும் அவகிட்டே சண்டைப் போடுவா' என்றான் மேலும்.

'அக்கான்னுதான் கூப்பிடுவியா? அத்தையில்லியா?'

'அத்தைன்னு கூப்பிட்டா அவளுக்குப் பிடிக்காது. அக்கான்னுதான் கூப்பிடணுமாம்.'

வீட்டினுள் சத்தம் கேட்டது. தேவி சியாமளாவைத் திட்டிக் கொண்டி ருக்கிறாள் போலிருக்கிறது.

வெயில் தணிவதற்கு முன்பே அவர்கள் வீட்டைவிட்டு வெளியேறினார்கள்.

ரகு மிகவும் உற்சாகத்தில் இருந்தான். பள்ளிக்கூடம் வரையிலுள்ள வழியில் காணப்படும் முக்கியமான இடங்களையெல்லாம் ரகு அவனுக்குச் சொல்லிக்கொண்டு வந்தான். நாராயணன் நாயரின் 'ஸ்ரீ பூத விலாஸம் நாயர் ஓட்டல்', 'உஸ்மானின் வெற்றிலைப் பாக்குக் கடை', 'கைத்தறித் துணிகள் விற்கப்படும் ஐம்பத்தேழாம் நெம்பர் சொஸைட்டி', அதன் மாடியின் மேல் கரியினால் எழுதிய தகரபோர்டு - 'நவகேரள கலா சமிதி' என்று.

வண்ணம் அடித்துக்கொண்டிருந்த இளைஞன் மரச் சட்டங்களின் வழியே கூர்ந்து நோக்கிவிட்டு, அவனைச் சுட்டிக்காட்டி பெஞ்சில் அமர்ந்திருக்கும் கிழவனிடம் என்னவோ சொன்னான். அவ்விளைஞன் வயிறு குலுங்கும்படியாக உரக்கச் சிரிப்பது கேட்டது.

'வேகமா நட' என்று அவன் ரகுவிடம் கூறினான்.

பெட்டிக்கடையின் அருகில் சென்றவுடன்,

'இங்க ஒருநாள் போலீஸு வந்தது. நாங்க ஸ்கூல் விட்டு வரும்போதுதான் வந்தது. ஒரு ஜீப்புல கொஞ்சம் போலீஸுகாரங்க வந்து சடபடன்னு குதிச்சி இறங்கினாங்க. எனக்கு அப்படியே பயமா போயிட்டுது. நாங்க ஓடிப்போயி சொஸைட்டி திண்ணையில் ஏறிக்கிட்டோம். அவுங்க உஸ்மான் கடைல நுழைஞ்சி கொஞ்சம் சர்பத்து பாட்லுங்கள எடுத்தாங்க. அந்த ஆளையும் ஜீப்புல ஏத்திக்கிட்டு அப்படியே ஸ்பீடா போயிட்டாங்க' என்று கூறிய ரகு ஜீப் இரைந்துகொண்டு சென்ற பாதையைக் காண்பித்தான்.

சுமைதாங்கியின் அருகில் சென்றவுடன் இடதுபக்கமாகச் சுட்டிக்காட்டி 'அங்கதான் போவணும்' என்றான் ரகு.

வெளியே மைதானங்களின் நடுவே பலரும் நடந்து நடந்து உண்டான பாதை!

ரகுவுக்கு அந்த வழி அந்த அளவுக்குப் பழக்கமில்லை என்று தோன்றியது. அவன் நிசப்தமாக நடந்தான்.

'ரகு, நீ இந்த வழியா வந்ததில்லியா?' என்று அவன் கேட்டான்.

'ஒரு தடவை வந்திருக்கேன்' என்ற ரகு பத்தாமுதயத்துக்கு* அம்மா கூடவும் சியாமளாக்கா கூடவும் சேர்ந்து கும்பிடப் போனப்போ' என்று நினைவு கூர்ந்தான்.

---

*பத்தாம் உதயம் - சித்திரை மாதம் பத்தாம் நாள் விழா

'அதெல்லாம், நெனப்பிருக்கா?'

'பின்னே, நல்லா நெனப்பிருக்கு. அன்னிக்குக் குன்றுகளுக்கு இடையில சூரியன் விழறதைப் பாக்க அம்மா சம்மதிக்கல. அதற்குள் அந்த இடத்தைவிட்டு போய்விடணும்னு அம்மாவுக்கு அவசரம். இருட்டி விட்டால் பயப்பட வேணுமாம்.'

வெகுதூரம் நடந்து வந்திருக்க வேண்டும். களிமண் வெடித்திருக்கும் வயல்களில் அந்தி வெயில் தணிந்து மயங்குகிறது. லாரி சக்கரங் களுக்கிடையில் அகப்பட்டு சிதைந்து உருவம் இழந்த சாலையோரத்தில் கருங்கல் சல்லிகள் குவித்து வைக்கப்பட்டு இருந்தன. வயல்களின் நடுவே வளைந்து, நெளிந்து ஓடும் சிறு வாய்க்காலின் மேலேயுள்ள பாலத்துக்கு மேல் ரகு நின்றான்.

'ரகு, உனக்குக் கால் வலிக்குதா?' என்று கேட்டான் அவன்.

'இல்லல்ல. வேணும்னா நாம மலை வரைக்கும் கூட ஓடலாம்?'

'வழி தவறிடாது இல்லையா?'

ரகுவுக்கு ஒரு ஏழு வயதுக்காரனை விட அறிவு கொஞ்சம் கூடுதலாக இருந்தது.

'இதான் வழி. இங்கே ஒரே வழிதான் இருக்கு. இன்னும் கொஞ்சம் தூரம் போனா அங்கே ஒரு பெரிய கிணறு இருக்கும். அதுக்குள்ளே கல்லைப் போட்டா ரொம்ப நேரம் கழிச்சிதான் சத்தம்கேட்கும்.'

வளைவு திரும்பியவுடன் ஏறுமுகம் தெரிந்தது. சிவந்த உருட்டு கற்களில் கவனமாக அழுந்த மிதித்துக்கொண்டு அவன் நடக்கும்போது ரகு ஓட்டமாக ஓடி ஏறிக்கொண்டிருந்தான்.

'ரகு, மெதுவா மெதுவா. உருண்டு விழுந்துடுவே'

அதற்குப் பதில் உச்சியிலிருந்து ஒரு சிரிப்பாகத்தான் வந்தது.

மூச்சுவாங்கிக் கொண்டு அவன் மலை ஏறிச் சென்றபோது ரகு அங்குள்ள பெரிய கிணற்றினுள் கற்களைப் பொறுக்கி எறிவதைக் கண்டான். கனத்த பாசி மூடிய புதர்க் காடுகள் நிறைந்த, ஆழத்தையே காணமுடியாத ஒரு பெரும் கிணறு.

மேலைச் சூரியன் சரிந்து கொண்டிருந்தது.

'வாங்க போகலாம்' என்றவன், 'சூரியனைப் பாக்கணும்னா இன்னும் கொஞ்சம் வேகமாக நடக்கணும்' என்றான்.

அவன் வேகமாக நடந்தான். ரகு அவனிடமிருந்து விடுவித்துக் கொண்டு ஓடியே போய்விட்டான்.

அவன் ஏற்றத்தை ஏறி குன்றின் உச்சியை அடைந்தபோது ரகு ஒரு பாதையில் சாய்ந்து நின்று கையை வீசிக்கொண்டிருந்தான்.

அவன் பாறையின் மேல் அமர்ந்தான்.

அடிவாரத்தில், தென்னை மரங்களுக்கு அப்பால் கிராமத்தை சுற்றிச் செல்லும் சிறிய ஆறு. ஆற்றின் ஓரத்தில் மேலைக் குன்றுகளின் இடையே ஊர்ந்து இறங்கும் சூரியன்.

அவன் ஒரு கதை சொல்லத் தொடங்கினான்.

'அந்தக் காலத்து, அதாவது ரொம்ப காலத்துக்கு முன்னால, பாண்டவ புரமும் அதைச் சுற்றியுள்ள பிரதேசங்களும் பெரியதொரு காடாக இருந்ததாம். அதனுடைய அந்தப் பக்கத்திலும் இந்தப் பக்கத்திலும் ரெண்டு சின்ன கிராமங்களும் இருந்தன. அங்குள்ள ஜனங்களில அதிகமானவங்களும் சுத்தக் காட்டுவாசிகளாக இருந்தாங்க. தங்களுக் குள்ளேயே சண்டை போட்டுக்கிட்டும், அடிக்கடி காட்டுக்குள்ளே போயி மிருகங்களைக் கொன்னு சுட்டு தின்னுக்கிட்டும் அந்தக் காட்டு மிராண்டிங்க வாழ்ந்துகிட்டு இருந்தப்போ, அந்தக் கூட்டத்திலேயே கொஞ்சம் வித்தியாசமான கிராமங்களில் வசிக்கிறவங்க புகுந்து அங்குமிங்குமாக கொஞ்சம் கொஞ்சமாக காட்டை வெட்டி இடம் உண்டாக்கி கோதுமையும் சோளமும் வெதைச்சி வெவசாயம் செய்யத் தொடங்கினாங்க. படிப்படியாக காட்டு ஜனங்களும் கிராமத்து ஜனங்களும் ஒண்ணு கலந்து அந்த கிராமங்களில ஒரு கலப்பு நாகரிகம் உண்டாச்சி. அவர்களின் சந்ததிகளோட நரம்புகள் வழியே காட்டாளுங் களுடையதும் நாட்டுக்காரங்களுடையதுமான கலப்பு ரத்தம் ஓடிக்கொண்டு இருந்ததால அவுங்க காட்டாளுங்களையும் நாட்டு ஆளுங்களையும் போல வாழத் தொடங்கினாங்க.

'அப்படியிருக்கப்போதான் தெக்குப் பக்கக் கிராமத்துக்கு எங்கிருந்தோ ஒரு சுவாமி வந்து சேர்ந்தாரு. அவருக்கு நீளமான, ஜடைப் புடிச்ச நரைச்ச முடி, நரைச்ச தாடி, நெத்தி நிறைய விபூதி. அபூர்வமான ஒரு பொலிவுமிக்க முகம். செம்மண் பாதையின் அருகில் ஒரு வயதான அரசமரம் இருந்தது. படர்ந்து கிடக்கும் அதனுடைய தடித்த வேர்களில் ஒரு பீடம் அமைச்சி சுவாமி அமர்ந்திருந்தாரு. பகல் முழுதும் தியானத்தில் இருப்பாரு சுவாமி. அந்தியானதும் அரசமரத்தின் கிளைகளில் தலைகீழாகத் தவம் செய்யற வௌவாலுங்க சடபடாருன்னு அசைய ஆரம்பிக்கறப்போ சுவாமி விழிச்சிப்பாரு. சுவாமி தியானத்துலேர்ந்து விழிச்சிக்க கூடிய அந்த நேரத்துக்காக காத்துக்கிட்டு

இருக்கும் அந்த மாபெரும் மக்கள் கூட்டம். அரச மரத்தச் சுத்தி கும்பலாக கூடியிருப்பாங்க. கண்ணு தொறக்கறப்போ யாரோட மொகத்துல மொதல்லே பார்வை விழுதோ அவுங்கள கையைக் காட்டி பக்கத்துல கூப்பிடுவாரு. அந்த ஆளு முழந்தாளிட்டு கும்பிட்டு நிற்கும்போது உச்சந்தலையில் கையை வச்சுக்கிட்டு அவனோட முற்பிறவி கதைகளச் சொல்லத் தொடங்குவாரு. இந்தப் பிறவியிலுள்ள பந்தங்களின் இழைகளப் புடிச்சிக்கிட்டே சுவாமி அதன் பின்னாலேயே நடந்து கிட்டிருப்பார். அதுக்குப் பின்னால் முற்பிறவியிலவுள்ள ஏதோ சில அடையாளம் தெரியாத உருவங்களில கொண்டுகிட்டுபோயி பிணைச்சிடு வாரு. இந்த ஜென்மத்துலவுள்ள ஒவ்வொரு செய்திங்களுக்கும் சுவாமி முன்ஜென்மத்து வேருகள கண்டுபுடிப்பாரு. யாராலும் சுவாமிய நம்பாம இருக்க முடியாது. அந்த அளவுக்கு சுவாமி சொல்ற கதைகள் பிரமிப்பா இருக்கும்.

'சுவாமியின் பேரு இந்த தேசங்களின் எல்லைகளையும் தாண்டி பரந்து சென்றது. அடுத்த கிராமத்துலேர்ந்து மட்டுமில்லாம வெகுதூரத் துலவுள்ள நாலா தேசங்களிலேர்ந்தும் பக்தருங்க சுவாமிய காண வந்தாங்க. சுவாமியோட ஒரு பார்வைக்காக அவுங்க தினந்தோறும் காத்துக்கிட்டு கெடந்தாங்க. பல சமயங்களில் அது கெடைக்காம அவுங்க நிராசையோட திரும்பிப் போனாங்க. ஆனா, அப்படிப் பார்வை கிடைக்காம திரும்பி போனவங்களுக்கு அமைதி கெடைக்கல. அவங்கள்லாம் மேலும் தாமதிக்காமல் மறுபடியும் திருப்பி வந்தாங்க.

'சுவாமி மேல நம்பிக்கையில்லாத கிராமத்துக்காரன் ஒருத்தன் மட்டும் சுவாமிகிட்டே வந்து, 'சுவாமி, நீங்க இப்ப சொல்றதெல்லாம். சரிதான். ஒத்துக்கறேன். ஆனா உங்களுக்கு திவ்விய சக்தி உண்டுன்னு நான் ஒத்துக்கணும்னா என்னோட எதிர்காலத்தயும் நீங்க சொல்லணும், சுவாமி' என்றான். அப்போதான் சுவாமி சிரிச்சுக்கிட்டே, 'நான் திவ்விய சக்திக்கு உரிமைக் கொண்டாடல மகனே. அனாவசியமான ஒரு ஒளி வட்டத்த எனக்கு நீங்க தரவேண்டாம். ஆனா, ஒண்ணை மட்டும் நீங்க நினைச்சிப் பாருங்க; காலம் மகத்தான ஒரு தொடர்ச்சியாகும். இறந்த காலத்துலேர்ந்து நிகழ்காலத்தின் வழியா எதிர்காலத்துக்கு அது போவுது. அதைத் தடுத்து நிறுத்த எனக்கோ உனக்கோ உரிமையில்ல. எதிர்காலம் கறது வெறும் எதிர்பார்ப்பு மட்டுமே. அதனால உன்னோட வேர்கள் மொதல்ல இறந்த காலத்துல தேடு. அதுக்குப் பின்னால நிகழ்காலத்தின் வழியா எதிர்காலத்தை நோக்கி நகர்ந்துபோ.

'அதன்பின் ஒருமுறை ஓர் அமாவாசை இரவில், சுற்றிலுமுள்ள அடர்ந்த இருளை சாட்சியாக்கிக் கொண்டு சுவாமி கிராமத்தையே நடுங்க வைக்கும் ஒரு தீர்க்கதரிசன சொற்பொழிவை நடத்தினார்.

‘இங்கே ஒரு பெரிய இடையூறு நேரப் போவுது. நீங்க உங்களோட நாகரீகத்தையெல்லாம் இழக்கப் போறீங்க. அதுவும் மிக விரைவிலேயே உங்க நிரந்தர வாழ்வு ஆபத்துல மூழ்கப் போவுது.

‘சுவாமிகளோட மொதலும் கடைசியுமான ஒரு தீர்க்கதரிசன சொற்பொழிவாகத்தான் அது இருந்தது.’

ரகுவுக்கு ஒன்றும் புரியவில்லை. அவன் வாய்பிளந்து கேட்டுக் கொண்டிருந்தான்.

‘அப்புறம் சுவாமிக்கு என்ன ஆச்சு?’ என்று கேட்டான் ரகு.

‘வேற என்ன ஆகப்போவுது?’ என்று பெருமூச்சுவிட்டவன். ‘ஒருநாள் சுவாமி காணாமப் போயிட்டாரு. எங்கிருந்தோ வந்ததப் போலவே எங்கேயோ திரும்பி போயிட்டாரு’ என்றான்.

‘அப்புறம்?’

‘சுவாமியோட தீர்க்கதரிசன சொற்பொழிவு உண்மையாயிட்டுது’ என்று அவன் பெருமூச்சு விட்டுக் கொண்டே சொன்னான்.

‘ஒருநாள் கொஞ்சம் இயந்திரங்களோடு சில வெள்ளைக்காரங்க கிராமத்துக்கு வந்தாங்க. அவங்க கிராமத்துல கூடாரம் போட்டாங்க. விசித்திரமான ஒரு மொழியைப் பேசிக்கிட்டு அவங்க கிராமத்துல சுத்தித் திரிஞ்சாங்க. அந்த சிவப்புத் தோலையுடைய விசித்திர ஜீவன்களைக் கண்டு ஊருக்காரங்க பிரமைப் பிடிச்சி நின்னாங்க. அவங்களோட கூர்மையான கண்களிலேர்ந்து தப்புவதற்காக மார்பை மறைக்காத கிராமத்து பொண்ணுங்க குடிசைங்களுக்குள்ளே ஓடிப்போயி மறைஞ்சுகிட்டாங்க. சுயமரியாதை இல்லாத ஆம்பளைங்களோ அவனுங்க தூக்கியெறிஞ்ச தங்க நாணயங்களின் மினுமினுப்புக்காக தங்களோட பொம்பளைங்கள அவனுங்க கூடாரத்துக்கு அழைச்சிக்கிட்டு போயி காணிக்கையாக்கினாங்க. வெள்ளைக்காரங்க தெனந்தோறும் காலை நேரத்துல காட்டுக்குப் போவாங்க. அந்தி சாயறதுக்கு முன்னால வேர்த்து விறுவிறுத்து தளர்ந்துபோயி திரும்பி வருவாங்க. அவுங்க அங்கபோயி என்ன செஞ்சிக்கிட்டு இருந்தாங்கன்னு ஊருகாரங்களுக்கு எந்தவொரு பிடிப்பும் இல்லாம இருந்தது. ஒரு தடவை காட்டுக் கிழங்குகளத் தேடிப் போன சில பேருங்க, வெள்ளைக்காரனுங்க காட்டு நடுவுல குழி தோண்டிகிட்டு இருக்காங்கன்னு கண்டுபுடிச்சாங்க. அதுவும் இயந்திரங்களால தோண்டிய ஆழமான பள்ளங்கள். ஒரு பௌர்ணமி ராத்திரில வெள்ளைக்காரனுங்க நாட்டு சாராயத்தக் குடிச்சிட்டு போதையேறி கூடாரத்துக்கு முன்னால கட்டிப் புடிச்சிக்கிட்டு நிர்வாண நடனம் செய்யறத ஊருக்காரங்க பார்த்தாங்க. அவுங்களால பிரமிப்போட, அந்த

கோலாகலம் முழுவதையும் தூரத்தலேர்ந்தே கவனிக்கதான் முடிஞ்சிது. வெள்ளைக்காரங்க பல நாள்களாக தேடிக்கிட்டு இருந்த பொருளு கிடைச்சிட்டுதுன்னு அவங்களுக்குப் புரிஞ்சுது. ஆனா, அதனோட நன்மை தீமைகளப் பத்தி அவங்களுக்கு எந்தவொரு உணர்ச்சியும் இல்லாம இருந்தது. அதுக்குப் பின்னால மேலும் மேலும் பல வெள்ளைக் காரங்க வந்தாங்க. கருப்புத் தோலுடைய, கருப்புக் கால்சட்டைப் போட்ட வெளிநாட்டுக்காரங்களும் வந்தாங்க. தூசுபடலங்கள் பரப்பிக்கிட்டு ஜீப்புங்க வந்தன. லாரிங்க வந்தன. படிப்படியா அவுங்க அந்தக் காடு முழுவதையும் வெட்டிச் சாய்த்து தீ வைச்சாங்க. காட்டுக்குள்ளே பல சமயங்கள்லேயும் வெடிச் சத்தம் முழங்கிக் கொண்டே இருந்தது. தீயிலேர்ந்தும், வெள்ளக்காரங்களோட துப்பாக்கிக் குண்டுகளிலேர்ந்தும் காட்டு மிருகங்களால் தப்பிச் செல்ல முடியல. பாவம், மனுஷங்க மட்டும் அவுங்க காலுங்கள நக்கி அடிமைங்களாக வாழ ஆரம்பிச்சிட்டாங்க.'

'வெள்ளக்காரங்க கையில பெரிய துப்பாக்கிங்க இருந்ததா?' என்று கேட்டான் ரகு.

அவன் தலையாட்டினான்.

'அந்தத் துப்பாக்கிங்களுக்கு முன்னாலதான் ஊருக்காரங்க அட்டைங்களப் போல சுருண்டுகிட்டாங்க. வெள்ளைக்காரனுங்க தங்களோட பலத்த பயன்படுத்தி குடிசைங்களுக்குள்ளே பூந்தாங்க. ஆம்பளைங்கள இழுத்து வெளில தள்ளினாங்க. அவங்கள மரங்களில கட்டிப்போட்டாங்க. அப்புறம் என்ன? ஊருக்காரனுங்களோட பொண்டாட்டிங்க பூனைக் கண்ணுங்களையும் செம்பட்டை முடியுமுள்ள கொழுகொழு குழந்தைகளப் பெத்துப் போட்டாங்க. காட்டோட அந்த முனையில வெள்ளைக்காரனுங்க தோண்டியிருந்த இடத்துலேர்ந்து வெகு தூரத்துல புதிய கட்டடங்கள் எழும்பின. ஃபேக்டரி உண்டாச்சு. புகைப்போக்கிங்க உண்டாச்சு. வேலை செய்யறவங்க தங்கறதுக்காக காலனி உண்டாச்சு. அப்படித்தான் பாண்டவபுரம் உண்டாச்சு. அப்போதைய அந்தக் கலப்பு ரத்தத்தினால உருவானதுதான் இப்போதைய பாண்டவபுரத்துல உள்ள தலைமொறை.'

ரகு அப்போதும் கண்களை விரித்து ஆச்சரியப்பட்டுக் கொண்டிருந்தான்.

அவனுக்கு ரகுவைப் பார்த்ததும் சிரிப்பு வந்தது. இந்த சின்னஞ்சிறு குழந்தையினிடமா நாம் பாண்டவபுரத்தின் வரலாற்றைச் சொல்ல வேண்டும்?

அவன் மெதுவாகக் கேட்டான்.

'உனக்கு பாண்டவபுரத்தோட கதை புடிச்சிருக்கா ரகு?'

'ஆமாம்' என்ற ரகு, 'அங்க இப்போவும் வெள்ளைக்காரனுங்க இருக்காங்களா?' என்று கேட்டான்.

'இல்லயில்ல, அந்த சுத்த வெள்ளைக்காரனுங்க எப்பவோ போயிட்டானுங்க. ஆனா, அவங்களுக்குப் பதிலா நாட்டு வெள்ளைக் காரனுங்கதான் இப்போ இருக்காங்க.'

'அவங்களும் வெள்ளைக்காரங்களப் போலவே இருப்பாங்களா?'

'ஆங், ஏறக்கொறைய இருப்பாங்க. ஆனா, தோலு மாத்திரம் கருப்பா இருக்கும்.'

'பாண்டவபுரத்தப் பத்தி இன்னொரு கதையும் உண்டு. ஒரு பொண்ணுக் காக சண்டை போட்டு அழியப்போன அஞ்சு சகோதரனுங்களோட கதை அது. அதை நான் அப்புறம் ஒருதடவை சொல்றேன்.'

சிறிதுநேரம் கழிந்ததும், மேலைக் குன்றுகள் சட்டென்று கருத்தன. கருத்த மரங்களின் இடையே சிறிது குளிர்ந்த காற்று அடித்து மேலே வரத் தொடங்கியவுடன் அவன் ரகுவின் உள்ளங்கையை மெதுவாக அழுத்திக் கொண்டு, 'ரகு என் கூட வந்துடறியா?' என்று கேட்டான்.

'எங்கே?' என்று அவனுடைய கண்களை உற்று நோக்கியவாறு ரகு கேட்டான்.

'பாண்டவபுரத்துக்கு.'

'அப்பா கிட்டேயா?'

ஒரு நிமிடம் தயங்கிய பின், 'ஆமாம்' என்றான் அவன்.

'அம்மாவும் வருவாங்களா?'

அவன் முனகினான்.

ரகுவின் கண்கள் மலர்ந்தன. ஆகாய முகப்பில் கண்களைச் செலுத்தி அவன் என்னவோ யோசித்துக் கொண்டிருந்தான். நேரில் காணாத தந்தையைப் பற்றி, பாண்டவபுரம் என்னும் மாய உலகத்தைப் பற்றி, 'இந்த பஞ்ச பாண்டவருங்கள்லாம் பாண்டவபுரத்துலதான் தங்கியிருக் காங்களா?' என்று ரகு கேட்டான்.

'ஆமாம்.'

'நீங்க பீமனப் பார்த்திருக்கீங்களா மாமா? இந்த குன்றைப் போன்ற தலையும், இந்த பெரிய கிணத்தப் போல வாயும், தென்னை மரத்தப் போல கையுமெல்லாம் பீமனுக்கு உண்டா?'

'உம்'

'பகாசுரன பாண்டவபுரத்துல வச்சித்தான் பீமன் கொன்னானா?'

'உம்'

'நீங்க பகாசுரனக் கொன்னதப் பார்த்தீங்களா?'

'நான் அப்போ ஆபீஸுல இருந்தேன்.'

'அப்பாடா. பகாசுரன் சோறு திங்கறதப் பாக்கறதுக்கு எவ்வளவு ரசனையா இருந்திருக்கும். பெரிய தேங்கா அளவுக்குப் பெரிய பெரிய சோற்றுருண்டை. ஒரு மாட்டு வண்டி நெறைய சோறு கொண்டு போனா பகாசுரன் ஒரே மூச்சுல சாப்பிட்டு தீர்த்துடுவானாம்.'

'உனக்கு யாரு சொல்லிக் கொடுத்தாங்க?'

'சியாமளாக்காதான். தீனி விஷயங்களச் சொல்றதுன்னா சியாமளாக் கான்னா சியாமளாக்காதான்.'

அப்புறம், வெகுநேரம் கழித்து, மெல்லிய இருளின் வழியே குன்றின் சரிவில் இறங்கும்போது ரகுவின் சிறிய கைகளைத் தன் உள்ளங்கை களுக்குள் அடக்கிக்கொண்டு அவன் சொல்லத் தொடங்கினான்.

'ரகு, நீ ஏன் அப்பாவைப் பாக்கப் போறே? அப்பாவுக்கு உன்னைப் பாக்கப் பிரியமில்லேன்னா என்ன செய்யறது? அவருக்கு உம்பேர்ல பிரியமிருந்திருந்தா எப்பாவோ உன்னைப் பார்க்க வந்திருப்பாரே. உனக்குத் தெரியுமா ரகு, உன்னைப் பிரசவிக்கறதுக்கு முன்னாடியே அம்மாவைத் தனியா விட்டுட்டு ஓடிப்போயிட்டாரு அப்பா. பாண்டவ புரத்துல உங்களப் பார்த்தா அவரு உங்களப் பார்த்ததாவே காட்டிக்க லேன்னா என்ன செய்வீங்க? அவருக்கு அங்க வேற பொண்டாட்டி, புள்ளை இருந்துட்டா என்ன செய்யறது? சொந்த புள்ளைங்ககிட்டே பாசமில்லாத அப்பனை யாரு அப்பான்னு கூப்புடுவாங்க?'

இதையெல்லாம் சொல்லி முடித்தபின்தான் அவன் நினைத்தான், இந்தக் குழந்தைக்கு நினைத்துப் பார்க்கக்கூட ஓர் இறந்தகாலம் இல்லையே என்று. அவனுக்கு உள்ளது எதிர்காலம் மட்டுமல்லவா! அப்புறம் ஏன் ஓர் இறந்தகாலத்தின் சுமையை அவன் தலையில் கட்டி வைக்க வேண்டும்?

ரகுவின் முடியிழைகளில் விரல்களால் கோதிக்கொண்டு அவன் தொடர்ந்தான்:

'பாண்டவபுரத்துல எங்களோட, அதாவது நம்ம காலனியிலதான் ஒரு பள்ளிக்கூடம் இருக்கு. உன்னையும் அங்க சேர்த்துடலாம் ரகு. அங்க

இருக்கற பள்ளிக்கூடமெல்லாம் இங்க இருக்கறது மாதிரி சின்னது இல்ல; பச்சை நிற யூனிஃபாரத்த போட்டுக்கிட்டுதான் பிள்ளைங்க பள்ளிக்கூடம் போவாங்க. இங்கிலீஷ்லதான் சொல்லிக் கொடுக்கறாங்க. ஒரு வருஷம் கழிஞ்சவுடன் நீயும் வெள்ளைக்காரனுங்களப் போல மணிமணியா இங்கிலீஷ்ல பேசத் தொடங்கிடுவே.'

ரகு இடைபுகுந்து, 'வெள்ளைக்காரங்களப் போல பெரிய துப்பாக்கியால் சுடுவதற்குக் கத்துக் கொடுப்பாங்களா?' என்று கேட்டான்.

அவன் அதைக் காதில் வாங்காதது போல் தொடர்ந்தான்.

'அந்தப் பள்ளிக்கூடத்துல படிப்பு முடிஞ்சவுடன் ரெண்டுமைல் தூரத்துல ஹைஸ்கூல் இருக்கு. போய் வர்றதுக்கு ஸ்கூலச் சேர்ந்த பச்சைநிற பஸ் உண்டு. ஸ்கூல் விட்டா அப்புறம் காலேஜ்தான். அப்படி படிச்சிப் படிச்சு பெரிய ஆளாவுறப்போ சூட்டும் டையும், பெரிய வேலையும், காரும் பங்களாவும்.'

அவன் அத்துடன் நிறுத்தினான். பஞ்சாயத்து விளக்கின் மங்கிய வெளிச்சத்தில் குறுக்காக ஓடிய ஒரு தவளையின் மேல் ரகு கல்லை விட்டு எறிந்தான்.

அவன் சிறியதொரு நிராசையுடன், 'நான் சொன்னதையெல்லாம் நீ கேட்டியா ரகு?' என்று கேட்டான்.

'உம்.'

'எதுவரைக்கும் கேட்டே?'

'பச்சை பஸ்ல ஏறி ஸ்கூலுக்குப் போகலாம்கற வரைக்கும்.'

'ஆமாம். அதேதான். நீ என் கூட பாண்டவபுரத்துக்கு வர்றதுக்குத் தயார்தானே?'

ரகு பதில் கூறவில்லை.

வளைவு திரும்பி, சுமைதாங்கியின் அருகிலிருந்து பிரதான சாலைக்குள் நுழையும்போது ரகு சந்தேகத்துடன், 'அம்மாவும் சியாமளாக்காவும் பாட்டியுமெல்லாம் வருவாங்களா?' என்று கேட்டான்.

இம்முறை அவனால் தயங்காமல் பதில் சொல்ல முடிந்தது.

'வருவாங்க, கண்டிப்பா வருவாங்க.'

எட்டு

அவன் தூக்கம் வராமல் பாயில் திரும்பியும் புரண்டும் படுத்தான். நிலவு ஒளிரும் இரவு. ஜன்னலின் வழியே நட்சத்திரங்கள் பூத்த தெளிவான ஆகாயம்.

திடீரென்று கதவு திறக்கும் சத்தம் கேட்டது.

அவன் ஆச்சரியத்துடன் நோக்கினான். தேவி!

கட்டிலில் எழுந்து அமர்ந்து, என்ன சொல்வது என்று தெரியாமல் சிறிது திகைத்துவிட்டு, 'உக்காருங்க' என்றான் அவன்.

சொன்ன பின்தான் அவனுக்கு நினைவு வந்தது, இந்த அறையில் அமருவதற்கு ஒரேயொரு கட்டில் மட்டும்தானே இருக்கிறது என்று.

அதைக் கேட்டதாக பாவிக்காமலேயே, தேவி ஒரு மூலையில் ஒதுங்கி நின்றாள். சுவரில் பதித்த ஷேடிலிருந்து விழுகின்ற வெளிச்சம் அவனுடைய முகத்தில் தவழ்ந்தது. அவளோ, பாதி இருளில் மூழ்கி இருந்தாள். விபூதிக் கீற்றுக்குக் கீழே அவளின் முகவுணர்ச்சிகளை அவனால் சரியாகக் காண முடியவில்லை.

'நான் உங்ககிட்டே ஒரு விஷயத்தப் பத்தி கேக்கத்தான் வந்தேன்.'

அவளுடைய குரலில் அசாதாரணமானதொரு அழுத்தம் இருக்கிறதென்று அவனுக்குத் தோன்றியது. பேச்சை அவளே தொடரு வதற்காக அவன் காத்திருந்தான்.

‘வேற வழியில்லாததாலதான் மறுபடியும் கேக்கறேன். நீங்க ஏன் இங்க வந்தீங்க? இந்த வீட்டை எப்படி கண்டுபுடிச்சீங்க? உங்க உத்தேசம்தான் என்ன?

வெடி வெடித்துச் சிதறுவதைப் போல் படபடவென சில கேள்விகளை அவனுடைய முகத்தை நோக்கி வீசிவிட்டு அவள் பெருமூச்சு விட்டுக் கொண்டு சுவரில் சாய்ந்து நின்றாள்.

அவன் அதற்குப் பதில் கூறாமல் மெதுவாக சத்தமின்றிச் சிரித்தான். அவனுக்கு அப்போது சிரிக்க மட்டும்தான் தோன்றியது.

அவள், ‘உங்களை என்னால் புரிஞ்சிக்கவே முடியல’ என்றாள்.

‘உங்களையும் என்னால் புரிஞ்சிக்க முடியல தேவி.’

‘நான் உங்களுக்கு எந்தக் கெடுதலும் செய்யலியே? அப்புறம் ஏன் என்னை இப்படி பயமுறுத்தறீங்க? அன்னிக்கு மொதமொதலா நீங்க அதை யெல்லாம் சொன்னப்போ, நீங்க தமாஷாதான் சொல்றீங்கன்னு நான் நெனைச்சேன். அப்புறம் பல தடவை நீங்க அதையே திரும்பத் திரும்ப சொன்னப்போ கூட எனக்கும் கொஞ்சம் சந்தேகம் தோணிச்சின்னாலும், மறுநாளு காலையிலேயே நீங்க வண்டியேறி இங்கேர்ந்து போய்டுவீங் கன்னுதான் நான் ஆசுவாசப் பட்டேன். ஆனா, நீங்க வேணும்னே போகாம இங்கேயே தங்கிட்டீங்க. மொதல்ல சொன்னதையெல்லாம் இப்பவும் கிளிப் பிள்ளையைப் போல திரும்பத் திரும்ப உரு போடுறீங்க.’ தன்னுடைய குரல் தடுமாறாமல் இருக்க அவள் மிகவும் கஷ்டப்படுகிறாள் என்று அவனுக்குத் தோன்றிற்று.

சாந்தமான குரலில் அவன் சொன்னான்:

‘நான் போவணும்னு நீங்க இதுவரைக்கும் சொல்லவே இல்லிங்களே, தேவி. அப்படியொரு வார்த்தைய நீங்க சொன்னீங்கன்னா நான் போய்டுவேன். அதுவும் நாளைக்கு காலை வண்டியிலேயே, ஏன், இந்த நிமிஷத்திலியே போய்டுவேன்.’

அவன் பதிலுக்காக காத்துக் கொண்டிருந்தான்.

அவள் சட்டென்று ஏதோ சொல்ல முன்வந்தாலும், உடனே அந்த வார்த்தைகளை கலவரப்பட்டு விழுங்கிவிட்டாள். அவன் ஆசுவா சத்துடன் பெருமூச்சுவிட்டான்.

சிறிதுநேரம் கழிந்தவுடன் தழுதழுக்கும் குரலில், அவள் தொடர்ந்தாள்:

‘குஞ்ஞிக்குட்டன் அத்தான் என்னை விட்டுப் போனப்போ நான் மனம் தளரலே. எல்லாத்துக்கும் நான்தான் காரணகர்த்தான்னு எங்க

ஹூட்லவுள்ளவங்க எல்லாரும் குற்றஞ் சொன்னப்போவும் நான் மனம் தளரலே. இவ்வளவு காலமா நான் துக்கப்பட்டுக்கிட்டுதான் காலந்தள்ளினேன். ஒரு குழநதையையும் வளர்த்தேன். என்னோட கஷ்டங்கள நான் யாருகிட்டேயும் எப்போதும் சொன்னதே இல்ல. பட்டினி கெடந்து நரக வேதனைப்பட்டாலும் எனக்குச் சுதந்தரம் உண்டு என்பதில் நான் சந்தோஷப்பட்டேன். அப்படி இருக்கறப்போதான் கொஞ்சம் கூட நெனச்சிப் பாக்கமுடியாத நெலமையில் இதோ நீங்க.'

தன்னுடைய மனம் தளர்ந்துவிடுமோ என்று அவன் பயந்தான். அந்த பயத்தைத் தனக்குத் தானாகவே கட்டுப்படுத்திக் கொண்டு அவன் சொல்லத் தொடங்கினான்.

'இதோ பாருங்க, பல மைல்களுக்கு அப்பாலவுள்ள பாண்டவபுரம்கற பழைய பட்டணத்தை நான் என்னோட நினைவுகள்ல படைப்பதற்குத் தான் பாக்கறேன். அந்த நினைவுகளெனும் மெல்லிய வண்ணப் பூச்சுகளோடு சேர்ந்து வடிவமும் நிறமும் மாறுகிற பட்டணம் அது. விலைமிக்க நினைவுகள ஜாக்கிரதையாகப் பொறுக்கியெடுத்து வைப்பதற்கு பாடுபட்டுக்கொண்டு இருந்தேன் நான்' என்றவன் சிறிது நேரம் நிறுத்திவிட்டு மீண்டும் சொல்லத் தொடங்கினான்:

'இப்போ கூட தூக்கம் வராமெ, இங்குமங்கும் புரண்டுக்கிட்டு படுத்திருக்கும் போதும், நான் உங்களப் பத்திதான் நெனைச்சிக்கிட்டு இருந்தேன் தேவி. அதுவும் உங்ககிட்ட வந்த மாற்றத்தப் பத்திதான். அதுக்கான காரணங்கள கண்டுபுடிக்க என்னால முடியவில்லை. நான் என்பக்க வாதத்துக்கு சாட்சிகளை அடுக்குவதாக நீங்க குற்றப் படுத்தினீங்களே, அதற்காக இன்னும் ஒரு ருசுவையும் என்னால் நிருபிக்க முடியும். ஒரு வேள, இனிமே நான் அதுக்கு மெனக் கெடாமக்கூட போகலாம். அதனால இப்பவே சொல்லிடறேன். குன்றுக்கு மேலேயுள்ள துர்க்கா கோயிலுக்கு நாம ஒருமுறை தரிசனதுக் காகப் போனது நெனப்பிருக்கோ? அப்போது ஆவணி மாசத்துல ஏதோ விசேஷ தினங்களாக இருந்தது. குதிரை குளம்படிகள் தான் லயத்தோட விழுறதப் பார்த்துக்கிட்டு மிருதுவான சீட்டுகள்ல நாம ஒருத்த ரோடொருத்தரு மோதி உரசிக்கொண்டு உட்கார்ந்திருந்தோம். ஒருபகல் கனாவின் இறுதியில் செங்கல் துண்டுகளால் வரைஞ்சதப் போல பலவித உருவங்கள் மறைஞ்சும் தெளிந்தும் தெரிந்த ஒரு சிவப்புக் கோட்டோவியம், எனக்கு இப்பவும் நினைப்பிருக்கு. தேவி, அன்னிக்கு நீங்க ஒரு சிவப்புச் சேலையத்தான் உடுத்திக்கிட்டு இருந்தீங்க. உச்சியிலும் செந்தூரமிட்டிருந்தீங்க. நெத்தியிலும் பெரியதொரு குங்குமப் பொட்டு. துர்க்கையிடம் என்ன பிரார்த்திக்கப் போறீங்கன்னு நான் கேட்டப்போ நீங்க மொதல்ல பதிலே சொல்லல. கடைசியில,

கொஞ்சம் வெக்கத்தோட, அறிவும் ஆண்மையுமுள்ள மகனுக்காக பிரார்த்திப்பேன்னு சொன்னீங்க. விசேஷ தினமாக இருந்தால கோயில்ல ரொம்பவும் கூட்டமாக இருந்தது. இருண்ட நிறமுள்ள கிராமத்துப் பொண்ணுகளுக்கு நடுவுல நீங்க ஒரு தீக்கொழுந்தப் போல நிக்கறத, நான் பொறாமை கலந்த மரியாதையுடன்தான் பார்த்துக்கிட்டு நின்னேன். பிரகாரத்துல தொழுவதற்காக நின்னவங்க கண்ணுங்க எதுவும் துர்க்கையோட விக்கிரத்தின் மேல விழல; அதுக்குப் பதிலா உங்க மொகத்துலதான் பதிஞ்சிருந்தன. தீபாராதனை முடிஞ்சி பூசாரி கற்பூரத்தட்டை உங்க முன்னால கொண்டுவந்து புடிச்சப்போ, அந்த ஜுவாலையில கண்ட செந்தூரம் படர்ந்த மொகத்தையும், அவிழ்ந் திருந்த நீண்ட தலைமுடியையும், சிவப்பு உதடுகளையும், சிவப்பு ஆடை களையும் என்னால் மறக்கவே முடியல. ஒரு வேளை, நாங்க எல்லாரும் தொழுதுக்கிட்டு நின்னது உங்களையாகத்தான் இருந்திருக்க வேண்டும்.'

தேவி அப்போதும் அதே நிழலிலேயே நின்று கொண்டிருந்தாள். அவளுடைய உதடுகள் துடிக்கிறதென அவனுக்குத் தோன்றிற்று. அவள் எதையாவது சொல்லத் தொடங்குவதற்கு முன்பே அவன் மீண்டும் சொல்லத் தொடங்கினான்:

'நீங்களும் குஞ்ஞிக்குட்டனும் மொதன் மொதலா கோவிச்சிக் கொண்ட நாளு கூட எனக்கு இப்பவும் நல்லா நெனப்பு இருக்கு. அன்னிக்கு மிகவும் குளிருள்ள ராத்திரி. நான் என் அறையில் என்னை நானே மூடி போர்த்திக்கிட்டு உட்கார்ந்து ஏதோவொரு புத்தகத்தப் படிச்சிக்கிட்டு இருந்தேன். குளிர்காலமாக இருந்ததால் காலனியிலுள்ள எல்லா வூடுகள்லேயும் நேரத்தோடவே விளக்கெல்லாம் அணைஞ்சிருந்தது. திடீரென்று உங்க வூட்டுலேர்ந்து ஒரு பட்டாசு வெடிப்பது போல ஓசையையும் கலவரத்தையும் கேட்டபோது மொதல்ல நான் அதைக் கவனிக்கல. அன்னிக்கு நான் உங்களோடு அந்தளவுக்கு நெருங்கி பழகலியே! குஞ்ஞிக்குட்டன்கற நண்பனின் அழகான மனைவி என்னும் ஆர்வத்தைத் தவிர, எனக்கு உங்ககிட்ட எந்தவொரு பிரத்யேக ஆர்வமும் அப்போது உண்டாகி இருக்கவில்லை. சண்டை முத்தினபோதும் கூட கணவன் மனைவிக்குள்ள கலகத்துல நாம எதுக்கு இடையில நுழைய ணும்னு நினைச்சி அதுல கவனம் செலுத்தாமதான் படிப்பத தொடர்ந்தேன். அப்புறம் குஞ்ஞிக்குட்டனின் குரூரமான கெட்ட வார்த்தைங்கள இன்னும் கொஞ்சம் தெளிவாகக் கேட்டதோடு, உங்களோட தொடர்ச்சியான தேம்புதல் சத்தமும் காதுல வந்து விழுந்தவுடன்தான் எனக்கு இருப்புக் கொள்ளல. அறைய பூட்டிக்கிட்டு நான் ஓடிவந்தேன். அப்போ நான் கண்ட காட்சி என்னை அப்படியே நடுங்க வைப்பதாக இருந்தது. குஞ்ஞிக்குட்டன் உங்க தலைமுடிய கத்திப்புடிச்சிப் படுக்கை அறையிலேர்ந்து பிடிச்சி இழுத்துட்டிருந்தாரு.

ஒரு வேளை உங்கள வூட்டுக்கு வெளியே தெருவுல தள்ளறதுதான் அவரோட உத்தேசமாக இருந்திருக்கணும்.

'அவரோட மொகம் ஒரு பிசாசினுடையதைப் போல இருந்தது. பேய் பிடிச்சது போல அவரு வெறியினால நடுங்கிக் கொண்டிருந்தாரு. நான் என் பலம் முழுசையும் பிரயோகிச்சு ஒரு விதமாக அவருடைய கையை விடுவிச்சி உங்கள விலக்கி நிறுத்தினேன். அவருக்கு என்னோட பலத்துல பாதிகூட இல்லைன்னாலும் அவரு என் பிடியிலிருந்து நழுவு வதற்காக திமிறிக் கொண்டிருந்தாரு. ரொம்ப நேரம் கஷ்டப்பட்ட பின்பு தனக்கு அதற்கான பலம் இல்லேங்கறத புரிஞ்சிக்கிட்டவுடன் அவரோட வெறி கொஞ்சம் அடங்கியது. அவரு ஒரு ஓடித் தளர்ந்த நாயைப் போல இரைத்துக் கொண்டிருந்தாரு. கோபம் தணியாமல் பல்லைக் கடித்து உருமிக் கொண்டிருந்தாரு. ஒரு விதமாக நான் அவரைப் புடிச்சிக்கொண்டுபோயி நாற்காலியில் அமர்த்தினேன். 'குஞ்ஞிக்குட்டா, ஏன் இப்படி கொடுமையா நடந்துக்கறீங்க?' என்று கேட்டு நான் கத்தினேன் 'அக்கம் பக்கத்து வீட்டுக்காரங்களுக்கு தெரிஞ்சா என்ன நினைப்பாங்க?' என்றேன். அதுக்குப் பதிலாக அவரு அப்போதும் கூட உங்க முகத்தையே நோக்கிக் கொண்டு அசிங்கமான வார்த்தைங்களால உரக்கத் திட்டிக்கிட்டு இருந்தாரு. மருந்து வைச்சத பத்தியும் பூஜை செஞ்சதப் பத்தியும் எல்லாம் திட்டினாரு. அன்னிக்கு அதற்கான அர்த்தம் எனக்குப் புரிபடவில்லை. ரொம்ப நாளு கழிச்சி உங்க முழு வரலாறையும் அறிஞசப்போதான் என்னால அவரை ஏறக்குறைய புரிஞ்சிக்க முடிஞ்சிது. எனக்கு அவருக்கிட்ட அனுதாபம் தான் தோணிச்சி. எது எப்படியோ, அன்னிக்கு தக்க சமயத்துல நான் ஈடுபடலேன்னா அவரு உங்கள அந்த கடுங்குளிருல வெளியே தள்ளியிருப்பாரு. ரொம்ப நேரம் கழிச்சி வெறி கொஞ்சம் அடங்கினப்போ உடைபட்ட குரல்ல குஞ்ஞிக்குட்டன், 'நீங்க போனப்பறம் நான் இவள வெளியேத்திட்டா' என்று கேட்டாரு. நான் உடனே கொஞ்சம் கூட தயங்காம பதில் கொடுத்தேன்; 'அப்படின்னா நான் அவங்கள என்னோட வூட்டுக்குக் கூட்டிக்கிட்டு போயிடு வேன்'னும், 'எனக்கும் ஒரு துணையாயிடுமேன்'னும் சொன்னேன். அவரு அப்படியே திகைச்சிப்போயி நின்னுட்டாரு. அப்படியொரு பதிலை அவரு கண்டிப்பா எதிர்பார்க்கல. அவரோட கூர்மையான கண்கள் மொதமொதலா பாக்கிற மாதிரி உங்களப் பலமுறை முழுங்கு வதை நான் பாத்தேன். அவரோட மொகத்துல பொறாமை நுரைத்துப் பொங்கியது. அவரு என்னை ஒரு பகைவனாக, காமுகனாகக் கண்டிருக்க வேண்டும். எனக்கு அப்போது அவரை நன்றாகப் பழிவாங் கிட்டோம்கற ஒரு கொடூரமான திருப்தி தோணிச்சி. அந்த ராத்திரியில அவரு உங்கள வெளியேத்த போறதில்லேன்னும் எனக்கு உறுதியாயிட்டுது.'

‘கடவுளே’ என்று தேவி முணுமுணுப்பதை அவன் கேட்டான்.

‘தேவி’ என்றவனின் குரல் சற்று ஈரமாக இருந்தது.

‘உங்ககிட்டே ஒரு வேண்டுகோள். நீங்க என்னை நம்பவில்லை என்றாலும் போவட்டும், என்னைத் தப்பா மட்டும் நெனைச்சிக்காதீங்க. எனக்கு எந்தவொரு கெட்ட எண்ணமும் இல்லேன்னு நான் மொதல் லேயே சொல்லிட்டேன். எனக்குப் பைத்தியம் புடிக்கக் கூடிய எத்தனையோ நிமிஷங்களில நீங்க இந்த சண்டைல தோத்து, என் அறைக்கு வந்ததுண்டு. ஒரு முறைகூட எல்லை கடந்து நான் உங்ககிட்ட நடந்து கொண்டதே இல்ல. அப்படிப்பட்ட நிமிஷங்கள்ல ஓர் இளைஞன் காட்டக்கூடிய தடுமாற்றங்களில் ஒன்றைக்கூட நான் காட்டினதில்ல. ஒரு வேளை நான் ஒரு ரசிப்புத்தன்மை இல்லாத இளைஞன்னு கூட உங்களுக்குத் தோன்றி இருக்கலாம். புராணங்களில சொல்ற பதிவிரதாத் தன்மை போல புனிதம் முதலான மாய எண்ணங்கள் எதுவும் என்னைத் தடுத்து நிறுத்தவில்லை. உங்கள கெடுப்பதைப்பற்றி என்னால் நினைச்சி பாக்கவே முடியாமலிருந்தது. எனக்கு உங்கமேல மிகவும் சாதாரண அன்புதான் இருந்தது.’

மூலையிலுள்ள நிழல் மெல்ல அசைந்தது. அவனைத் திடுக்கிட வைத்ததுபோல் தேவி வெடித்தாள்!

‘அப்படின்னா அப்படின்னா நீங்க ஏன் இத்தனை நாள் கழிச்சி வந்தீங்க? பாண்டவபுரத்துலேர்ந்து ஒரு பிஞ்சுக் குழந்தையோட நான் திரும்பி வந்து எத்தனையோ வருஷங்களாயிட்டுது. ஒரு முறை கூட நீங்க என்னைத் தேடி வரவேயில்ல. என் நிலைமையைப் பத்தி ஒரு கடிதம் கூட அனுப்பல. அதான் உங்க அன்பு போலிருக்கு. யாருமில்லாத நான் பட்டினி கெடந்து செத்தேனா இல்ல இருக்கறேனான்னாவது விசாரிச்சு இருக்கலாமே? எத்தனையோ நாள்கள் நான் உங்களுக்காகக் காத்துக்கிட்டிருந்தேன். ஒவ்வொரு நாளும் உங்க கடிதத்துக்காக நான் காத்திருந்தேன். ஒவ்வொரு ரயில் வர்றதயும் எதிர்பார்த்து தினந்தோறும் சாயங்கால நேரத்துல ரயில்வே ஸ்டேஷனுக்குப் போயி காவல் காத்திருந்தேன். ஆனா, இவ்வளவு நாளும் நீங்க வரல. விசாரிச்சிக் கடிதமும் போடல. ரொம்ப அன்பாம்... பிரியமாம்...’

அவள் ஜன்னல் வழியாக காறித் துப்பிய ஓசையைக் கேட்டதும் அவன் அப்படியே நடுங்கிவிட்டான்.

அவள் சொன்னது...

அவன் அப்படியே நிலை தடுமாறிப் போயிருந்தான்.

காத்திருந்தாளா? யாருக்காக? எதற்காக?

பாண்டவபுரத்திலிருந்து பிஞ்சுக் குழந்தையுடன் திரும்பி வந்தாளா? எப்போது? எப்போது?

தேவி நான் கொடுத்ததை என்னிடமே திருப்பியடிக்கிறாளோ? கிண்டல் செய்கிறாளோ? உமிழ்நீரை விழுங்க முயலும்போது கதவையிழுத்து அடைத்துவிட்டு தேவி வெளியேறிச் செல்வதை அவன் கண்டான்.

நினைக்கும் போதெல்லாம் ரகசியங்களெனும் வலைக்கண்ணிகள் பின்னப்பட்டு ஒன்று சேர்வதாக அவனுக்குத் தோன்றியது. அந்த தோட்டமும், அதன் நடுவேயுள்ள சிறிய வீடும், அவ்வீட்டுக்குள்ளே இருக்கும் மனிதர்களுமெல்லாம் ரகசியங்கள் என்னும் சகதிக்குள் மூழ்கிப் போகிறார்கள். பாண்டவபுரத்தைப் போலவே ஒரே சமயத்தில் நிஜமும் நிழலுமாக ஆகிறதோ இந்த இடம். இவற்றில் எவையெல்லாம் உண்மை; எவையெல்லாம் பொய்?

அதைப் புரிந்துகொள்ள முடியாமல் அவன் குழம்பினான்.

ஒன்பது

ஆமாம், என்னால் இப்போது எல்லா வற்றையும் நம்ப முடியும். கற்பனைக்கும் உண்மைக்கும் இடையேயுள்ள மெல்லிய நீர்க்கோடுகள் என்றோ மறைந்துவிட்டன. எல்லாமே உண்மைதான்! அவனுடைய தளர்ந்த முகமும், அதற்குப் பிறவியளித்த பாண்டவபுரம் என்னும் நேரில் காணாத விசித்திர உலகமும், அங்குள்ள தேவி க்ஷேத்திரமும் எல்லாம் உண்மைதான்.

அதோ, அந்த அறையில் அவன் இருக்கிறான். கட்டிலில் சாய்ந்து படுத்து கனவு கண்டுகொண் டிருக்கிறான். நேற்றிரவு அவனுக்கு ஒரு புதிய முகத்தைக் காண்பிக்க என்னால் முடிந்தது. அதில் எனக்குத் திருப்தியும் உண்டு. சற்றும் நினைத்துப் பார்க்காத ஒரு நிமிடத்தில், குஞ்ஞிக்குட்ட அத்தானிடமான வெறுப்பும் பகையுமெல்லாம் புகைந்து மேலெழும்பியபோது, என்னவோ எனக்கு அப்படிச் சொல்லத்தான் தோன்றியது.

இப்போது என் சிந்தனைகள் மற்றொரு வழியில் திரும்பிப்போய்க் கொண்டு இருக்கின்றன.

நான் அவளை ஆவாஹித்து வரவழைத்ததே இப்படிப் பட்டதொரு மோதலுக்காகத் தானே? அவனுடைய, குஞ்ஞிக்குட்ட அத்தா னுடைய, மற்ற எல்லா ஆண்களினுடைய அகங்காரத்தையும் என் கால்களுக்குக் கீழே போட்டு மிதித்து நசுக்குவதற்குத்தானே நான் ஆவல் கொண்டிருந்தேன்?

அதற்கான பலத்தை எனக்குக் கொடு தாயே, தேவி!

•

இருண்ட பகல் ஆற்றுக்கு கரைந்து கொண்டிருந்தது. வெண்மணலில் விரல்களால் துழாவிக்கொண்டு அவன் அமர்ந்திருந்தான். இப்போது, நேற்றைய இரவுக்குப் பின், பாண்டவபுரம் பிரமிப்பூட்டும், ஒரு எதார்த்தமாகிவிட்டிருக்கிறது. தேவலாயத்தின் பிரார்த்தனை அறையிலுள்ள வானவில் நிற கண்ணாடிகள் பதிக்கப்பட்ட சரவிளக்கு மீண்டும் விழுந்து உடைந்தது. முதலில், சிவப்பு தரையோடுகள் பாவி, மஞ்சள் வண்ணம் பூசப்பட்ட தகர மேற்கூரைகளையுடைய சில சின்னச் சின்ன வீடுகள். அதன்பின், அவற்றுக்குப் பின்புறமாக அச்சில் வார்க்கப் பட்ட மஞ்சள் நிற கட்டடங்கள். ஆகக்கூடி காலனி முழுவதுமே ஓர் அழுக்கு கலந்த மஞ்சள் நிறம். ஃபேக்டரியின் நீண்ட புகைப்போக்கிகள் துப்பும் நச்சுக்காற்றை சுவாசித்து பழுப்பேறிய முகமுடைய மனிதர்கள். ஃபேக்டரியை காலனியுடன் இணைக்கும் கருப்பு நிற சாலையின் ஓரத்தில் மஞ்சள் வெளிச்சம் உமிழும் விளக்குத் தூண்கள். காலனிக்கு நேர் மேலே, அசுத்தமான மஞ்சள் புகை ஒரு மேகப் படலத்தைப் போல் தொங்கியது. பல சமயங்களில் திடீர் திடீரென அதனுடைய வடிவம் மாறிக் கொண்டிருந்தது. அது மீனவனின் பூதமாகவும், சர்வ சம்ஹாரினியான துர்க்கையாகவும், சாந்த சொரூபிணியான தாயாகவும்...

மைதானத்துக்கு அந்தப் பக்கத்தில் அகதிகளின் கூடாரங்களுக்கும், வடக்கு குன்றுகளுக்கும் இடையிலுள்ள சிறு குளத்தில் மீன்கள் துள்ளி விளையாடுவதை எதிர்நோக்கியவாறு கரையில் வெள்ளைக் கொக்குகள் ஒற்றைக் காலில் தவம் செய்து கொண்டிருந்தன.

பாண்டவபுரம் திகைப்பூட்டக் கூடிய ஓர் எதார்த்தமாகவே ஆகிவிடுகிறது.

இப்போது அந்தத் திகைப்பு கூட நீர்த்துப்போயிருக்கிறது. குன்றின் சரிவுகளிலுள்ள புதர்க் காடுகளின் இடையில் ஓடும் இருண்ட ஆற்றில், தினந்தோறும் கரைந்து கலக்கும் பகலைப்போல், தாளமிட்டுக் கொண்டு ஸ்டேஷனை விட்டுப் போகும் கடைசியாகவுள்ள அந்தக் கருப்புச் சதுரத்தைப் போல், எல்லாமும் சத்தியமாகின்றன.

சர விளக்குகளும், ஆரஞ்சு தோட்டங்களும், புல் மைதானமும், வெள்ளைக் கொக்குகளும், குதிரை வண்டிக்கார கிழவனும் - இப்படி எல்லாமும்...

இருந்தாலும் மனம் விம்முகிறது. நீ தந்த நினைவுகளை ஒன்றன் மீது ஒன்றாக அடுக்கி, பெரிதாக்கி, புலப்படாத பல்வகை உருவங்களை

உருவாக்க முற்படும்போது நான் எப்படிப்பட்ட தொரு முட்டாள் என்று மீண்டும் மீண்டும் தோன்றிவிடுகிறது. முதலில் விசித்திரமானதொரு ஆர்வத்துடன் தொடங்கி, அப்புறம் எப்படியோ படர்ந்து சென்று அறுத்து எறியமுடியாத, ஒரு நெருக்கமாகி விடுகிறது. நட்பிற்கே உரியதான வெறுப்புட்டும் வார்த்தைகள் ஒருபோதும் பரிமாறப்பட வில்லை. ஆனால் சூடேற்றும்படியான ஒரு நெருக்கத்தின் பிணைப்புகள் இறுகிப் போயிருக்கின்றன. அது உணர்த்திய பழக்கம் நட்புதான் என்று தெரிந்தது. நீ தனிமைப்பட்டிருக்கும் அபூர்வமான சில நிமிடங்களில் உன்னருகில் ஓடிவந்து உன் வெறுப்பூட்டும் ஏகாந் தத்தைப் பங்கிட்டு கொள்ளவும், புலப்படாத ஏதோ சில பொருள் களைத் தேடிப் போகவும் என்னைத் தூண்டியது எந்த சக்தியென்று தெரியவில்லை. ஆனால், அது வார்த்தைகளுக்கும் சத்தங்களுக்கும் வாசனைகளுக்கும் மேலாக ஏதோ பெரியதொரு தகவலாக இருந்தது. அதை அன்பு என்று அழைக்க எனக்குப் பயமாக இருந்தது. ஒரு காமுகனுக்கு அன்பு அவசியமானது இல்லை. அநாவசியமான ஓர் ஆர்ப்பாட்டம்தான் அது. ஆனால், ஒன்றை மட்டும் நம்ப வேண்டும். உன்னுடன் நெருங்கிய நிமிடம் முதல் நான் என் காமுக முகமூடியைத் தூக்கியெறிந்துவிட்டிருந்தேன். நீ என் கனவுகளில் ஒட்டிக்கொண்டு நின்றாய். உன் மதர்ப்புகளில் முத்தமிட்டு, உன் நீண்ட தலைமுடியில் விரல்களால் கோதி, உன் ஈர உதடுகளில் முகத்தைப் புதைத்து நான் எங்கேயோ அபயம் தேடிக்கொண்டு இருந்தேன். ஆமாம், அப்போ தெல்லாம் நீ மட்டும்தான் என்னுள் குடிகொண்டிருந்தாய். ஒரு காமுகனா வதற்கான கட்டளையுடன் பிறந்த எனக்கு, அப்படியெல்லாம் கனவு காண்பதற்கான அருகதை இல்லையென்று என் இளகிய புத்தி உபதேசிக்கத் தொடங்கியபோது, முடிந்தமட்டில் என் முழுச்சக்தியுடன் ஒரு காமுகனின் சுயநலமென்னும் கறைபடிந்த நெருக்கம் மட்டும்தான் அதுவென்று சத்தியம் செய்து உறுதிப்படுத்துவதற்கு நான் துணிந்தேன். நேற்று உன் முகத்தில் தெரிந்த அந்த விசித்திரத் தோற்றத்தைச் சிக்கல் பிரித்து எடுக்க என்னால் முடியவில்லை. 'நான் உங்களை வெறுக்கிறேன்; என் வாழ்க்கையிலிருந்து விலகிப் போங்கள்' என்று நீ காறித் துப்பிச் சொல்லி இருந்தாயானால், வந்ததைப் போலவே இரவு பகல்களென இடைவிடாமல் தன் தாளலயத்தில் ஆழ்த்துகின்ற ரயிலில் ஏறி நான் திரும்பிப் போயிருந்திருப்பேன். வேண்டுமென்றேதான் நீ அப்படியெதுவும் சொல்லவில்லை. உன் முகத்தில் கண்ட அந்த வறண்ட சிரிப்பு என்னைத் திடுக்கிட வைத்தது. அதில் எனக்குப் புலப்படாத என்னவெல்லாமோ மறைந்து கிடந்தன. அது, நான் ஆராதித்திருந்த தேவியின் சிரிப்பாக இல்லாமலிருந்தது. நீ ஏதோ சில தீய சக்திகளின் பிடியில் அகப்பட்டுக் கொண்டு இருக்கிறாய் என்று எனக்குத் தோன்றிவிட்டது. உன்னுடைய ஈர்ப்புச் சக்திக்கு என்னால்

புரிந்து கொள்ள முடியாத வேறு ஏதோ நிறம் வீழ்ந்திருந்தது. தேவி, நீ எனக்காகத் காத்துக்கொண்டு இருந்தாய் என்று கூறியதும் பெரியதொரு பொய்தான். அவ்வாறெல்லாம் என்னிடம் சொல்லி நம்ப வைக்கலாம் என்று நீ கருதுகின்றாயோ?

கனவு காணக்கூடிய வாய்ப்பு கிடைப்பது பெரும் சாபம்தான்.

நான் இங்கே அநாதையாகிறேன். பனிப்படலங்களில் உருகிப்போகும் முகங்களும், காற்றடித்து மறைந்து விடும் கால் தடங்களும் போலாகி விடுகிறேன். மஞ்சள் காய்களில் வெடித்துச் சிதறும் கருத்த விதைகளைப் போல், ஐப்பசி மாதத்தில் மலரும் பூத்திட்டுகளில் சட்டென மலர்ந்து வாடிப்போகும் மஞ்சள் பூக்களைப் போல், சூறைக் காற்றில் மரக்கிளைகளிலிருந்து ஒரு கிறீச்சலுடன் பிடிமானம் தவறி விழுந்துவிடும் பறவைகளைப் போல்...

இவை எதையும்உள்ளுக்குள் ஒதுக்குவதற்கான சக்தி எனக்கு இல்லை.

பாண்டவபுரம் என்னை அழைக்கிறது. என் புகலிடம் அங்குதான் உள்ளது. எப்போது எங்கு சென்றாலும் மீண்டும் நான் அங்குதான் திரும்புகிறேன். விசித்திர உறவுகளின் இழைகளைப் பிடித்துக் கொண்டு நான் இங்கே வரமுடியாமல்தான் இருந்தேன். இவ்விடத்தில் உறவென்று சொல்லிக்கொள்ள நான் யாருமாக இருக்கவில்லை. என்னை அடையாளம் அறிந்து கொண்டதாகப் பாவிப்பவர்களின் முகத்தில்கூட பழக்கமின்மையின் திரைதான் இருக்கிறது. அந்த உறவுகளில் வேர்களை ஊன்றப் பார்ப்பது அபத்தம்தான் என்று எனக்கு இப்போது புரிகிறது; அதனால் நெருங்கக் கூடாது. யாருக்கு யாரோடுதான் நிரந்தரமான உறவு உள்ளது? தக்க தருணத்தில் எடுத்து அணியும் முகமூடிகள்தான் உள்ளன.

பாண்டவபுரம், என் அன்புக்குரிய பாண்டவபுரம்.

பாண்டவபுரம் ஓர் ஆசுவாசமாகும். குழப்பமான மனங்களில் பாண்டவ புரத்தின் தேவாலயத்திலுள்ள கண்ணாடித் துண்டுகள் பதிக்கப்பட்ட சரவிளக்குகள் கீழே விழுந்து உடைகின்றன. வண்ணங்கள் நிறைந்த கண்ணாடிச் சில்லுகள் சிதறித் தெறிக்கின்றன. திரைகளின் மூலமாக இல்லாமல் நினைவுகளின் மூலம்தான் பாண்டவபுரம் ஆசுவாசம் தருகிறது. அங்கே திரை இல்லை. வேதனையின் மூலம் ஆசுவாசம் தரும் நினைவுகள் மட்டுமேயுள்ளன.

ஒரு முறை பதினாறு வயதுள்ள ஓர் இளம்பெண்ணைச் சந்தித்தேன். முகப் பருக்கள் கூம்பியிருக்கும் சிறிய முகம். அவள் அகதிகள் காலனியில்தான் தங்கியிருந்தாள். மடியில் நாவல் பழங்களுடன் ஒரு

நாள் உச்சிவேளையில் என்னைக் காண வந்தாள். பாண்டவபுரத்துக் கேயுரிய சூரியன் தீப்பிடித்து எரிந்துகொண்டு இருந்தது. வெயிலில் கருத்துப்போன முகத்தில் வியர்வைத் துளிகள் உருண்டு சேர்ந்து நின்றன. வியர்வைத் துர்நாற்றமுள்ள நீண்ட உடை இரண்டாக வகிடு எடுக்கப் பட்ட செம்பட்டையான ஜடைப் பிடித்த தலைமுடி. அவள் குளித்தே பல மாதங்கள் ஆகியிருக்க வேண்டும். 'பாபுஜி எனக்கு ஒரு வேலை கொடுங்க' என்று கெஞ்சினாள். அத்துடன், 'தோ, இங்கதான் அம்மா நேத்திக்கு சூடு வைச்சாங்க' என்றவள் தன் உடையின் முனையைத் தூக்கி சிவந்த தொடையில் கருத்துப் போயிருந்த வடுவைக் காட்டினாள். மேலும், 'இன்னிக்குக் காலையிலேர்ந்து பச்சைத் தண்ணியைத் தவிர வேறொன்றையும் சாப்பிடல. நேத்திக்குக் கூட பரவாயில்ல. ஒரு ரொட்டித் துண்டாச்சும் கெடைச்சிது' என்றாள் பரிதாபமாக.

அறைக்குள் உஷ்ணம் அதிகரித்துக்கொண்டு இருந்தது. சிமெண்டு சுவர்கள் உஷ்ணத்தைத் துப்பிக் கொண்டிருந்தன. வெட்டிவேர் போட்டிருந்த மண் பானையிலிருந்து அவள் இரண்டு மூன்று குவளை தண்ணீரை எடுத்து ஆவலோடு குடித்தாள். 'உனக்கு என்ன வேலை தெரியும்' என்றதற்கு 'எந்த வேலையும் செய்வேன் பாபுஜி' என்றாள். 'எதுவும்?' என்றேன். அவள் முகம் குனிந்து தலையாட்டினாள். ஒரு சோப்புக்கட்டியை எடுத்துக் கொடுத்து 'குளிச்சிட்டு வா' என்றேன். அவள் குளித்து முடித்துவிட்டு வந்து என் கைலியைத்தான் உடுத்திக் கொண்டாள். அதன்பின் அவள் தினந்தோறும் மடியில் நாவல் பழத்துடன் வந்தாள். அறையைப் பெருக்கிச் சுத்தப்படுத்தினாள். பாத்திரங்களைக் கழுவி வெளுப்பாக்கினாள். அதிகாலையிலேயே நிலக்கரியடுப்பைப் பற்ற வைத்து டீ போட்டுக் கொடுத்தாள். இரண்டு வேளை ஆகாரம் கிடைத்தவுடன் அவளுடைய கன்னங்கள் சிவந்தன. உடைக்குள்ளே மஞ்சள்நிற அடிவயிற்றில் கனம் தோன்றியது. அவளுடைய முடிக்கு கடுகு எண்ணெயின் மணம் வீசியது. சுவாசத்திலும் வெள்ளைப்பூண்டின் மணம் கலந்திருந்தது.

அவளுடைய அழுகைக் குரல் காயம்பட்ட பறவைக் குஞ்சினுடையதைப் போல்தான் இருந்தது. அவளின் அந்த அழுகை இதோ இப்போதும் கூட என் தலைக்கு மேலே தொங்கி கொண்டுதானிருக்கிறது.

அவளுடையது மட்டுமல்ல. பாண்டவபுரத்திலுள்ள அநேகப் பெண்களின் சாபமும் அப்படித்தான் இருக்கிறது.

குன்றின் உச்சியில் தியானத்தில் அமர்ந்திருக்கும் அந்த துர்க்கையின் சாபமிது.

அவையெல்லாம் சேர்ந்துதான் இப்போது என்னை தேவியின் மூலம் அடிமைப்படுத்துகிறது.

அவன் இரண்டு கைகளாலும் மணலில் சிறியதொரு குழியை உண்டாக்கினான். முழங்காலிலிருந்து முழங்கையை மடக்கி நெருப்புக் கோழியைப் போல் அந்தக் குழியினுள் முகத்தைப் புதைத்துக் கொண்டான். ஈரமுள்ள அடிமணலின் ஈர ஸ்பரிஸம் மேலாக குளிர்ந்த இளம் காற்று தடவிச் செல்கிறது.

வெகுநேரம் வரையில் அப்படியே நின்றான். அவனைச் சுற்றிலுமுள்ள பகல் இருண்டது. ஆறும் இருண்டது. அடையாளம் தெரியாத ஏதோவொரு துக்கத்தின் மெல்லிய ராகத்துடன் இரவு படர்ந்து வந்தது.

எரியும் திரிகளின் பிரகாசம் தேவாலயத்தின் பிரார்த்தனை அறையில் ஏழு வண்ணங்களாக விரிந்தன. உயர்ந்த தரையில் ஒரு கருத்த பீடத்தில், நீட்டிய கைகளுடன் நின்று கருத்த உடையணிந்த பாதிரியாரின் முகம் சாந்தமாக இருந்தது. அவருக்கு மேலே ஒரு சுருக்குக்கயிறு தொங்கிக் கொண்டிருந்தது. அச்சூழலில், பின்பக்கச் சுவரில் தொங்கவிட்டிருந்த, கருப்பு வேடத்தில் கொம்பு மீசை அருட்போதகரின் எண்ணெய்ச் சாய ஓவியத்தில் வெளிச்சமும் நிழலும் மாறிமாறி விழுந்து கொண்டிருந்தன. பின்பக்க அறையிலிருந்து பாட்டுப்பாடும் கூட்டம் மெல்லிய குரலில் அந்தக் கருத்த அருட்போதகரின் சாந்தி கீதத்தைப் பாடிக் கொண்டிருந்தது. அவர்களின் தாழ்ந்த ராகத்துக்குள் உருகாமல், அவற்றிற்கும் மேலாக பாதிரியாரின் வெண்கலக் குரல் சிதறி விழுந்து கொண்டிருந்தது. அவர் இந்த பூமியில் சமாதானத்தை விதைப்பவர்களின் புகழ் கீதத்தைப் பாடிக்கொண்டிருந்தார். 'பூமியில் சமாதானம் தேடுபவர்களே, இதோ என்னுடைய இந்த சக்திமிக்க கைகளுக்குள், எனக்கேயுரிய இருளுக்குள் வாருங்கள்!' என்று அவர் மீண்டும் சொல்லிக் கொண்டிருந்தார். வெளியே, வராந்தாவில் எங்கேயோ பொறுமையை இழந்த ஒரு எருமைக்கடா முரட்டுத்தனத்துடன் கால்களால் தரையைச் சுரண்டி கதறிக் கொண்டிருந்தது.

கருப்புத் தரையில் முட்டுக்காலால் தவழ்ந்தவாறு அவன் பாதிரியாரின் முன்னால் போய்ச் சேர்ந்தான். முகத்தை உயர்த்தி, எல்லாவற்றையும் தன் வயப்படுத்தும் அவருடைய கண்களை ஆவலுடன் உற்று நோக்கினான். ஏதோவொரு கனத்த உள்ளங்கை தன் உச்சந்தலையில் பதிந்ததாக அவனுக்குத் தோன்றியது. அதனுடைய குளிர்ந்த ஸ்பரிஸம் பனிக்கட்டி களாக அவனுடைய நரம்புகளின் வழியே வழிந்தது. கொஞ்சம் நடுங்கிய அவனுடைய உடல், மரத்துப் போகத் தொடங்கியது. உச்சந்தலையி லிருந்து விரல் நுனிவரையில் குளிர்ச்சி படர்ந்தது. அபூர்வமான குளிரில் அவனுடைய நரம்புகள் தளர்ந்து சுருங்கியது. உள்ளுக்குள் எங்கேயோ ரத்தம் உறைந்து கெட்டிப்படுவதை அவன் அறிந்தான்.

பின்பக்க அறையில் இசைக்குழு அப்போதும் அந்த அருட்போதகரின் சாந்தி கீதத்தைப் பாடிக் கொண்டிருந்தது.

‘பூமியில் சமாதானம் தேடுபவர்கள் அனைவரும் என்னுடைய சக்திமிக்க கைகளுக்குள், என்னுடைய சாசுவதமான இருளுக்குள் வாருங்கள்!’ பாதிரியார் மீண்டும் மீண்டும் சொல்லிக் கொண்டு இருந்தார்.

வெளியில், எருமை பொறுமையிழந்து கதறிக் கொண்டிருந்தது.

அவன் கேவினான்.

‘அமைதியின் அருட்போதகரே! இந்த அறிவை, கனவு காணும் திறமையை, என்னிடமிருந்து எடுத்துக் கொள்ளுங்கள்!’

அதன்பின் அவன் எழுந்து கொண்டான்.

இருண்டு விட்டிருந்தது. ஒரு மழையும் பெய்து ஓய்ந்திருந்தது.

முடியில் ஒட்டிக்கொண்ட மணலைத் தட்டிவிட்டுக் கொண்டே வேகமாக நடக்கும்போது, அவன் முணுமுணுத்தான்.

என் பாண்டவபுரம்; என் அன்புக்குரிய பாண்டவபுரம்.

பாண்டவபுரம் ஆறுதலானதுதான்; ஆம். ஆறுதல் அளிக்க மட்டுமே கூடியது. குழப்பமான மனங்களில் மட்டும்தான் பாண்டவபுரம் உருவம் கொள்கிறது.

பத்து

எதனாலோ, இப்போது அவனிடம் வெறுப்பு கூட தோன்றவில்லையே என்று தேவி நினைத்துக் கொண்டாள்.

எதிர்பாராத வேளையில் விழுந்த அடியினால் மல்லாந்து விழுந்ததுபோல், கால்களுக்குக் கீழே ஓர் அதிர்வு. கொஞ்சம் கனிவுக்காக கெஞ்சும் முகபாவம். சில நிமிடங்களிலேயே ஒரு பிறவியின் பேராசை முழுவதும் உள்ளுக் குள்ளேயே கடந்து போயிருக்க வேண்டும். அம்முகத்தில் தோல்வியையும் சரணடை தலையும் கண்டவுடன் எதற்காகவோ எழும்பிய உள்ளங்கால் தானாக நகர்ந்தது.

இதுவொரு கட்டளைதான்.

அவனுள் ஜீவனின் துடிப்பு முதன்முதலாக துடித்த நிமிடத்திலேயே இந்தத் தீர்ப்பு எங்கேயோ குறிக்கப்பட்டு இருக்க வேண்டும்.

எங்கும் எதிலும் வேரூன்றாமல் கடும் வெப்பத்தின் அனல் காற்றால் ஏற்பட்ட தளர்வு. புதுமழையில் பிறந்து ஜுவாலையை வட்டமிடும் ஈசல்களின் வாழ்க்கை. ஒரே நிமிடத்தில் பிறந்து, வாழ்ந்து, அதே நிமிடத்தில் ஒடுங்குதல்.

அது காமுகர் வம்சத்தின் சாபமாகவும் இருக்கலாம்.

அவர்களுக்கு நேசம் அவசியமில்லை. அது ஓர் ஆடம்பரம் மட்டுமே.

உள்ளுக்குள் உறுதிப்பட்டு, சுற்றிலுமுள்ள உலகத்தை மறந்து, பைத்தியம் பிடித்து, ஒரு

பிசாசைப் போல் ஆவேசமாக அணைத்துக்கொண்டு நேசிக்க அவர்களால் முடியவில்லையே! நேசம் என்பது எப்போதும் அவ்வாறுதான் உள்ளது. மீண்டும் கிடைக்கும் என்றும் ஆசையில்லாமல், ஒரே வழியிலேயே நகரும், ஒருவனின் கனவுகளில் மட்டுமே ஒதுங்கக் கூடிய...

மீண்டும் கிடைக்கும் நேசம் வெறும் சாதாரண கொடுக்கலும் வாங்கலு மாகத்தான் ஆகிறது.

எனக்கு இப்போது அவனிடம் ஒருவகை உருக்கம் கூட தோன்றி விடுகிறது.

அந்தக் காலத்தில் கேட்ட கதைதான் அது. நாட்டுப் பாடல்களாக, மோகம் கொள்ளும் கானமாக, பாண்டவபுரத்தின் மென்காற்றில் பறந்து திரிந்த ஒரு பழைய கதை அது.

அது சரியாகவும் இருக்கலாம். தவறாகவும் இருக்கலாம்.

பாண்டவபுரத்தைச் சுற்றிச் சுழலும் ஏராளமான கதைகளைப் போலவே இங்கும் உண்மைக்கும் பொய்க்கும் இடையேயுள்ள எல்லைக்கோடு மெலிந்து போகிறது.

●

அந்தக் காலத்தில், வெள்ளைக்காரர்களின் காலாட்படையினர் பாண்டவபுரத்தில் வந்து இறங்குவதற்கு முன்பு, ஃபேக்டரிகள் முளைப்பதற்கு முன்பு, சாலையோரத்தில் ஒரு கொல்லனின் உலைக்களம் இருந்தது. வெளிநாட்டிலிருந்து வந்து குடியேறியவன்தான் அந்தக் கொல்லன். அதனால், அவனுக்கு கோதுமையின் நிறமும், பூனைக் கண்களுமாக இருந்தது. அவனுக்குக் கொஞ்சம் செம்பட்டை முடி. கிராமத்தின் முதல் கொல்லன். அதனால், அவன் துருத்தியைப் போன்றுள்ள உலையின் மூலம் காற்று ஊதும்போது கனல் கட்டைகள் வெந்து சிவப்பது கிராமத்திலுள்ள சிறுவர்களுக்கு புதுமையான காட்சியாக இருந்தது. இரும்புத் துண்டுகள் கனல் கட்டைகளில் கிடந்து பழுத்து சிவப்பதையும், கொல்லன் சம்மட்டியால் அவற்றை அடித்துத் தட்டையாக்கும்போது, அவனுடைய கையிலுள்ள தசைகள் உருண்டு மேலேறுவதையும் எல்லாம் பிள்ளைகள் விரிந்த கண்களுடன் நோக்கி நின்றார்கள். இரும்பைப் பதப்படுத்தவும் உருக்கவும் திறமையுள்ள அவன் மிக விரைவிலேயே கிராமத்தின் இரும்பு மனிதனானான்.

உள்ளுக்குள்ளும் வெளியிலும் கொல்லன் ஒரே மாதிரியான முரடனா கத்தான் இருந்தான். அவன் எப்போதும் கிராமவாசிகளை விலக்கியே தான் நிறுத்தினான். அறிவில்லாத, குறிக்கோளில்லாத மக்கள்,

வெளிநாட்டவனின் லட்சியத்துக்கு முன்னால் எவ்வளவு சீக்கிரத்தில், மிரண்டுவிடுகிறார்கள்! அவர்களில் பலமுள்ள சில ஊர்க்காரர்களைத் தேடிப்பிடித்து அடக்கிவைப்பது அவனுடைய கொடூரமான பொழுது போக்காக இருந்தது. கிராமத் தலைவனின் மூத்த மகன் ஒரு படிப்பாளி. அவனையே அந்தக் கொல்லன் தன்னுடைய கருவி பெட்டியைத் தூக்க வைத்தது கிராமத்தில் மிகப்பெரிய கொந்தளிப்பை உண்டாக்கியது என்றாலும், யாரும் அந்தக் கொல்லனுக்கு எதிராக ஒரு விரலைக் கூட அசைக்கத் துணியவில்லை.

கொல்லனின் மனைவியும் வெளிநாட்டுக்காரிதான். பார்ப்பதற்கு அவள் அழகானவளாக இருந்தாள். கோதுமை நிறமும், சப்பை மூக்கும், ஆழமான நீண்ட கண்களும், நீண்ட தலைமுடியும், குலுங்கிய நடையும் கொண்டவள். கொல்லன் அவள் முன்னால் மட்டும் குழைந்து வாலாட்டினான். தன் மனைவியின் மேல் உள்ளூர் இளைஞர்களின் கண்கள் ஆவலுடன் விழுவதை அவன் பெருமிதத்துடன் நோக்கினான். நான்குபேர் கூடுகின்ற இடத்திலெல்லாம் தன் மனைவியைக் காட்சிப் படுத்துவது என்பது கொல்லனுக்கு மிகவும் உற்சாகமாக இருந்தது. திருவிழாக்களுக்கும் சந்தைகளுக்கும், மக்கள் கூடும் இடங்களுக்கு மெல்லாம் அவன் தன் மனைவியையும் அழைத்துச் சென்றான். இளைஞர் களின் கூர்ந்த கண்கள் அவளை வட்டமிடுவதை அவன் சாடையாக நோக்கினான். அவனுடைய குடிசையைச் சுற்றிலும் அவன் இல்லாத நேரங்களில் விசிலடித்தவாறு இளைஞர்கள் திரிவது உண்டென்றாலும், கொல்லனின் இரும்புக்கரங்களை நினைக்கும்போது அவர்களுக் கெல்லாம் பயமாகத்தான் இருந்தது. கொலுசுகள் குலுங்க அவள் கிராமத் திலுள்ள கிணற்றில் தண்ணீர் மொள்ளப் போகும்போது, கொல்லனுக்குத் தெரியாமல் அவர்கள் ஒளிந்தும் மறைந்தும் அவளைப் பின்தொடர்ந் தார்கள். ஆனால், அவளின் முன்னால் வருவதற்கும், அவளுடன் ஒரு வார்த்தை பேசுவதற்கும் அவர்களுக்கு தைரியம் இல்லாமல் இருந்தது. கொல்லனின் இரும்பு சம்மட்டி விழும் சத்தம் அவர்களின் காதுகளில் எப்போதும் முழங்கிக் கொண்டிருந்ததுதான் அதற்குக் காரணம்.

இரும்பை உருக்கிக் கத்திச் செய்வதற்கு மட்டுமல்ல, கத்தியை வீசுவதற்கும் கொல்லன் திறமை மிக்கவனாக இருந்தான். அவனுடைய குறி தவறாததாக இருந்தது. சீறிச் செல்லும் அவனுடைய வேட்டைக் கத்தியிலிருந்து காட்டு மிருகங்கள் ஒரு போதும் தப்பியதில்லை. ஒரு முறை அம்பும் வில்லும் ஏந்திய வேடர்களே வெட்கமடையும்படியாக அவன் ஒரு பிரகடனம் செய்தான். வைரம் ஏறிய வயதான ஒரு பலாவின் நடுமரத்தில் அவன் ஒரு மனித உருவம் வரைந்தான். கரித்துண்டால் இரண்டு இடங்களில் ஒவ்வொரு சிறிய வட்டங்கள் வரைந்துவிட்டு, 'இது குரல்வளை, இது நாபி' என்று கூறினான்.

இரு கைகளிலும் கத்திகளுடன் ஒரு நூறடி தூரம் பின்னோக்கி நகர்ந்தான். ஒரு நிமிடம் கண்களை மூடி நின்றான். மக்கள் மூச்சையடக்கி நிற்கும்போது கத்திகள் சீறிப் பாய்ந்து பலாவில் தைத்தன - ஒன்று கழுத்திலும், மற்றது நாபியிலும். அதன்பின் கிராமத்திலுள்ள இளைஞர்கள் யாரும் கொல்லனின் மனைவியை நோக்கக் கூட தைரியப் படவில்லை. அவளின் நீலநிறக் கண்களில் எப்போதும் இரண்டு கத்திகள் நிலைக்குத்தி நின்றன.

ஆனாலும், கொல்லன் அதிர்ஷ்டம் கெட்டவனாகத்தான் இருந்தான்.

ஆண்டுகள் பல கழிந்தும் அந்தக் கொல்லத்தி பிள்ளை பெறவில்லை. வெளிநாட்டிலும் உள்நாட்டிலும் போகாத கோயில்களே இல்லை. நோற்காத நோன்புகள் இல்லை. கொல்லனுக்கு மெல்ல மெல்ல தன் பலத்தின் மேலேயே வெறுப்பேற்படத் தொடங்கியது. அந்த நேரத்தில் தான் முதன் முதலாக கொல்லனின் குறியும் தவறியது. அவனைக் கிண்டல் செய்வதுபோல் ஒரு கூட்டம் முயல்கள் கிறீச்சிட்டுக்கொண்டு அவன் கண்ணெதிரிலேயே காட்டுக்குள்ளே பாய்ந்தோடின. பட்ட மரத்தில் தைத்த வேட்டைக் கத்தியை வேகமாக உருவிக்கெண்டு கோபத்துடன் மூங்கில் புதர்களையும் காட்டுக் கொடிகளையும் வெட்டிச் சாய்த்தவாறு அவன் அந்தப் பகல் முழுவதையும் அலைந்து திரிந்து போக்கினான். தன்னுடைய கத்திவீச்சுக்கு காட்டு மிருகங்கள் கூட பயப்படாது என்று அவனுக்குப் புரிந்தது. அந்தத் தோல்வி முனையில் அவனுடைய மனம் முறிந்தது. இரும்பை வளைத்த கைகள் சட்டென்று தளர்ந்தன. முரட்டுத் தோல்களுக்கு மிருதுத்தன்மை தோன்றியது. அவனுடைய உள்ளத்தில் பொருள் தெரியாத ஏதோவொரு பயம் உறைந்து நின்றது. தான் இனிமேல் அடிக்கடி தோற்கப் போகிறோமோ? இந்த இரும்புக் கரங்களும் உறுதிமிக்க உடலும் இனி எதற்கு? தன்னுடைய மஜ்ஜையிலிருந்து சக்தியானது படிப்படியாக வடியத் தொடங்கும்போது, தன் நரம்புகள் காலப் போக்கில் தளரத் தொடங்கும் போது, உலைக்கூடத்தைக் கூட தன்னால் நடத்த முடியாத நிலை வரும் போது, தன் குலத் தொழிலைத் தொடர்ந்து நடத்துவதற்கு ஓர் ஆண்வாரிசு இல்லையென்றால்...

கொல்லனின் மனைவியின் மனமும் கலங்கத் தொடங்கியிருந்தது. கொலுசுகள் குலுங்க இடுப்பில் செப்புக் குடத்துடன் குலுங்கிக் குலுங்கி கிணற்றுப் பக்கத்தில் நடந்து செல்லவும், உற்சாகத்துடன் திருவிழாக் களுக்கும் வாரச் சந்தைகளுக்கும் போகவும் அவளுக்குத் தயக்கம் தோன்றியது. இவையெல்லாம் யாருக்காக? அவள் தன்னையே கேட்டுக் கொண்டாள். இரவில் அணைத்துக் கொண்டு படுத்திருக்கும் போது கொல்லனின் பிடியில் பழைய இறுக்கமோ உஷ்ணமோ கூட

இல்லையென்று அவளுக்குத் தோன்றத் தொடங்கியது. அவருக்கு வயதாகிக்கொண்டு வருகிறதோ? அவருடைய ஆண்மைக்குத் தளர்வு ஏற்படத் தொடங்கி விட்டதோ? குளிரால் நடுங்கும் இரவுகளில், சாராயத்தின் போதையில் சுருண்டு தூங்கும் கண்களில் அருகில் அவள் உறக்கம் வராமல் கண் விழித்துப் படுத்திருந்தாள். கொல்லனுக்கு தன்னிடமுள்ள கவர்ச்சிக் குறையத் தொடங்கி இருக்கிறது என்று அவளுக்குத் தோன்றியது. ஒரு விதை கூட முளைக்க முடியாமல் உப்பாகிவிட்ட மண்ணை அவள் சபித்தாள். காலம் போகப் போக, பல இரவுகளில் கொல்லன் குடிசைக்கு வராமலிருக்க ஆரம்பித்தான். அவனுடைய புதிய உறவுகளைப் பற்றி அண்டை வீட்டார்கள் சாடைமாடையாக ஏராளமான கதைகளாகச் சொல்லத் தொடங்கினார்கள்.

ஒரு நாள் நடு இரவில் கொல்லன் குடித்து புத்தி தடுமாறி குடிசைக்கு வந்து சேர்ந்தபோது அவள் வேதனையுடன், 'உங்களுக்கு என் மேல் வெறுப்பா? நம்ம நாட்டுலவுள்ள பிச்சைக்காரிங்க கூட அவளைவிட அழகானவளாச்சே! உங்கள கவரக்கூடிய வகையில அந்தப் பொண்ணு கிட்ட என்னதான் இருக்கு?' என்று கேட்டாள்.

அவள் தொடர்ந்து கேள்விமேல் கேள்வியாக வீசிக்கொண்டிருந்தாள். அவளுடைய குரல் கோபத்தாலும் வேதனையாலும் கிறீச்சிட்டன.

அதற்குப் பதில் சொல்வதுபோல் அவனிடமிருந்து தொடர்ச்சியான குறட்டையொலிதான் ஒலித்தது.

'ஆனா, ஒண்ணு மட்டும் நெனைப்பிருக்கட்டும்' என்று போர்வைக்கு அடியில் சுருண்டு படுத்திருக்கும் உடலை கால்களால் தட்டியுருட்டிய அவள் அலறினாள்: 'அவள இந்த குடிசையில கொண்டாந்துடலாம்னு மட்டும் ஆசைப்பட்டுடாதீங்க. நீங்க அவளை வப்பாட்டியாக வேணும்னா வச்சிக்குங்க. ஆனா, இந்தக் குடிசைக்குள்ளே அவ காலடி வைச்சா, அவ காலை நான் கொத்தியே நறுக்கிடுவேன்.'

மறுநாள் இரவிலும் வெகுநேரங் கழித்துதான் கொல்லன் வீட்டுக்கு வந்தான். வந்தவுடனேயே பாயில் விழுந்து குறட்டையுடன் தூங்கத் தொடங்கினான்.

அதன்பின்பும் பலஇரவுகளில் அதேபோல் நடந்ததால், கணவனைத் தன் பிடிக்குள் நிறுத்துவதற்கான தகுதியை, தான் இழந்து விட்டதாக அவள் உணர்ந்து கொண்டாள்.

அவள் அவ்வூர் கிராமத் தலைவனிடம் தன் புகாரைக் கூறிப் பார்த்தாள்.

'அது உங்க சொந்த விஷயம்' என்று சுற்றும் முற்றும் பீதியுடன் நோக்கிக் கொண்டு கூறினான் கிராமத் தலைவன். தூரத்தில் கொல்லனின் உலைக்

கூடத்திலிருந்து சம்மட்டி அடி ஓங்கி விழும் சத்தத்தை அவனால் கேட்க முடிந்ததுதான் அதற்குக் காரணம்.

'வெளிநாட்டுக்காரங்க விஷயத்துல ஈடுபடறது நம்மால முடியாது.'

கடைசியில், கொல்லனைத் தன் கட்டுப்பாட்டில் நிறுத்துவதற்கு அவள் ஒரு சூட்சுமத்தைக் கண்டுபிடித்தாள்.

ஒருநாள் தன் வீட்டு முற்றத்தில் ஏதோவொரு ஆணின் கனமான கால்சுவடுகள் பதிந்திருப்பதை கொல்லன் கண்டான். நன்கு அழுந்திய கால்சுவடுகள். எப்படியும் அவன் ஓர் தடியனாகத்தான் இருக்க வேண்டும். அந்த எண்ணம் முதலில் அவனிடம் சிறிது மனச்சோர்வு அடையச் செய்தது என்றாலும், ஒரு உறுமலுடன் அவன் அதை உடனே விழுங்கினான். என்றாலும் அந்த கால் சுவடுகளின் வடிவம் அவன் மனத்தில் மறையாமலேயே கிடந்தது. மறுநாள் அவன் கண்டது, இன்னொருவனின் கால்சுவடுகளாக இருந்தன. அவன் ஒரு நொண்டியாக இருக்க வேண்டும். இடது கால் பாதம் மண்ணில் சரியாகப் பதிந்திருக்கவில்லை.

மூன்றாவது நாள் வந்தவன் குருடனாக இருக்க வேண்டும். கனமான இரண்டு கால் பாதங்களோடு தடியுன்றி நடந்ததன் அடையாளமும் இருந்தது.

வெறியேறி அவர்களெல்லாம் யாரென்று அவன் கேட்பான் என்றும், தலைமுடியைப் பிடித்து இழுத்து தன்னை அடித்துத்துவைப்பான் என்றும் அவள் கணக்கிட்டிருந்தாள். ஆனால், அவளைத் திகைக்க வைப்பது போல் அவன் அந்த கால்சுவடுகளைப்பற்றிக் கேட்கவே இல்லை. வழக்கம்போல் பல இரவுகளில் அவன் குடிசைக்கு வராமலிருந்தான். வரும் இரவுகளிலும்கூட நடுநிசிக்கு மேல் குடித்து நிதானமிழந்து கால் தரையில் பாவாத வகையில்தான் வந்து சேருவான். வந்தவுடனேயே பாயில் சுருண்டு படுத்து குறட்டையிழுத்தவாறு தூங்கத் தொடங்கி விடுவான்.

தோல்விச் சுமையேறிய மனத்துடன் கொல்லத்தி புதிய உபாயங்களைப் பற்றி ஆலோசிக்கத் தொடங்கினாள்.

அவ்வாறு இருக்கும்போதுதான் ஒரு நாள் உச்சி வேளையில் கொல்லனின் உலைக் கூடத்துக்கே சென்று தான் கர்ப்பிணியாகி விட்டதாக அவள் ஆரவாரத்துடன் அறிவித்தாள்.

'நீ கொஞ்சம் சும்மா இருக்கப் போறியா இல்லையா?' என்று அவள் அடிவயிற்றில் அடித்துவிட்டு கொல்லன் சொன்னான்.

'உண்மைதாங்க' என்று கடவுளின் மேல் ஆணையிட்டு அவள் மீண்டும் கூறினாள்.

'அப்படின்னா கொழந்தைக்கு அப்பன் யாரு?'

'நீங்கதான், நீங்க இல்லேன்னா வேறு யாராக இருக்கும்?'

'அதை விடு' என்ற கொல்லனுக்கு நம்பிக்கை ஏற்படவில்லை. அவன் மனத்தில் அந்த பழக்கப்பட்ட கால் தடங்கள் தெளிந்து வந்தன. அந்தக் கூட்டத்தில் இந்தக் குழந்தைக்குத் தகப்பன் யாராக இருப்பன்? தடியனா, முடவனா, குருடனா?'

'என்னை நம்புங்க!' என்று கொல்லத்தி நெஞ்சில் கை வைத்துக் கூறினாள்: 'உங்களைத் தவிர வேற யாரையும் நான் மனசால்கூட நினைக்கலீங்க.'

'அப்படியென்றால் அந்த கால்சுவடுகள்?' என்று கேட்பதற்காக கொல்லன் முற்பட்டான் என்றாலும் உடனே அதை விழுங்கிக் கொண்டான். அது கீழ்த்தரமான ஒரு பொறாமை என்று அவனுக்குத் தோன்றியது. தனக்கு அதில் புண்ணியமில்லை என்றாலும், தன் மனைவியின் வயிற்றில் மற்றொருவனின் விதையா? - அவனுடைய மனம் கலங்கவும் தெளிவடையவும் செய்தது. அவனுக்கு தன்னுடைய வேதனையைப் பங்கிட்டுக் கொள்ள ஊரிலேயே யாதொரு நண்பனும் இல்லாமல் இருந்தான். வேண்டுமானால் அவளை தலைமுடியைச் சுற்றிப்பிடித்து, ரோட்டின் மேல் இழுத்துப்போட்டு நான்கு பேர்கள் பார்க்கும் விதமாக உதைத்துத் தள்ளலாம், அது ஆண்மையாகுமா? கிராமத்தார்கள் அதைப்பார்த்து கழுதைப் புலிகளைப் போலல்லவா சிரிப்பார்கள். 'வெளிநாட்டுக்காரனால் தன் மனைவிக்கு ஒரு குழந்தையைக் கொடுப்பதற்கான திறமைகூட இல்லை! அதனால்தான் அவன் மனைவி இந்தக் கிராமத்துக்கார கள்ளக் காதலனைத் தேடிப் போனாள் - இப்படி அவர்கள் தங்களுக்குள் கூறிச் சிரிப்பார்கள். அதனால், அப்படிச் செய்ய வேண்டாம். தன் நாட்டின் வீரத்தை உதறித் தலைமுழுக அவன் தயார் இல்லை.

ஆனால், இதற்கு தான் ஒரு பதிலடி கொடுக்கவில்லை என்றால், கள்ளக் காதலனை எதிர்ப்பதற்கான தகுதிகூட இல்லாத ஒரு மலடனாக அல்லவோ மக்கள் தன்னைப் பார்ப்பார்கள்? தன்னுடைய இரும்பொத்த உருவமும் அவர்கள் மத்தியில் தளர்ந்து விடுமே! வேட்டைக் கத்திக்குக் கூர்மையேற்றிக் கொண்டு அவன் தன் கவனத்தை அந்த இனந்தெரியாத கள்ளக் காதலனின் பக்கம் திருப்பினான். யார் அவன்?

மனைவியின் அடிவயிற்றைப் பார்க்கும்போதெல்லாம் அவன் குழம்பினான். சம்மட்டியைத் தூக்குவதற்கான பலத்தைக்கூட தான்

இழந்து விட்டிருப்பது அவனுக்குப் புரிந்தது. கத்தியை எறியும்போதும் கூட குறி முற்றிலும் தவறிவிடுகிறது.

கடைசியில் எந்தவொரு வழியும் புலப்படாமையால் அவன் கிராமத் தலைவனிடமே சென்றான்.

கிராமத் தலைவனுக்கோ அந்த விஷயத்தில் ஈடுபடுவதற்கு பயமாக இருந்தது. பயத்துடன் சுற்றும் முற்றும் நோக்கிவிட்டு அவன் முனகினான்:

'அதெல்லாம் உங்க வெளிநாட்டுக்காரங்க விஷயம். அதுல ஈடுபட நாங்க தயாரில்ல.'

ஆனால், கொல்லனின் எரியும் கண்களை நோக்கியபோது அவன் தலை தானாக கவிழ்ந்து கொண்டது. ஆனால், கிராமத்துக்கார அந்தக் கள்ளக் காதலனைக் கண்டுபிடித்துக் கொடுத்தால் ஊர் சட்டதிட்டத்தை அனுசரித்து அவனைத் தண்டிக்கலாம் என்று வாக்களித்தான்.

'அவனைத் தண்டிக்க உங்க உதவியொண்ணும் எனக்கு வேணாம்' என்று சீறிய கொல்லன், 'அவனுக்கு என்ன தண்டனை கொடுக்கலாம்னு நானே கண்டுபுடிச்சி வைச்சிருக்கேன். ஆனா, அவன் யாராக இருக்கும்னு தெரிஞ்சிக்கறதுக்குத்தான் என்ன வழின்னு எனக்கு தெரியணும்?'

'அது இப்போ...' என்ற தலைவனுக்குச் சிரிப்பு வந்தது. பின், 'அத உங்க மனைவியில்லே சொல்லணும்? எங்களுக்கு எப்படித் தெரியும்?' என்றான்.

மனைவியிடம் இனி அவ்விஷயத்தைப் பற்றிக் கேட்பது இல்லை என்று அவன் முன்பே சத்தியம் செய்துவிட்டிருந்தான். அவனுடைய தேடுதல் நீண்டது. சந்தையில், திருவிழாக் கூட்டங்களில் அவன் சுற்றித் திரிந்தான். அந்தக் கூட்டத்தில் எங்கேயாவது ஒரு காமுகனின் முகமும் கண்களுமுள்ள இளைஞன் எவனாவது இருக்கிறானா என அவனுடைய கண்கள் தேடின.

வெகு நாளைய தேடலுக்குப் பிறகு, கடைசியில் ஒருவனைக் கண்டு பிடித்தான். மெலிந்து பளிச்சென்றுள்ள ஓர் இளைஞன். கருப்பு நிறம், மலர்ந்த உதடுகள், மெலிந்த மீசை, அளவற்று ஒளிரும் கண்கள்- எல்லாம் ஒரு கள்ளக்காதலனுக்கேயுரிய அமைப்பு.

'நானில்ல' என்று ஆரம்பத்திலேயே சொன்னவன், 'ஆனா, ஒரு காலத்துல நான் அவபேர்ல ரகசியமா மோகம் கொண்டிருந்தது உண்மை தான்' என்றான்.

'தூத்..' என்று கொல்லன் அவன் முகத்தைப் பிடித்து ஆட்டினான். அவனை இழுத்துக் கொண்டு கிராமத் தலைவனிடம் சென்றான்.

'இவன் தான் அந்த ஆளு' என்று கொல்லன் தலைவனிடம் சொன்னான்.

இளைஞன் முகத்தையும் கொல்லனின் முகத்தையும் மாறி மாறி நோக்கிய பிறகு தலைவன், 'அதுக்குச் சாட்சி இருக்கா? இல்லே, இவனே ஒத்துக்கொண்டானா?' என்று கேட்டான்.

'இவனோட ஒப்புதலை யாரு கேட்கணும்?' என்று சீறிய கொல்லன், 'இவன் இல்லேன்னா, இவனைப் போல இன்னொருத்தன்' என்றான்.

தலைவன் ஒன்றும் சொல்லவில்லை. வெறுமனே தலையாட்டினான்.

இளைஞனுக்கு மொட்டையடித்து, கழுதைமேல் ஏற்றி, கொட்டு மேளத்துடன் கிராமத்திலுள்ள பிரதான வீதிகளின் வழியே கொண்டு சென்றான். கடைசியில் அந்தப் பழைய முதிர்ந்த பலாமரத்தை அடைந்தவன் அதன் அடிமரத்தில் கட்டி வைத்தான். அங்கே, கொல்லன் முன்பு வரைந்து வைத்திருந்த மனித உருவம் அப்படியே மறையாமல் இருந்தது. அதனுடைய குரல்வளையிலும் நாபியிலும் அவன் உண்டாக்கிய காயங்களிலிருந்து அப்போது ரத்தம் வடிந்து கொண்டிருந்தது.

அம்மரத்தைச் சுற்றிலும் மக்கள் கூட்டம் கூடியிருந்தது. அந்த இளைஞனை கொல்லன் எப்படித் தண்டிக்கப் போகிறான் என்று தெரிந்து கொள்வதற்கான உள்ளார்வத்துடன் தங்களுக்குள் முணு முணுத்துக் கொண்டு அவர்கள் நின்றார்கள். தங்கள் கூட்டத்தைச் சேர்ந்த ஒருவன் ஒரு வெளிநாட்டவனிடம் இரையாவதைத் தடுப்பதற்கான பலமும் ஒற்றுமையும் அவர்களுக்கு இல்லாமல் இருந்தது.

சூடேற்றிப் பழுக்க வைத்த இரண்டு இரும்பு கம்பிகளுடன் கொல்லன் மெல்ல அடிவைத்து இளைஞனை நோக்கி நகர்ந்தான்.

இளைஞன் அப்போது ஒரு அறுப்பு மாட்டைப்போல் கதறிக் கொண்டிருந்தான்.

'நான் இல்ல, மக்களே, அதுக்கு நான் காரணமில்லே.'

மக்கள் அவன் கதறலைக் கேட்காததைப் போல் உற்றுநோக்கியவாறு மட்டுமே நின்றார்கள்.

இரும்பு கம்பிகளின் பழுத்த முனைகள் இளைஞனை நோக்கி நீண்டு வந்தன. அதன் சூட்டில் அவனுடைய முகம் வாடிக் கருகியது. புருவங்களும் மெலிந்த மீசையும் கருகி விழுந்தன. போர்க் கூச்சலுடன்

காலடி வைத்து முன்னேறிய கொல்லன் அந்த கம்பிகளை இளைஞனின் கண்களுக்குள் சொருகினான். ஒரு பெருத்த அலறல்! ஒரு துடிப்பு! பின், மாமிசம் கருகும் வாடை....

கொல்லனின் மனைவி பிரசவிக்கவே இல்லை. காரணம், அவளுக்குத் தான் கர்ப்பமே இல்லையே! ஒரு காமுகனின் அழுக்கு மூட்டையைச் சுமக்கச் சபிக்கப்பட்ட நிரபராதியான அந்த பாவப்பட்ட இளைஞன் ஓர் உயிர்த் தியாகியானான். ஊரிலுள்ள இளைஞர்கள் அவனுடைய துன்பக்கதையை வெகுகாலம் வரையில் பாடித் திரிந்தார்கள். அவனுடைய ரத்தத்திலிருந்து நூற்றுக்கணக்கான மைனர்கள் பிறந்தார்கள். அவர்கள் விடாப் பிடியாக வெளிநாட்டுப் பெண்களை வலைவீசிப் பிடித்தார்கள். வெளிநாட்டுக் குடும்பங்களைக் கலக்கினார்கள். அதனால், பாண்டவபுரம் வெளிநாட்டுக்காரர்களுக்கு ஒரு சிம்ம சொப்பன மாகிவிட்டது.

யுகங்களுக்கு முன்னால் உயிர்த் தியாகியாகிவிட்ட அந்த இளைஞன்தான் பாண்டவபுரத்தின் ஆதி மைனராகியும்விட்டான்.

பதினொன்று

உண்ணிமேனன் மாஸ்டரின் முகம் கோபத்தால் சிவந்திருந்தது. தாம்பாளத்தை அருகில் வைத்துக்கொண்டு வெற்றிலையில் சுண்ணாம்பைத் தடவியவாறே அவர் கூறினார்.

‘உங்களக் கூப்பிட்டதுக்குக் காரணமே ஒரு முக்கியமான விஷயத்தச் சொல்லத்தான்.’

‘முன்னுரை ஒண்ணும் சொல்ல வேணாம். மேலே சொல்லுங்க.’

‘நீங்க வந்தன்னிக்கே, மறுநாளே திரும்பி போயிடுவீங்கன்னு சொன்னீங்க. ஆனால், மறுநாள் சொன்னீங்க, தூங்கிப் போனதால வண்டியப் புடிக்க முடியலேன்னு. அப்பவும் நான் நம்பினேன். அதுவும் போயிட்டுது, அப்புறமும் கொஞ்ச நாளாய்ட்டுது. இவ்வளவு நாளாவும் காலையில நேரத்தோட தூங்கி எழுந்திருக்க முடியாமப் போனதாலதான் நீங்க திரும்பிப் போகாம இருந்தீங்கன்னு நான் இன்னும் நம்பணுமா?’

‘அப்படின்னு நான் சொல்லலியே? நான் இங்க தங்கறதுக்கு வேற பல காரணங்களும் இருக்கலாமில்லே?’

‘அந்தக் காரணங்கள் என்னன்னு எங்களுக்கும் தெரிஞ்சா பரவாயில்லையே.’

‘அதையெல்லாம் நான் உங்ககிட்ட விவரிக்க ஏதாச்சும் அவசியம் உண்டுங்களா, மாஸ்டர்?’

‘நீங்கவொண்ணும் அதையெல்லாம் விவரிக்க வேணாம். கொஞ்சம் புத்தியுள்ளவங்களால

அதை யூகிச்சிக்கவே முடியும். குஞ்ஞிக்குட்டன் முன்னெல்லாம் கலாட்டா செஞ்சது, சும்மா இல்லேங்கறது இப்பதான் புரியுது.'

உண்ணிமேனன் உள்ளர்த்தத்துடன் பேசுகிறார் என்று அவனுக்குப் புரிந்தது. அதற்குச் சுடச்சுட பதில் கொடுப்பதற்கு அவன் நாக்கு தினவெடுத்தது என்றாலும், அவன் சிரமப்பட்டு கட்டுப்படுத்திக் கொண்டான். இந்த மனிதருடன் தான் எதற்காக விவாதிக்க வேண்டும்? அவருக்கு ஒரு விளக்கம் கொடுக்க வேண்டிய கடமை தனக்கு உண்டோ? அந்தக் குடும்பத்தின் பாதுகாவலன் என்னும் ஸ்தானத்தை அவர் ஏற்றுக் கொள்வதற்கான அதிகாரத்தை யார் உண்ணிமேனனுக்குக் கொடுத்தார்கள்?

உண்ணிமேனன் தொடர்ந்தார்:

'நான் சொல்ல வேண்டியதயெல்லாம் சொல்லி முடிச்சிட்டேன். மொதலில் நல்ல வார்த்தையில சொன்னபோது உங்களுக்குப் புரியல. பின்னால ஏற்படப் போற இடைஞ்சலப் பத்தியும் சொன்னேன். இதுக்கு மேலேயும் உங்களுக்குப் புரியலேன்னா, இனி என்ன செய்யறதுன்னு ஊர்க்காரங்களுக்குத் தெரியும். இதுவொண்ணும் வெள்ளரிக்கா பட்டணம் இல்லையே! படிச்சு உலகப் பழக்கம் எல்லாம் உள்ளவங் களுக்கு ஒரு விஷயத்தச் சொன்னா, அதனோட அர்த்தத்த சுலபமா புரிஞ்சிப்பாங்கன்னுதான் நான் எதிர்பார்த்தேன்.'

'மாஸ்டர், நீங்க சொன்னதன் அர்த்தம் எனக்கு நல்லாவே புரியுது. ஆனா...'

'ஒரு ஆனாவுமில்ல' என்ற உண்ணிமேனன் கோபத்துடன் இடையில் புகுந்து, 'பெரிய டவுனோ மற்றவையோன்னா எந்தவொரு கொழப்பமு மில்லே. எங்கேர்ந்தோ வந்த ஒருத்தன் ஒரு வீட்ல புகுந்து வசிக்கிறான்னு வைச்சிக்கிட்டாலும் யாரும் கவனிக்கப் போறதில்ல. பக்கத்து வீட்ல தங்கியிருக்கறது யாருன்னு இந்த விட்லவுள்ளவங்களுக்குத் தெரிந் திருக்காது. அதான் இப்போவுள்ள டவுனோட நிலை. கிராமப்புரங்களில் உள்ள விஷயம் இதமாதிரி இல்லயே. எங்கேயாவது ஒரு ஈ அசைஞ் சாலும் அது ஊரு பூராவும் தெரியும். நொடித்து போனாலும் கூட களரிப் பாடத்து குடும்பத்துல இப்படியொரு கெட்டப்பேரை யாரும் உண்டாக் கினதே இல்லே.'

'மாஸ்டர், நீங்க நெனைக்கறதப் போல அங்க எதுவும் நடக்கல.'

'நடக்க வேணாம், நடக்க வேணாம். ஏதாச்சும் நடக்கணும்னு இப்ப யாருக்குத்தான் ஆசை இருக்கு? ஆனா, நாலுபேருங்க கூடற இடத்துல சொல்றத கேட்டா தோல் தானா உரிஞ்சிடும். உங்க காரியம் முடிஞ்சதும்

நீங்க புட்டத்துலவுள்ள தூசியைத் தட்டிட்டு அப்படியே போயிடுவீங்க. மீதி உள்ளவங்க மறுபடியும் இங்கே தலை நிமிர்ந்து நடக்கணுமில்லே. களரிப்பாடத்துக்கு வந்து சம்பந்தம் வச்சிக்கலேன்னாலும் எனக்குன்னு ஒரு அந்தஸ்து உண்டு. ஜனங்க என்னைத்தானே குத்தம் சொல்லுவாங்க. நேத்திக்கு அந்த ராமகிருஷ்ணன் நாயரு இங்கே வந்திருந்தாரு. அவரு ஒரு பழைய பட்டாளக்காரராக்கும் என் முகத்துக்கு எதிரா பார்த்து ஒரேயொரு கேள்வியக் கேட்டாரு. 'அவன அங்கேர்ந்து அடித்துத் தொரத்த உங்களால முடியுமா முடியாதான்னு சொன்னீங்கன்னா போதும் மாஸ்டர். நான் ஒண்டியே அவனுக்கு போதும்'னு. இதைவிட கையாலாகாத்தனம் இந்த ஜென்மத்துல நடக்கப் போறதே இல்ல.'

'மாஸ்டர், இந்த விஷயத்தப் பத்தி குஞ்ஞிக்குட்டன் மனைவிகிட்டே கேட்டீங்களோ?'

'நான் ஏன் கேக்கறேன்? தூத்' மாஸ்டர் முற்றத்தில் காறித் துப்பினார். 'அவ என்ன, ஒரு ஊர்வசியா? நான் அவ வூட்டு வாசப்படியில காலெடுத்து வைக்கமாட்டேன்னுல்ல சத்தியம் செஞ்சிருக்கேன். உங்களுக்குத் தெரியுமா! குஞ்ஞிக்குட்டன் உதறிட்டுப் போனப்போ எந்தவொரு கதியுமில்லாம கெடந்து திண்டாடியதக் கண்டுட்டு நான்தான் அந்த மானேஜரு பணிக்கரோட காலைப் புடிச்சி அவளுக்கு ஒரு வேலைய வாங்கி கொடுத்தேன். ஐயாயிரம் ரூவா கொடுத்தாலும் கெடைக்காத வேலை. நான் சொன்ன ஒரு வார்த்தைக்காகத்தான் கெடைச்சிது. களரிப்பாடத்தச் சேர்ந்த ஒரு பொம்பள தவறிப் போனா அதனோட கெட்டப்பேரு எனக்குத்தான். அதுக்கு எனக்கு நன்றிய கூட காட்ட வேணாம். ஒரு நல்ல எண்ணமாச்சும் அவகிட்டே வேண்டாமா?

அவன் மௌனமாக அமர்ந்திருந்தான். உண்ணிமேனன் மாஸ்டருக்கோ தன் மனத்திலுள்ள எல்லாவற்றையும் சொல்லியும் கூட கோபம் மறைந்த பாடாகத் தெரியவில்லை.

'ஸ்கூல்ல கூட அவ யாரு சொல்லையும் மதிப்புக் கொடுத்து கேட்டுக்க மாட்டா. ஏறக்குறைய எல்லா நாள்களிலுமே சாயங்காலம் ரொம்ப சீக்கிரமா போய்டுவா. அவ எங்க போறான்னு யாருக்குத் தெரியும்? ஒரு நா ஹெட்மாஸ்டர் குறுப்பு மாஸ்டர் என்னைக் கூப்பிட்டு, தேவி டீச்சரோட போக்கு மோசமாக இருக்கு. அதனால நீங்க அவகிட்ட கொஞ்சம் நல்லது கெட்டதை எடுத்துச் சொல்லுங்க மாஸ்டர்னு சொன்னாரு. நல்லது கெட்டதை சொல்லணுமாமே? சின்னப் புள்ளைங் களுக்கல்லவா நல்லது கெட்டதை எடுத்துச் சொல்லி நல்ல நிலைக்குக் கொண்டாரணும்? வயசுக்கு வந்த ஒரு பொண்ணுக்கு நல்லது கெட்டது தெரியலேன்னா அதைப் புரிய வைக்கிறதுக்காக நான் சொன்னா கேக்கவா போறா? பார்த்தா புரிஞ்சிக்கலேன்னா படும்போது கத்துக் கொள்றா.

இனிமே நீங்க போன பின்னால ஒரு கொழந்தய அவபெத்துக்கிட்டான்னு வச்சுப்போம். அப்புறம் நடத்த கெட்டவன்னு சொல்லி ஸ்கூல்லேர்ந்து...'

'மாஸ்டர், நீங்க அநாவசியமா அதையுமிதையும் சொல்லாதீங்க' என்று அவன் கோபத்தால் நடுங்கினான்.

'அநாவசியத்த நான் சொல்றதுலதான் கொழப்பமோ? அதே அநாவசியத்த நீங்க காட்டலாமோ?'

'நான் எந்தவொரு அநாவசியத்தயும் காட்டினது இல்ல.'

'கொஞ்சம் சும்மா இருங்க மிஸ்டர்' என்ற மாஸ்டர் வெறுப்புடன் நீட்டித் துப்பினார். 'நாங்களும் இப்படியெல்லாம் கொஞ்சம் பார்த்திருக் கோமில்லே? ரெண்டு இளம் பொண்ணுங்க தனியா தங்கியிருக்கிற வூட்லதானா, எங்கேர்ந்தோ வந்த ஒருத்தனுக்கு குளிக்கறத்துக்கும் தங்கறதுக்கும் எடம் கெடைச்சிது? இன்னும் சொல்லப்போனா அவ கணவன் குஞ்ஞிக்குட்டன்கிட்டே உங்களுக்குள்ள பழக்கத்தச் சொல்லிக்கிட்டுல்லே வந்திருக்கிறீங்க. இப்படித்தான் உங்களுக்கும் குஞ்ஞிக்குட்டனுக்கும் இடையில் பழக்கம் இருந்ததோ?'

'மாஸ்டர், நான் வயச மதிக்கற பழக்கமெல்லாம் இல்லை தெரிஞ்சு துங்களா? இப்படி வாய்க்கு வந்ததையெல்லாம் சொன்னா... இனி ஒரு தடவை அப்படி நீங்க சொல்றதுக்கு துணிஞ்சீங்கன்னா உங்க நாக்கு உங்க வாயில இருக்காது. ஆமாம், சொல்லிட்டேன்.'

'இதாம்பா ரொம்ப விசேஷமா போய்ட்டுது! ஆட்டைக்கடிச்சி மாட்டைக்கடிச்சி ஆளைக்கடிச்ச பின்னாடியும் நாய்க்குக் கோபம் தீரலையாம். களரிப்பாடத்துக்காரங்க ஒருக்காலும் தங்களோட மரியாதையைப் பணயம் வச்சி விளையாடினது இல்ல. இதோ இப்போ எங்கேர்ந்தோ வந்து சேர்ந்த ஒருத்தன் என் வீட்டு வராண்டாவிலேயே வந்து நின்னுக்கிட்டு என்னையே கேள்வி கேக்கறியே? என்ன கதை இது?'

அவன் கோபத்தை அடக்க சிரமப்பட்டுக் கொண்டிருந்தான். குரலை முடிந்த மட்டில் தாழ்த்திக்கொண்டு அவன் கூறினான்.

'உங்களுக்குத் தெரியாதுன்னா நான் சொல்றேன். நான் ஒண்ணும் எங்கேர்ந்தோ இங்க வந்து சேரல. என்னை வலுக்கட்டாயமாக வரவழைச்சிருக்காங்க. அதுவும் ஆவாஹிச்சு வரவழைச்சிருக்காங்க.'

மாஸ்டருக்கு அதைக் கேட்டதும் சிரிப்பு வந்தது.

'ஆவாஹிச்சாங்களா? அங்க யாரு உங்கள ஆவாஹிக்க இருக்காங்க? மந்திரவாதியா?'

'அவங்க யாராவதாதான் இருந்துக்கட்டுமே. அதுக்குன்னு ஒருத்தரு இருக்காங்கங்கறத மட்டும் ஞாபகம் வச்சிக்கிட்டீங்கன்னா போதும்.'

'தேவியாதான் இருப்பாள்?'

அவன் பதில் கூறவில்லை.

'அப்படிச் செய்ய அவளுக்கு மந்திரம் தெரியுமா? அது ஒண்ணுதான் அவளுக்குக் கொறைச்சலா இருந்தது. இப்போ அதுவும் தெரிஞ்சுட்ட தால எல்லாமே முடிஞ்சிட்டுது' என்று அது ஒரு கிண்டல் என்பது போல் மாஸ்டர் குலுங்கிச் சிரித்தார். கொஞ்ச நேரம் கழிந்ததும் சிரிப்பை நிறுத்திவிட்டு சீரியஸான பாவனையில் மாஸ்டர் தொடர்ந்தார்:

'ஆவாஹிச்சுதான் வரவழைச்சாங்களோ? இல்லே, வலியனாதான் வந்தீங்களோ. அது என்னவாவது ஆயிப் போவட்டும். எனக்கு அதுல ஒண்ணும் கவலையில்லை. ஆனா, களரிப்பாடம் குடும்பப் பேரைச் சொல்லி தெருப்பசங்க கூக்குரலிட நான் சம்மதிக்க மாட்டேன். அப்புறம் குடும்ப பெருமைங்கறது காசு கொடுத்தாலும் கிடைக்காது.'

மேலும் விவரித்துக் கொண்டு நிற்பதில் அர்த்தம் இல்லையென்று அவனுக்குப் புரிந்தது. அதுவொரு பெரிய சண்டையில்தான் முடியும். உள்ளுக்குள் என்னவெல்லாமோ குமட்டல். என் உண்மையான முகத்தை இவர்கள் யாரும் கண்டதில்லை. பாண்டவபுரத்திலிருந்து வந்த பின் நான் வெகுவாகத்தான் மாறி இருக்கின்றேன். ஆனால், இனிமேல் ஒரேயொரு நிமிஷத்திலேயே என்னால் பழைய ஆளாக மாறமுடியும். இந்த சாது மனிதனின் முகத்தோற்றத்தை மாற்ற எனக்கு ஒரேயொரு நிமிடம் போதும்.

வேண்டாம். அதன் சுமையைச் சுமக்க வேண்டியது பாவம் தேவியும் அவளுடைய குடும்பமுமாகத்தான் இருக்கும்.

அவன் எழுந்து பையிலிருந்து சிகரெட் பாக்கெட்டை எடுக்கும் போது உண்ணிமேனன் மீண்டும் சொல்வது கேட்டது.

'நான் கடைசி முறையா சொல்றேன். நாளை காலை வண்டியிலேயே இந்த இடத்தவுட்டு போயிடறதுதான் உங்களுக்கு நல்லது.'

அவன் அப்போது நடக்கத் தொடங்கியிருந்தான். ஆனால், அந்த பயமுறுத்தல் தொனியை அவன் விரும்பவில்லை. அவன் திரும்பி நின்றான்.

'இல்லேன்னா?'

'என்ன நடக்கப் போறதுங்கறத நீங்களே பார்த்துப்பீங்க இதையெல்லாம் கையாள்றதுக்குன்னே இங்க பசங்க இருக்காங்க, ஆமாம்.'

'அப்படின்னா, அதக் கொஞ்சம் பார்த்துட்டுதான் மத்த விஷயம்' என்றவனின் தலைக்குள் ரத்தம் கொதித்தது. 'பசங்களப் பார்த்துக் கிட்டேதான் நானும் வளர்ந்து வந்திருக்கேன். எங்க ஊர்லயும் ஊர்த் தலைவருங்களும் ஆம்பளப் பசங்களும் எல்லாம் இருக்காங்க.'

அப்படியொரு பதிலடியை உண்ணிமேனன் முற்றிலும் எதிர்பார்த்திருக்க வில்லை. அவருடைய படமெடுப்பு சட்டென்று தாழ்ந்தது. அவனுடைய முகத்தைப் பார்க்காமலேயே உண்ணிமேனன் யாரிடம் சொல்கிறோம் என்பது போல் இல்லாமல் கூறினார்:

'சண்டையும் சச்சரவும் உண்டானா அதனோட நல்லது கெட்டது உங்களுக்கு இல்ல. களரிப்பாடதுக்காரங்களுக்குத்தான். அங்க வயசுக்கு வந்த பொண்ணு ஒருத்தியும் நிக்கறா. அந்தக் குடும்பத்துல இதபோல ஒரு குழப்பம் உண்டானா மானம் மரியாதையுள்ள யாராச்சும் அவளக் கட்டிகிட்டுப் போவ வருவாங்களா?'

'ஆங்.. அப்படிச் சொல்லுக்க. அப்படில்லாம் சொன்னாதான் என்னால புரிஞ்சிக்க மு்டியும். பயமுறுத்தி என்னை விரட்டிட முடியும்னு நீங்க நினைச்சீங்கன்னா, அது தப்பு.'

உண்ணிமேனன் கொஞ்சம் குழப்பத்துடன் அவனுடைய உறுதிமிக்க உடற்கட்டையும், தசை நார்கள் முறுக்கேறியிருக்கும் கைகளையும் மாறிமாறி நோக்கினார்.

'மிரட்டல்களையெல்லாம் மனசுக்குள்ளேளேதான் வெச்சுக்கனும்னு உங்க பட்டாளக்கார ஊர்க்காரன்கிட்ட சொல்லிடுக்க. இவனுங்கள விட பெரிய பெரிய சண்டியர்களையெல்லாம் நான் ஏராளமாவே பார்த்திருக்கேன்னும் சொல்லிடுங்க.'

'அப்படியில்லீங்க மிஸ்டர்' என்ற உண்ணிமேனன் கொஞ்சம் தணிந்து, 'வேறொண்ணும் வேணாம். சியமளாவை நெனைச்சாவது நீங்க இங்கேர்ந்து கொஞ்சம் சீக்கிரமா போயிடறதுதான் நல்லது. தேவியோட தலையெழுத்துதான் என்னவோ இப்படியாயிட்டுது. சியாமளாவாவது தப்பித்துக் கொள்ளட்டுமே. அவள கல்யாணம் பண்ணிக்கிட்டு போறவனும் உங்க பேரச் சொல்லி குஞ்ஞிக்குட்டனப் போல சந்தேகத்தையும் கலாட்டாவையும் தொடங்கிட்டா என்ன செய்யறது? கிராமமாச்சே... தூண்டிவிடறதுக்கா ஆளில்லை...'

அவன் பதில் போசவில்லை. சிறிதுநேரம் கழித்து என்னவோ நினைத்துக்கொண்டு அவன் முணுமுணுத்தான்.

'ஆகமொத்தத்துல தேவிய குஞ்ஞிக்குட்டன் ஒதுக்கிட்டான்னு தானே நீங்க சொன்னீங்க. அந்த நெலலையில அவுங்கள நான் கல்யாணம் செஞ்சுகிட்டா ஊருக்காரங்களும் நீங்க சொல்ற ஆம்பளைப்பசங்களும் என்ன சொல்லுவாங்க? எதிர்ப்பைக் காட்டுவாங்களா?'

உண்ணிமேனன் மாஸ்டர் நடுங்குவதையும், அவருடைய முகம் சட்டென்று வாடுவதையும், அவன் குரூரமான ரசனையுடன் நோக்கினான். மாஸ்டரின் முகத்தில் தெரிந்த மாற்றம் அசிங்கமான ஒருவித பொறாமை என்றுதான் அவனுக்குப் புரிந்தது.

'வேணாம், மிஸ்டர்' என்று மாஸ்டர் உபதேசித்தார். 'நீங்க இளம் வயசு. நல்ல வேலையிலும் கூட இருக்கீங்க. அப்புறம் ஏன் ஒரு செகண்ட் ஹாண்ட் பொருள வாங்க இவ்வளவு கஷ்டப்படறீங்க?'

அவனுக்குச் சிரிப்பு வந்தது.

'இல்ல. நான் சும்மாதான் பேச்சுக்குச் சொன்னேன். ஊருக்காரங்க இந்த விஷயத்துல அவ்வளவு தூரம் பேஜாராவதற்கு அவசியம் ஒண்ணும் இல்லியேன்னுதான் சொல்ல வந்தேன்.'

அவன் மெதுவாக வெளியில் இறங்கினான். வெளிப்புற வாயிற்கதவைத் திறக்கும்போது திரும்பி நோக்கினான். உண்ணிமேனன் அப்போதும் அதேபால் நிலைகுலைந்து நின்றார்.

அதைக் கண்டவுடன் நாகரீகமற்ற ஒரு மனத்திருப்தி அவனுடைய உள்ளத்துக்குள் நிறைந்து தளும்பியது.

பன்னிரண்டு

அவன் பாண்டவபுரத்து தேவியின் கதையை சொல்லிக்கொண்டு இருந்தான்.

சியாமளாவும் ரகுவும் தரையில் சம்மணமிட்டு அமர்ந்து கதையைக் கேட்கத் தயரானார்கள்.

'முன்பொரு காலத்தில் பாண்டவபுரத்தில் ஒரு வீட்டில் ஐந்து சகோதரர்கள் வசித்து வந்தார்கள். அவர்கள் ஐவரும் பலசாலிகளாகவும் நாகரீகமற்றவர்களாகவும் இருந்தாலும் தங்களுக்குள் மிகவும் ஒற்றயையோடுதான் வாழ்ந்து கொண்டு இருந்தார்கள். அவர்களும் ரத்தமும் சதையுமுள்ள இளைஞர்கள் தானே! அதனால், எப்போதாவது காரணமில்லாத சண்டையில் தொடங்கி சில அடிதடிகளிலும் கூட இறங்கிவிடுவார்கள். அப்போதெல்லாம். அவர்களின் தாயாரும் அமைதியே உருவான மூத்த மகனும் சேர்ந்துதான் அவற்றை யெல்லாம் தீர்த்து வைப்பார்கள். அவர்களில் இரண்டாவது மகன் மிகவும் பலசாலியும் மூக்கு நுனியில் கோபத்தை உடைய வனுமாகவும் இருந்தான். அவன் தன் கைப்பலத்தைக் காண்பிக்க வாய்த்த வாய்ப்புகள் எதையும் வீணடித்ததே இல்லை. அதேபோல் தங்களுக்குள் சண்டை நடக்கும் போது அம்மா அதில் தலையிடுவது என்பதும் அவனுக்கு முற்றிலும் பிடிக்காது.

'நாங்க அண்ணன் தம்பிக்குள்ளேதானே சண்டைப் போட்டுக்கறோம்? அதுவும் விளையாட்டுக்காகத்தானே அதுல நீங்க ஏம்மா தலையிடறீங்க?' என்று அவன் கோபத்துடன் கேட்டான். 'நாங்கள் எங்களின் தேக பலத்தைப் பக்கத்து வீட்டுக்காரன் மேல

பிரயோகிப்பதை விட எங்களுக்குள் அடித்துப்பார்த்துக் கொள்வது தானே நல்லது? எங்களுக்கு எங்களுடைய கைப்பலத்தைக் காண்பிப் பதற்கு ஒரு வாய்ப்பு வேண்டாமா? ஒரு மல்யுத்த அரங்கம் கிடைக்க வில்லைஎன்றால், நாங்கள் கற்கும் வித்தைகள் வெறுமனே பாழாகத் தானே போய்விடும்?' இப்படிப்பட்ட இன்னும் பல கேள்விகளும் அவனிடம் மீதி இருந்தன.

தாயும் மூத்த மகனும் அதைக் கேட்டு சிரிக்க மட்டுமே செய்தார்கள்.

'உங்களுக்கு உங்க தேகபலத்தக் காட்டறதுக்காவே ஒரு மேடை கிடைக்கும்; அதுவும் ரொம்ப சீக்கரத்திலேயே' என்று தாய் எதிர்காலத்தை மன நோக்கில் கண்டு கொண்டு கூறினாள்: 'எல்லோரும் கொஞ்சம் வேகப்படாமல் இருங்க. அதுவரைக்கும் ஒற்றுமையாகவும் கட்டுப்பாட்டோடவும் வாழுங்க. சகோதரன்களுக்குள்ளேயேதான் என்றாலும் விளையாட்டும் கேலிகளும்தான் முத்தி பெரிய யுத்தம் வரைக்கும் போய்விடுகிறது. அதனால. இந்திரியங்கள கட்டுப்பாட்டுல நிறுத்தக் கத்துக்குங்க. மோதலில் சொந்த பலத்த அவனவனேதான் தெரிஞ்சிக்கணும். அதுவும் ஒரு கட்டுப்பாட்டுக்குள்ளே மட்டும்தான். வீரர்களைப் பொருத்தமட்டில் யுத்தம் செய்யறதை விட கஷ்டமானது யுத்தம் செய்யாம இருக்கறது என்பதுதான்.'

'அம்மா நம்மள பரம சாதுவாக ஆக்கிக்கிட்டு இருக்காங்க' என்று இரண்டா வது மகன் மூன்றாவது சகோதரனிடம் ரகசியமாகப் புகார் கூறினான்.

மூன்றாவது மகனுக்கும் அதே அபிப்பிராயமா இருந்தது. ஆனால், அவர்கள் யாரும் தாயிடம் மறுப்புக் கூறத்தைரியப்படவில்லை. தந்தை இறந்த பின், ஐந்து பிள்ளைகளையும் சீராட்டி வளர்க் அந்தத் தாய் எவ்வளவு பாடுபட்டிருக்கிறாள்! தாயின் கடனைத்தீர்க்க நினைத்தாலும் அது தீர்ந்துவிடக் கூடியதா?

அதனால், அவர்கள் அடங்கியொதுங்கி காலம் கழித்தார்கள். ஆனால் இடையிடையே அவர்களுக்குள்ளேளே இனம்புரியாத நிமிடங்களில், அமானுஷ்யமான பலம் கைகளில் ஊறல் எடுக்கத் தொடங்கும்போது அவர்கள் குழப்பம் அடைந்தார்கள். எதற்கு இந்த பலம்? ஏன் இந்த உடல் குழைவு? அவர்கள் தங்களுக்குள்ளேயே கேட்டுக் கொண்டார்கள். அதனால் எந்தவொரு சரியான வழியும் புலப்படாமல் காட்டுமரங்களை வெட்டித் தள்ளினார்கள். காட்டு மிருகங்களை அம்பு எய்து வீழ்த்தினார்கள். அதன் மூலம் அவர்கள் தங்களின் கோபத்தை தீர்த்துக் கொண்டார்கள். தாயும் மூத்த சகோதரனும் பார்க்காத தூரத்தில் காட்டில் கட்டிப்பிடித்துச் சண்டை போட்டுவிட்டு அந்தியில் திரும்பி வரும்போது தாய் பிரமிப்புடன் கேட்பாள்: குழந்தைகளே உங்க தேகத்துல

ரத்தம் கோட்டியிருக்குதே. உங்களுக்கு என்ன நேர்ந்தது?' என்று. அதற்கான பதிலைக் கூற முடியாமல் அவர்கள் முதலில் குழம்பினார்கள் என்றாலும், பின்னாள்களில் ஒவ்வொன்றுக்கும் ஒவ்வொரு பொய்களைக் கண்டுபிடிக்க அவர்களால் முடிந்தது. தாயின் முகத்தை நோக்கி பொய் சொல்வதற்கான தயக்கம் முதலில் இருந்ததுதான். படிப்படியாக அது மாறிற்று. தாயிடம் பொய் சொல்வது என்பது அவர்களுக்கு ஒரு குரூரமான ரசனையாகத் தோன்றத் தொடங்கியது. எங்களின் ஆண்மையைத் தகர்க்கும் அம்மா! எங்களைக் கோழைகளாக ஆக்கும் அம்மா!

ஒருமுறை மூன்றாவது மகன் தாடியையும் மீசையையும் வழித்துவிட்டு, இரு கைகளிலும் சிவப்பு வளையல்களையும், கால்களில் சலங்கை களையும் அணிந்து தாயின் முன்னே சென்று நின்றான்.

'உனக்கு என்ன நேர்ந்தது மகனே?' என்று வேதனையுடன் கேட்டாள் தாய்.

'மகளேன்னு கூப்பிடுங்கம்மா' என்று மகன் திருத்தினான். மறுநாள் நான்காவது மகன் ஒரு சிவப்பு சேலையும் மூக்குத்தியும் அணிந்து வந்தான்.

'நீயுமா மகனே..' என்ற தாயின் தொண்டை இடறியது.

'மகளேன்னு கூப்பிடுங்கம்மா' என்றான் அம்மகனும். அந்தக் கொடுமையான விநோதங்கள் தொடரும்போது பிள்ளைகளின் கோபம் புகைந்து தீப்பிடிக்கத் தொடங்கியது.

அவ்வாறு காலம் போய்க் கொண்டிருக்கும் போதுதான் அவர்களில் வாழ்வில் ஒரு பெண் வந்து சேர்ந்தாள். மிகவும் அழகானவள். அவள் அருகிலுள்ள ஒரு கிராமத் தலைவனின் மகள். அவளை முதன் முதலாகச் சந்தித்தவன் மிகவும் அழகான மூன்றாவது மகன். அவர்கள் ஒருவருக்கு ஒருவர் நெருங்கிப் பழகினார்கள். ஒருநாள் பஞ்சமி இரவில், அவன் யாருக்கும் தெரியாமல் அவளைக் கடத்திக்கொண்டு தன் கிராமத்துக்கு வந்துவிட்டான்.

இரவோ வெகுநேரமாகி விட்டிருந்தது. தாயோ வீட்டுக்குள்ளே, மகன் வருவதை எதிர்பார்த்து தூக்கம் இல்லாமல் விழித்துக் கொண்டிருந்தாள்.

மகன் வாசலிலிருந்தே ஆவேசத்துடன் உரக்கக் கூவிச் சொன்னான்:

'அம்மா, இங்கே பாருங்கள். நான் உங்களுக்குன்னு ஒரு பரிசு கொண்டாந்திருக்கேன். விலை மதிப்பற்ற பரிசு!'

அம்மா எதையும் நினைக்காமல், 'எனக்கு எதுக்கப்பா பரிசு? நீங்க அஞ்சுபேரும் சேர்ந்து சமமாக எடுத்துக் கொள்ளுங்கப்பா... என்றாள்.

அதன்பின், அந்த பரிசு என்னவென்று அறிந்தவுடன் தாய், தன்னையறி யாமல் சொல்லிவிட்டதை நினைத்து அனுதாபப்பட்டாள். மூன்றாவது மகனின் மனம் இடிந்துவிட்டது. தன்னுடைய அன்புக்குகந்த காதலியை மற்ற நான்கு சகோதரர்களுடன் சேர்ந்து பங்கிட்டுக் கொள்வதா? அவனால் அதை நினைத்துப் பார்க்கக் கூட முடியவில்லை. ஆனால், அம்மாவின் வாக்கை மீறி நடப்பதற்கான பலம் அவனுக்கு இல்லாமல் இருந்தது. கோபத்தையும் துக்கத்தையும் பற்களைக் கடித்து பொறுத்துக் கொண்டு அவன் தாயின் முன்னால் மீண்டும் ஒருமுறை தலைகுனிந்தான்.

அப்படித்தான் அவள் அந்த ஐந்து பேருக்கும் மனைவியானாள். அதோடு, அதுவரையில் அமைதியாக இருந்த அந்தக் குடும்பத்தின் சூழலும் கலங்கியது.

சகோதரர்கள் தங்களுக்குள் பொறாமையுடன் பார்த்துக் கொள்ளவும் சந்தேகப்படவும் தொடங்கினார்கள். அந்தப் பெண் யாரை அதிகப்படி யாக நேசிக்கிறாள் என்னும் விஷயத்தில் அவர்கள் தங்களுக்குள் விவாதிக்கத் தொடங்கினார்கள். அவர்கள் ஒவ்வொருவரும் அவளுடைய ஒவ்வொரு சலனத்தையும் சந்தேகத்துடன் நோக்கத் தொடங்கினார்கள். அவள் ஒருவனோடு கொஞ்சிக் குழைந்து பேசுவதைக் கண்டால் மற்ற நால்வரும் கலக்கமடைந்தார்கள். அவ்வாறு அநாவசியமான சில சந்தேகங்களின் சிலந்தி வலைகள்தான் அவர்களைச் சுற்றிப் பின்னப்பட்டு வந்தன. அதனால், அந்தக் குடும்பத்தின் அமைதி தகர்ந்தது. அவற்றையெல்லாம் கண்ட தாயின் மனம் நொந்து துடிக்கத் தொடங்கியது. அவள் தன் பிள்ளைகளிடம் பலவாறு விளக்கிச் சொல்லி புரியவைக்க முயன்றாள்:

'குழந்தைகளே, நீங்க வயசுக்கு வந்த ஆம்பிளைங்களப் போல நடந்து கொள்ள முயலுங்கள். சின்னத்தனமான எண்ணங்கள் உங்க ஒத்துமையைத் தகர்க்காமலிருக்க முயலுங்க...'

அது எதுவும் கொதித்துக் கொண்டிருக்கும் அந்த இளைஞர்களின் காதில் விழவில்லை. இரண்டாவது மகன் தன் தசைநார்களை உருட்டியவாறு மூன்றாவது மகனிடம் ரகசியமாகக் கூறினான்:

'ஒரு ஆம்பளைக்கு மிகப் பெரியச் சொத்து அவன் பொண்டாட்டிதான். எவ்வளவு பலசாலியான ஆம்பளையாக இருந்தாலும் அவன் பொண்டாட்டியின் கடைக்கண்ணுக்கு முன்னால தளர்ந்து போயிடுவான். அவளை இன்னொருத்தன் பாக்கறதக் கூட அவனால பொறத்துக்க முடியாது. ஒரு பொண்ணு அஞ்சு பேருங்களோட மனைவியாக ஆவறதுங்கறது எவ்வளவு இழிவானதொரு ஏற்பாடு?'

'அதையேதான் நானும் சொல்றேன்' என்று மூன்றாவது மகனும் அவனுக்கு ஒத்துப் போனான். 'அவள நான்தான் மொதமொதலா

நேசிச்சேன். அவளும் என்னைதான் மொதல்ல நேசிச்சா. அவ எனக்கு மட்டும் உரிமையானவதான். அம்மா தன்னையறியாம ஏதோவொரு அர்த்தமற்ற வார்த்தைய சொல்லியிருக்காங்கன்னு எடுத்துக்கிட்டு நான் அவளை மத்தவங்க பங்கு போட்டுக் கொள்வதைத் தடுக்காமல் இருந்துட்டேன். எல்லாம் என்னோட முட்டாள்தனம்தான்...'

அதைக் கேட்டவுடன் இரண்டாமவனின் முகத்தில் பொறாமை படர்ந்தது. முஷ்டியை மடக்கிச் சுவரில் ஓங்கியடித்தவன், 'அப்படில்லாம் சொல்லாதே. நம்ம அஞ்சு பேருக்குள்ளே சண்டை போட்டுக்கிட்டோம்னா மிஞ்சறது நானாகத்தான் இருப்பேன். நீங்க நாலுபேரும் சேர்ந்தாலும் என்னோட ஒரு கைக்கு ஈடிருக்க மாட்டீங்க. அதனால, அவ எனக்குதான் சொந்தமானவள்!' என்றான்.

மூன்றாமவன் வெறுப்பான பாவனையில் சிரித்தான்:

'அகங்காரம் கொள்ளாதே' என்றவன், 'உனக்கு கைபலம் மட்டும்தான் இருக்கு. ஆனா, புத்தியில்ல அண்ணா, உன்னை வீழ்த்தறதுக்கு எனக்கு சில நிமிஷமே போதும்' என்றும் கூறினான்.

அதைக் கேட்டுக்கொண்டு வந்த அமைதியே உருவான மூத்த மகன், 'உங்களுக்குள்ளே சண்டை போட்டுக்கிட்டு ரத்தம் சிந்த வேண்டிய விஷயமில்ல இது. நான்தான் அம்மாவுக்கு மூத்தமகன். நான்தான் குடும்பத் தலைவன். என்னை நீங்க எல்லோருமே தந்தையைப் போல மதிக்க வேண்டியவங்க. அதனால, அவளும் உங்களுக்குத் தாயைப் போலாகிறாள்...' என்று கூறினான்.

அண்ணன் தம்பிகள் திடீரென்று பகைவர்களானார்கள். அவர்களுக்குள் ஜென்மப்பகை புகையத் தொடங்கியது. எங்கிருந்தோ வந்து சேர்ந்த ஒரு பெண்ணுக்காக தன் அன்பு பிள்ளைகள் ரத்தம் சிந்துவதற்குத் தயாராவதைக் கண்ட தாயின் மனம் புண்ணாயிற்று. ஆனால், சொல்லிப் புரிய வைப்பதற்கான கட்டம் முடிந்துவிட்டது. விசித்திரமான ஓர் உன்மத்தக் கொந்தளிப்பில் உணர்விழந்து தாயின் வார்த்தைகளைக் காற்றில் பறக்கவிட்டார்கள் பிள்ளைகள். அவர்கள் கோபத்துடனும் பகையுடனும் ஆயுதங்களை, தீட்டிக் கொண்டிருந்தார்கள்.

அவன் கதையைச் சட்டென்று நிறுத்தினான். சியாமளாவின் மலர்ந்த கண்கள் அவன் முகத்திலியே நிலைகுத்தியிருந்தன. கதையின் மீதிப் பாகத்தைத் தெரிந்து கொள்வதற்கான விறுவிறுப்புடன் அவள் முன்னோக்கி நகர்ந்து அமர்ந்தாள். ரகுவோ, பிளந்த வாயுடன் விழித்து நோக்கியவாறு அமர்ந்திருந்தான்.

அவர்களுக்கிடையே சிறிது நேரத்துக்கு அமைதிப் பரவியிருந்தது. ஒரு சிகரெட்டைப் பற்ற வைத்துக்கொண்டு அவன் தொடர்ந்தான்.

'அந்த படைப் புறப்பாட்டுக்கிடையே ஐந்து பிள்ளைகளும் ஒரு விஷயத்தை மறந்துவிட்டிருந்தாங்க. வேறொன்றுமில்லை. அந்த பொண்ணு யாருகிட்டே அதிக நேசத்தோடு இருக்கிறாள் என்பதை கண்டுபுடிக்கறதுக்குத்தான் மறந்துட்டாங்க. அவர்களைப் பொருத்த மட்டில் அவ ஜீவனில்லாத ஓர் அழகான விளையாட்டு பொம்மையாக மட்டும்தான் இருந்தாள். அவளோட எண்ணங்கள் அவர்களுக்கு ஒரு பிரச்னையாகவே இருக்கவில்லை.'

கடைசியில் ஒருநாள், யாரும் எதிர்பார்க்காத ஒரு நிமிடத்தில் அவன் வெடித்துச் சீறினான். தன்னுடைய ஐந்து கணவர்களையும் தெருவில் நிறுத்தி அவர்களின் முகத்தை நோக்கி அவள் உரக்கக் கூறினாள்:

'நான் உங்க எல்லோரையுமே வெறுக்கறேன். உங்க அஞ்சுபேரையும் ஒண்ணாவே வெறுக்கறேன். புழுவைப்போல, ஒழுக்கங் கெட்டவங்களப் போலவுள்ள உங்க எல்லோரையும் வெறுக்கறேன்!'

கணவர்கள் ஐந்து பேரும் திகைத்துப் போய் நிற்கும்போது, தாய் மட்டும் தளர்ந்த குரலில் கேட்டாள்;

'என்னம்மா, நீ இப்படி சொன்னதுக்கு என்ன அர்த்தம்? நீ எல்லாத்தையும் நல்லா யோசிச்சிட்டுதான் சொன்னியா?'

'ஆமாம்' என்றவளின் சத்தம் கடுமையாகத்தான் இருந்தது. 'நான் ஒண்ணும் யோசிக்காம சொல்றது இல்ல. செய்யறதும் இல்ல. கொஞ்ச நாள் பழக்கம் மட்டுமேவுள்ள ஒரு ஆம்பளை பின்னாடி ஓடி வந்தப்போ கூட நல்லா யோசிக்கிட்டுதான் ஓடிவந்தேன். ஆனா, என்னால ஒரு விஷயத்த மட்டும் சொல்லாம இருக்க முடியாது. நீங்கதாம்மா இவங்கள அழிச்சிட்டீங்க. நீங்கதான் இவங்கள ஆம்பளைன்னும் பொம்பளைன்னு சொல்லிச் சொல்லி கெட்டவங்களாக்கிட்டீங்க.'

அனைத்துக் கலகத்துக்கும் உறைவிடம் தான்தான் என்று அவள் அறிந்தாள். ஒற்றுமையாக வாழ்ந்து கொண்டிருந்த நல்லதொரு குடும்பத்தை தான்தான் கலைத்துவிட்டோம் என்பதை உணர்ந்தாள். அவளுடைய மனம் நொந்து போனது. 'கடவுளே, இதென்ன தண்டனை? எனக்கு விருப்பப்பட்ட கணவனுடன் அதுவரையில் போற்றி வளர்த்த என் தாய் தந்தையர்களைக் கூட உதறிவிட்டு ஓடிவரும் போது இப்படியொரு துன்பம் வந்து சேரும் என்று ஒருபோதும் நான் நினைத்துப் பார்த்ததே இல்லையே இப்படியானதற்கு முன் ஜென்மத்தில் நான் என்ன பாவம் செய்தேன் என்று தெரியவில்லையே!

இறுதியில் அவள் ஒரு தீர்மானத்துக்கு வந்து அதன்படி உறுதி பூண்டாள். இந்தக் குடும்பத்தில் ரத்தத் துளிகள் சிந்தக் கூடாது. இந்த தாயின் கண்களிலிருந்து கண்ணீர் வழியக் கூடாது.

அன்றிரவு எல்லோரும் படுத்துத் தூங்கும்போது, அவள் அந்த வீட்டை விட்டு வெளியேறினாள். ஆண் வேடமணிந்து, தலைப்பாகைக் கட்டி, பொய் மீசை ஒட்டி, ஆள் நடமாட்டமில்லாத ராஜவீதியின் வழியே அவள் தைரியத்துடன் நடந்தாள். தன்னடைய தீர்மானத்தின் தெளிவு தான் அவளுக்கு அந்தத் தைரியத்தை கொடுத்திருந்தது. அவ்வாறு நடந்து நடந்து காடும் மேடும் தாண்டி அவள் அந்த மலையுச்சியை அடைந்தாள். அங்கே காடு படர்ந்து இருந்தது. விஷப்பாம்புகள் ஒன்றோடு ஒன்றாக பின்னிப் பிணைந்து கிடக்கும் பெரும் மரங்களின் நடுவிலுள்ள ஒரு சிறிய பாறையில் சம்மணமிட்டு அமர்ந்து அவள் கண்களை மூடி பிரார்த்திக்கத் தொடங்கினாள். அதன்பின் அவள் கண்களைத் திறக்கவே இல்லை. இருந்த இருப்பிலிருந்து அசையவே இல்லை. அந்தத் தவம் அப்படியே வெகு காலம் நீண்டது. அவளுக்கு மேலிருந்த ஆகாயம் இருண்டு மேகங்கள் உருண்டு திரண்டு வந்து மழை பெய்யத் தொடங்கின. வெயிலும் பனியும் மாறி மாறி வந்தன. பருவ மாற்றங்களை அவள் அறியவே இல்லை. அவளுடைய இந்திரியங்கள் வேறு ஏதோ உணர்வுக்காக காத்துக் கொண்டு இருந்தன.

கடைசியில் பல ஆண்டுகளுக்குப் பின் அவளைச் சுற்றி ஒரு கோயில் உருவாயிற்று. அவள் அதற்குள் ஒரு தங்க விக்கிரகமாகி விட்டிருந்தாள்.

அவள் பாண்டவபுரத்து கன்னிகளின், சுமங்கலிகளின் பாதுகாப்பவளாக ஆனாள்.

‘அந்தப் பாறையும் அந்த விக்கிரகமும் இப்பவும் அங்கியேதான் இருக்கின்றன’ என்று கூறியவன் மேலும் சிலவற்றைக் கூறி அக்கதையை முடித்தான். ‘பக்தர்களின் கூட்டம் நாளுக்கு நாள் அதிகரித்தும் குன்றின் மேல் பாகம் முழுவதையும் வெட்டி சமப்படுத்தி அழகுபடுத்தினாங்க. பெரியதொரு கோயிலும் பெரியதொரு முற்றமும் உண்டாச்சு. கீழே அடிவாரம் வரைக்கும் கருங்கல் படிகள் உண்டாயின. வருமானம் பெருகியவுடன் கோயிலுக்கு வாரிசு உரிமையாளனுங் களும் உண்டாயிட்டானுங்க. அவனுங்க யாருன்னு தெரியுமா? அந்தப் பழைய அஞ்சு கணவன்களோட வழி வந்தவனுங்கதான்...’

கதை முடிந்தபோது அவர்கள் இருவரும் தங்களை மறந்து இருப்பதைக் கண்டவுடன் அவனுக்குச் சிரிப்பு வந்தது.

இவற்றையெல்லாம் யாரிடம் சொல்லியிருக்கிறோம்? உலகம் தெரியாத ஒரு பெண்ணிடமும் ஓர் அறியாச் சிறுவனிடமும்தான்.

ஆனால், பாண்டவபுரத்தின் கதைகளச் சொல்லத் தொடங்கினால், அவை முடியாதவை என்பதை அவன் நினைத்தான்.

பதிமூன்று

ஒன்பது மணியாயிற்று.

அன்றும் அண்ணி பள்ளிக்கூடம் போகத் தயாராகவில்லை என்று சியாமளாவுக்குப் புரிந்தது. அவள் அறையின் வாசற்படியோரம் சென்று எட்டிப் பார்த்தாள். அண்ணி நாற்காலியில் சாய்ந்து அமர்ந்திருக்கிறாள். தன் முன்னே ஒரு புத்தகத்தை விரித்துப் பிடித் திருந்தாலும் கண் விழிகள் அதில் ஒன்றும் பதியாமல் தூரத்தில் எங்கேயோ நோக்கியிருக் கின்றன. சிறிது வெளிறிய முகத்தில் புரிந்து கொள்ள முடியாத அளவுக்கு மெல்லிய திரை படலம். சென்ற சில தினங்களாக, அவன் வந்து சேர்ந்த நாள் முதல், அண்ணி மிகவும் மாறிப் போயிருக்கிறாளே என்று வேதனையுடன் நினைத்தாள்.

இவ்வளவு குறைந்த நாள்களுக்குள்ளாகவே அவனால் அவரைக் கவர்ந்திழுக்க முடியுமோ? அவ்வளவு சீக்கிரத்தில் அண்ணியின் மனம் தளராதே! தனக்கென இருந்த எல்லாம் போன பின்பும் இவ்வளவு காலம் நின்ற காலிலேயே உறுதியாக நின்றவளாயிற்றே! தன் காதிலேயே விழுந்தும் விழாமலும் பலரும் ஒவ்வொன்றையும் சொன்னபோதும் அவற்றைக்கேட்டு குலுங்காமல், யாரையும் லட்சியம் செய்யாமல் தலை நிமிர்ந்து தன் நிழலிலேயே நடந்தவளாயிற்றே! ஒரு வேளை உள்ளுக்குள்ளேயே மூச்சுத் திணறி அவள் அழுதும் இருக்கலாம். அது யாருக்குத் தெரியும்! தேவியண்ணியின் முகம் உள்ளுக்குள் உள்ளது எதையும் வெளியே காண்பிக்கக் கூடியது அல்லவே!

‘அண்ணி...’ என்று அவள் மெல்ல அழைத்தாள்.

தேவி அசையவில்லை.

சியாமளா மீண்டும் அழைத்ததும் அவள் திடுக்கிட்டு விழித்தாள். மடியிலிருந்து புத்தகம் கீழே விழுந்தது.

‘என்ன?’

‘இன்னிக்கும் பள்ளிக்கூடத்துக்குப் போகலிங்களா?’

‘இல்ல.’

‘நேத்திக்கு சாயங்காலம் பள்ளிக்கூடத்திலிருந்து பியூன் வந்திருந்தான். உங்கள மேனேஜர் கூப்பிடறார்ன்னு சொன்னான்.’

‘நான்தான் லீவு அப்ளிகேஷன் கொடுத்தனுப்பியிருந்தேனே?’

‘உங்க கணக்குல லீவு இல்லையாம்.’

‘சம்பளமில்லாத லீவு இருக்குமில்லே. உடம்பு சரியில்லேன்னா அப்புறம் என்னதான் செய்யறது?’

‘உங்க உடம்புக்கு என்னண்ணி? டாக்டரப் பார்க்கலாமில்லே?’

‘வேண்டாம்.’

‘பின்னே இப்பிடி ஒரேயடியா உக்கார்ந்திருந்தா?’

‘எனக்கு எதிலும் பிடிப்பு இல்லேன்னு வேணா நினைச்சுக்கோயேன்.’

‘இங்க பாருங்க அண்ணி’ என்ற சியாமளா நாற்காலியின் கையைப் பிடித்துக்கொண்டு அவளின் கண்களுக்குள் உற்று நோக்கியவாறு கூறினாள்: ‘கொஞ்ச நாளாவே நானும் இதப் பார்த்துக்கிட்டுதான் இருக்கேன். அந்தாளு வந்து சேர்ந்த பின்னால உங்க முகத்துல தெளிவுங்கறத ஒருமுறை கூட நான் பார்க்கல அண்ணி. முன்பு எப்போதும் நீங்க இந்த மாதிரி இருந்தது இல்லியே. இப்போ மட்டும் ஏன் இப்பிடி திடீர்ன்னு ஒரு மாற்றம்?’

தேவி பதில் கூறாமல் முகத்தை மட்டும் குனிந்து கொண்டாள். அவளுடைய முகத்தின் அந்த சலனமின்மையை சியாமளாவால் முற்றிலும் புரிந்துகொள்ள முடியவில்லை. ஆனால், அதற்கு ஆழமான வேர்கள் உண்டென்றும் அவளுக்குத் தோன்றிற்று.

வெறுப்புடனும் கோபத்துடனும் அவள் கேட்டாள்:

‘எதுக்கு இப்படி நீங்க நெருப்பை முழுங்கறீங்க? நீங்க ஒரு வார்த்தை சொன்னா போதுமே, அந்த ஆளு வீட்டைவீட்டு எறங்கி போயிடு வாரில்லே-’

‘யாரு?’

‘அந்த அறையில தங்கியிருக்கற ஆளுதான்’ என்று அவளுக்கு நேர் எதிரில் அடைந்து கிடக்கும் கதவைச் சுட்டிக் காட்டினாள்.

‘ஸ்... ஸ்... மெல்ல...’ தேவி உதட்டில் விரலை வைத்து ‘அவரு உள்ளே இருக்காரு’ என்றாள்.

‘கேக்கட்டுமே!’ சியாமளா இன்னும் கொஞ்சம் உரத்த குரலில் கூறினாள்: ‘அந்தாளுக்கும் கேக்கட்டும்னுதான் நான் சொன்னேன்.’

‘சியாமளா!’ என்று தேவி கனத்த குரலில் அழைத்தாள். ‘அவருகிட்ட போய் போன்னு சொல்றதுக்கு என்னால முடியாது.’

‘எதனால? உங்களுக்கு அவரோட முகத்தப் பார்த்துச் சொல்ல கஷ்டமா இருந்துச்சுன்னா சொல்லுங்க. நானே சொல்றேன். அதுக்கு எனக்கு எந்தவொரு தயக்கமுமில்ல.’

‘தயக்கம் ஒண்ணும் எனக்கும் இல்ல. ஆனா... ஆனா, எவ்வளவு நாளா நான் அவருக்காகக் காத்திருக்கேன் தெரியுமா? எதிர்பார்த்து காத்திருந்து வந்த சேர்ந்த விருந்தாளிய, போய்டுன்னு தொரத்தறதுக்கு எனக்கு என்ன பைத்தியமா புடிச்சிருக்கு?’

சியாமளாவின் கண்கள் ஆச்சரியத்தால் மலர்ந்தன.

‘என்னண்ணி நீங்க இப்பிடி சொல்றீங்க? அந்தாளுக்காகவா காத்திருக் கேன்னு சொல்றீங்க? உங்களுக்கு அந்தாளோட முன்னமேயே பழக்கம் உண்டா? பாண்டவபுரத்தப் பத்தி அந்தாளு சொன்ன கதைகளெல்லாம் பச்சைப் பொய்யின்னு யாராலதான் தெரிஞ்சிக்க முடியாது?’

‘இல்லம்மா, அதெல்லாம் நிஜந்தான்.’

‘நீங்க தேவையில்லாததையெல்லாம் யோசிச்சி யோசிச்சி தலையை புண்ணாக்கிக்கிறீங்க. சில தடவைத் திரும்ப திரும்ப கேக்கும்போது எந்தவொரு பொய்யும் நிஜந்தான்னு தோணத் தொடங்கிடும். அதான் அந்தாளோட சூத்திரமும். எனக்கு அது ஆரம்பத்திலேயே புரிஞ்சிட்டுது பாவம் அண்ணி நீங்க. இவ்வளவு சீக்கிரம் அந்தாளோட பொய்யில விழுந்திட்டீங்களே...’

‘நான் விழல, சியாமளா’ என்று தன் நினைவில் கிளறிக்கொண்டே கனவில் இருப்பதுபோல் தேவி சொல்லத் தொடங்கினாள்: ‘பல வருஷங்களாக நான் ஒரு வலை பின்னிக் கொண்டிருந்தேன். அதுவும் அந்தாளைச் சிக்க வைக்கறதுக்கு மட்டும்தான். நான் இதுக்கு முன்னால அந்தாளை நேர்லேயே பார்த்தது இல்ல. ஆனா, ஒருநாள் அந்தாளு இங்கே வருவாருன்னும் என் வலையில் சிக்குவாருன்னும் எனக்குத் தெரிந்தே இருந்தது. எவ்வளவோ நாள்களாக நான் அந்தாளை எதிர்நோக்கி காத்திருக்கேன்! அப்படி எதிர்பார்த்துக் காத்திருந்து காத்திருந்து என் பொறுமையும் இழக்கத் தொடங்கிவிட்டிருந்தது. தெனந்தோறும் ஸ்கூல விட்டு வந்தவுடன் நான் உன்கிட்ட மொதமொதல்ல கேக்கற கேள்வியே, இன்னிக்கு ஏதாச்சும் கடிதாசி வந்ததான்னுதான். பாவம், நீ அப்போதெல்லாம் அது உன் அண்ணனோட கடிதாசின்னுதான் நெனைச்சிருந்தே. இல்ல, நான் காத்துக்கிட்டு இருந்தது உன் அண்ணனை இல்ல, இந்தாளைத்தான். இந்தாளை எதிர்பார்த்துதான் நான் பல நாள்கள் சாயங்கால நேரங்களில் ரயில்வே ஸ்டேஷன் பெஞ்சுல தனியா உக்காந்திருந்தேன். வடக்கேயிருந்து வர்ற ஒரேயொரு வண்டியில வந்து இறங்கறவங்கள்ல நான் இந்தாளோட மொகத்த ஆவலோட தேடுவேன். பொட்டிய தூக்கிக்கிட்டு, பயணக் களைப்பால் வாடிய மொகத்தோட ஒரு வாலிபன் வண்டியிலேர்ந்து இறங்குகின்றானோ, என்று. அப்படி எத்தனையோ நாள்களாக நான் காத்திருந்தேன். ஆனால், அவன் வந்து இறங்கி நாளில மட்டும் அந்தாளை வரவேற்க ஸ்டேஷனுல நான் இருக்கவில்ல. இருந்தும் அவன் கோபிச்சிக்கல. வண்டிபுடிச்சி வீட்டைத் தேடிக்கிட்டு இங்க வந்துட்டான். எவ்வளவு நல்ல மனுஷன்! என்கிட்ட கோவிச்சுக்கிட்டு, இந்த வூட்டைக் கண்டுபிடிக்க மெனக் கெடாமல் அவன் திரும்பி போயிருந்தா என்ன செய்யறது? என்னால அதை நினைச்சிக் கூட பார்க்க முடியாது.’

‘நிறுத்துங்க...’ என்ற சியாமளா, ‘கேட்டுக் கேட்டு போதும்னு போயிட்டுது. இது ஒரு சாபம் பெற்ற வீடுதான். மொதல்ல குஞ்ஞண்ணன். அது முடிஞ்சதும் இந்தாளு. இப்போ உங்களுக்கும் வந்துட்டுது. கொஞ்ச நாளு போனா எனக்கும் அந்தப் பைத்தியம் புடிச்சிடும்’ என்று சீறினாள்.

தேவி சிரிக்கத் தொடங்கினாள். அதுவொரு மோசமான வீண் முயற்சியாக இருந்தது.

‘நிஜந்தான், கொஞ்ச நாள் போனதும், அறிவு வளரும்போது நீயும் என்னைப் போலத்தான் ஆவேம்மா. கனவு காண்றதுங்கறதே மனுஷப் பிறவியோட சாபம்மா.’

‘எனக்கு இந்தப் புராணமெல்லாம் தேவையில்ல’ என்று சியாமளா வீறாப்போடு கூறினாள். ‘எனக்கு என்னோட பழைய தேவியண்ணி கெடைச்சாலே போதும். குஞ்ஞிக்குட்டண்ணன் கல்யாணம் செஞ்சுக் கிட்டு வந்தன்னிக்கே எனக்கு உங்கள ரொம்ப புடிச்சி போச்சண்ணி. நானும் உங்களப் போல இருக்கணும்னு ரொம்ப ஆசைப் பட்டேண்ணி. உங்களப் போலவே தலைமுடியப் பின்னிக்கவும். கருப்பு சாந்து இட்டுக்கவும், இறக்கம் குறைந்த ஜாக்கெட் போட்டுக்கவும் விரும்பினேன். ஏன், உங்களப் போலவே நடக்கவும் சிரிக்கவும் கூட நான் முயற்சி செஞ்சேன். உங்க ரெண்டு பேருக்குள்ளே சண்டை ஏற்படும்போதெல்லாம்கூட எனக்குக் கோபம் வர்றதுண்டு. அண்ணன்னுகூட நான் நெனைக்கிறது இல்ல. என்னோட நாக்கின் கூர்மை அண்ணாவுக்கு நல்லாவே தெரியும். ஆனால், உங்கள நெனைச்சிதான் நான் பொறுத்துக்கிட்டேண்ணி.’

‘எது எப்படிப் போனாலும் இனி நீ என்னை நெனைச்சிக் கஷ்டப்பட வேணாம்மா. என் வாழ்க்கை இப்ப என் பிடியில்தான் இருக்கு.’

‘கஷ்டப்படாம இருக்க முடியாதண்ணி. ராத்திரியில நீங்க தூக்கம் வராம உருண்டும் புரண்டும் கிடக்கறப்போவும், அப்புறம், வெடியற்காலைல எப்போதும் மயக்கத்துல கெடந்து கன்னா பின்னான்னு உளறத் தொடங் கறப்போவும், நான் இந்தாளை மனம் நொந்து சபிக்கறது உண்டு. இந்தாளாலதானே உங்க நிம்மதியே போச்சு.’

‘ஸ்ஸ், மெல்ல’ என்ற மீண்டும் தேவி உதட்டில் விரலை வைத்துக் கூறியவள், ‘அந்தாளு உள்ளே இருக்காரு’ என்றாள்.

சியாமளாவால் தன்னைக் கட்டுப்படுத்த முடியாமல் போயிற்று. கோபத்தினால் அவளுடைய குரல் நடுங்கியது.

‘மெதுவா பேசமாட்டேன். நான் உரக்கத்தான் பேசுவேன். அந்தாளு மட்டுமில்ல, நான் பேசறத எல்லாருமே கேட்டுக்கட்டும்...’

அதற்குள் கதவைத் திறந்துகொண்டு அவன் வெளியே வந்து விட்டிருந்தான். அவன் வெள்ளை சட்டையும் வெள்ளை வேட்டியும் அணிந்திருந்தான். தோளில் ஏர்பேக்கும் இருந்தது.

கதவு சட்டத்தைப் பிடித்துக்கொண்டு அவன் கேட்டான்:

‘என்ன, அக்காவும் தங்கையும் சேர்ந்து காலையிலியே?’

‘நாங்க, உங்களப் பத்திதான் பேசிக்கிட்டு இருந்தோம்’ என்று சியாமளா எரிச்சலோடு கூறினாள்.

‘சியாமளா!’ என்ற தேவியின் குரல் திடீரென உயர்ந்தது. அவளின் முகம் கோபத்தால் சிவந்து துடிப்பதையும், கண்கள் தீப்பிழம்பாவதையும் சியாமளா கண்டாள். அவள் சட்டென்று அமைதியுற்றாள். பொங்கி வரும் கோபத்தை அடக்க முடியாமல் அவள் என்னவோ முணு முணுத்துக் கொண்டிருந்தாள்.

அதுவொரு விளையாட்டு என்பது போல் நோக்கிக் கொண்டு நின்றான் அவன்.

‘எது எப்படிப்போனாலும் உங்க வாயாலேயே சொல்ல வைக்க என்னால் முடிந்ததுதானே! அதுவும் இந்த கொஞ்ச நாளுக் குள்ளாவே...’

தேவி அதற்கு விளக்கம் கூற முயன்று கொண்டிருந்தாள்.

‘நாங்க உங்களப் பத்தி பேசலியே’

‘பரவாயில்ல. நான் எல்லாத்தையும் கேட்டேன்’ என்று கூறியவன், ‘நீங்க சொல்லலேன்னாலும் கூட ஊராரும் ஆம்பளைப் பசங்களும் சொல்லத் தொடங்கியிருக்காங்க’ என்றான்.

‘அவங்க சொல்லிக்கட்டுமே’ என்ற தேவியின் முகத்தில் வெறுப்பாக இருந்தது. ‘இவ்வளவு காலமா இந்த ஊராரும் ஆம்பளைப் பசங்களும் எங்க போயி கெடந்தாங்க? ஒருத்தன் அழுக்குப் பழந்துணியப் போல என்னைத் தூக்கியெறிஞ்சுட்டு போனப்போ யாரும் அதைக் கேக்கறதுக்கு இங்க நாதி இல்லையே. அதனால இங்க யாருக்கு இனிமே நான் பயப்படணும்? எனக்கு யாரிடமும் பயமில்ல. முன்னேயும் இருந்ததில்லை. இப்போவும் சுத்தமாவே இல்ல.’

அவன் அப்போதும் சிரித்தான். பின்பு, மெதுவாகக் கூறினான்:

‘அதுவும் நல்லதுதான். ஆனா, நான் போகத் தீர்மானிச்சுட்டேன். என்னால இந்தக் குடும்பத்தோட அமைதி கெட வேணாம்.’

‘அப்படின்னு யாரு சொன்னாங்க?’

‘யாரும் சொல்லாமலேயே என்னால அதப் புரிஞ்சிக்க முடியும். இந்த வீட்டுக்கு வரவழைச்சதே நான்தான். நான் போன்னு சொல்ற வரைக்கும் நீங்க இங்க தங்கியிருக்கலாம்.’

‘எனக்கு அதுல விருப்பமில்லேன்னா?’

‘விருப்பம்!’ என்ற தேவியின் உதடுகள் கோணின. முகத்தில் கோரமான ஒரு சிரிப்பு விரிந்தது: ‘உங்க விருப்பத்தையும் விருப்பமில்லாததையும்

யாரு பாக்கறாங்க? உங்க சொந்த விருப்பத்தாலதான் இவ்வளவு தூரத்தையும் கடந்து நீங்க இங்க வந்தீங்களா?' அவனிடம் அந்தக் கேள்விக்குப் பதில் இருக்கவில்லை. அவன் முகம் சட்டென்று இருண்டது. ஆசையற்றவனைப் போல் அவன் அவ்விருவர் முகங்களையும் மாறிமாறி நோக்கினான்.

தேவியின் முகம் கடுமையாயிற்று கனத்த குரலில் அவள் சொன்னாள்:

'அப்படின்னா, நான் ஒண்ணு சொல்றேன். வேண்டாத ஆசைகள் எதையும் மனசுக்குள்ளேயே போட்டுப் பாதுகாக்க வேணாம். அப்படி செஞ்சீங்கன்னா நிராசைப்பட வேண்டியதாயிடும். நீங்க இங்கேர்ந்து போகப் போறதில்ல. நீங்க இங்கேர்ந்து ஒரு போதும் போகவும் முடியாது. பல வருஷங்களாகப் பின்னப்பட்ட வலையிலேதான் நான் உங்கள ஆவாஹிச்சு வரவழைச்சிருக்கேன். அப்படியிருக்கச்சே அவ்வளவு சீக்கிரத்துல அந்த வலைய அறுத்துக்கிட்டு ஓடித் தப்பிக்கறதுக்கு உங்களால முடியுமோ?'

அவளுடைய துளைக்கும் கண்களை நேரிட முடியாமல் அவன் குழம்பினான்.

தேவி அதே தொனியில் தொடர்ந்தாள்:

'ஒண்ணை மட்டும் நீங்க உறுதியா நெனைச்சிக்குங்க. உங்களக் கட்டுப் படுத்தறது நான்தான், என் வலது கையிலவுள்ள இந்த அஞ்சு விரலுங்க தான். இந்த வலையோட கட்டை நான் அவுத்து வுடாம உங்களால வெளியே போகமுடியாது. ஆனா, நான் அதை மட்டும் செய்யப் போறதே இல்ல.'

அவள் குலுங்கிச் சிரித்தாள். எல்லாவற்றையும் தகர்க்கக் கூடிய எல்லாவற்றையும் கீழ்படுத்தக் கூடியதான சிரிப்பு அது. அதுதான் அவனைக் குழப்பமடையச் செய்தது. அவளுடைய மின்னும் முகத்தை நோக்கவும், தீப்பிழம்பை உமிழும் கண்களை நேரிடவும் அவனுக்குப் பயம் தோன்றியது. தளர்ந்த குரலில் அவன் கூறினான்:

'இன்னிக்கு வண்டிக்கே இந்த இடத்தவிட்டுப் போயிடணும்னு எனக்கு இறுதி எச்சரிக்கைக் கெடச்சிருக்கு.'

'அப்படின்னு யாரு சொன்னது?'

'இந்த ஊரிலுள்ள ஆம்பளைப் பசங்கதான்.'

'ஊரிலுள்ள ஆம்பளைப் பசங்களப் பத்தி நீங்க உண்மையாவே பயப்படுறீங்களா?'

'இல்ல.'

'பின்னே?'

'என்னால, இந்தக் குடும்பத்துலவுள்ள உங்க ரெண்டு பேருக்கும் கெட்டப்பேரு உண்டாவக் கூடாதுன்னு எனக்கும் ஒரு கடமைவுணர்வு இருக்கு.'

'கெட்ட பேரா, யாருக்கு?' என்று கேட்ட தேவி மீண்டும் கோரமாகச் சிரிக்க முயன்றாள்: 'உங்கள ஆவாஹிச்சு வரவழைச்சதே நான்தான். இது என்னோட சொந்த விஷயமுமாக்கும். இந்த ஊரார் அதுல தலையிட வேண்டிய விஷயமில்லயே.'

'சியாமளாவோட விஷயத்தப் பத்தியும் நினைக்கணுமில்லே?'

'நாம் ஏன் அதைப்பத்தியெல்லாம் எண்ணனும்? அவளோட விதிய அவளும் அனுபவிச்சித்தானே தீரணும். ஒரு காலத்துல நானும் அப்படி ஏராளமான கனவுகள கண்டவதான். இருந்தாலும், நான் இப்போ எங்கே இருக்கேன், பார்த்தீங்களா?'

அவன் ஒன்றும் பேசவில்லை.

'அதனால' என்று அவனுடைய தோளிலிருந்த ஏர்பேக்கை தாவியெடுத்துக் கொண்டு அவள் கட்டளையிட்டாள்: 'இத உங்க அறையிலேயே கொண்டு போயிவையிங்க. இங்கேர்ந்து போறதப் பத்தி இப்போ ஒண்ணும் நீங்க யோசிக்க வேணாம். நேரம் வரும்போது நானே சொல்றேன். அதுவரைக்கும் இந்த அறைதான் உங்க வீடு...' ஆணையிடும் சக்தியுள்ள அந்தக் கண்களுக்கு முன்னால் ஒரு கோழையைப் போல் பிரமித்து நிற்கும்போது, பழையதொரு கற்பூரத் தட்டிலுள்ள சிவப்பு ஜுவாலையின் முன்பு, செந்தூரம் படர்ந்த நெற்றியும், அவிழ்ந்த தலை முடியும், சிவப்பு வஸ்திரங்களுமாக தீக்கொழுந்தைப் போல் ஒரு பெண் உருவம்.

அதைக் கண்டதும் அவனுக்கு, அப்போது கைகூப்பி தொழுவதற்குத் தான் தோன்றியது.

'அம்மா, தேவி, மகமாயி! காப்பாற்றும்மா!' என்று அவன் முணுமுணுத் தான். அதற்குள் அவனுடைய தொண்டையும் வறண்டுவிட்டிருந்தது.

பதினான்கு

மாலையில் பள்ளிக்கூடத்திலிருந்து வந்தவுடனேயே ரகு அறைக்குள் வந்தான். அவனுடன் பாட்டியும் வந்தாள். அவன் கட்டிலில் சாய்ந்து அமர்ந்திருந்தான். தடியூன்றி கூனிக் குனிந்து நடந்து வந்து கட்டில் சட்டத்தைப் பிடித்துக் கொண்டு பாட்டி அவனை நோக்கிப் பழிப்புக் காட்டிச் சிரித்தாள்.

'குஞ்ஞூட்டன நீ பார்ப்பியா, மகனே?' என்று கேட்டாள்.

அவன் ஆமாம் என்றோ, இல்லை என்றோ கூறவில்லை.

அவன் என்னவோ சொன்னான் என்று கருதி, காதில் கையால் வட்டம் பிடித்து அவள் கேட்டாள்:

'ஆங்...?'

அவன் ரகுவிடம், 'பாக்கறது இல்லேன்னு பாட்டிகிட்டே சொல்லு' என்றான்.

ரகு கையாலும் சைகையாலும் பாட்டியின் காதில் பட்டாசு வெடிப்பது போன்ற ஓசையில், 'அப்பாவைப் பாக்கறதில்லேன்னு சொல்றாரு' என்று கூறினாள்.

பாட்டி புரிந்துகொண்டதைப் போல் தலையாட்டினாள். அவள் தளர்ந்த, மிருதுவான குரலில் மீண்டும், 'அவனுக்கு இப்பவும் திமிரு இருக்கறதுண்டா? எப்படி அந்தத் திமிரு வராம இருக்கும்? அங்க அவனப் பார்த்துக்கறதுக்கு யாராச்சும் இருக்கணுமே, இருக்காளா?' என்று கேட்டாள்.

ரகுவின் மூலம் மீண்டும் பதில் கிடைத்தது.

'தெரியாதாம்.'

மேலும் வேறு எதுவும் கேட்பதற்கு நிற்காமல் , தனக்குத்தானே எதையோ தெளிவில்லாமல் முணுமுணுத்துக் கொண்டு கூனிக் குனிந்து அவள் வெளியேறினாள்.

'பாட்டிக்குக் காது கேக்காது' என்று ரகு அவனிடம் சொன்னான். அத்துடன், 'எவ்வளவு உரக்கச் சொன்னாலும் மறுபடியும் என்னா, என்னான்னுதான் கேப்பாங்க' என்று விளக்கினான்.

அவனுக்கு அதில் அதிகம் ஆர்வம் தோன்றவில்லை. ரகு அவனுடைய பெட்டியைத் திறந்து, அதில், எதையோ தேடத் தொடங்கியபோது அவன் சிறிது பொறுமையிழந்து, 'எதுக்கு அதையெல்லாம் தொறக்கறே?' என்று கேட்டான்.

'சும்மாதான்.'

'அப்படின்னா, மூடி வைச்சுடு.'

மனமில்லாமலேயே பெட்டியை மூடிவிட்டு அவன் மீண்டும் கட்டில் அருகில் வந்து சுற்றித் திரிந்தான்.

சிறிதுநேரம் கழிந்ததும் அவன் கேட்டான்: 'மாமா இன்னிக்கு நீங்க குன்றுமேலே ஏறலியா?'

'இல்ல.'

'என்னை இன்னிக்கும் அழைச்சிக்கிட்டு போறேன்னு நேத்திக்கு சொன்னீங்களே.'

'இன்னிக்குப் போகல.'

'ஏன்?'

அதற்குப் பதில் கூறாமல் முகத்தைத் திருப்பிக் கொண்டவன். பப்பாளி மரத்தில் பழுத்த பழங்களைக் கொத்திக் குதறும் காக்கைகளை நோக்கிய வாறு அமர்ந்திருந்தான்.

'நான் அம்மாகிட்டயும் சியாமளாக்ககிட்டயும் இன்னிக்கும் மலைக்குப் போவேன்னு சொல்லியிருக்கேனே.'

'அப்படின்னா, அவங்க கிட்டவே போய் அழைச்சிக்கிட்டு போகச் சொல்லேன்.'

தன்னுடைய உரையாடல் அவனுக்குச் சுவைக்கவில்லை என்று ரகுவுக்கே புரிந்திருக்க வேண்டும். அவன் திடீரென்று விஷயத்தை மாற்றினான்.

'நீங்க என்னிக்குப் போகப் போறீங்க, மாமா?'

'எங்கே?'

'பாண்டவபுரத்துக்கு.'

'உனக்கு அது தெரியணுமா?'

'போறப்போ, என்னையும் கூட்டிக்கிட்டு போறேன்னு சொன்னீங்களே? என்னை அங்குள்ள பள்ளிக்கூடத்திலியும் சேக்கறேன்னீங்களே! பச்சை நிற பஸ்ல ஏறி-'

'போதும், போதும்' என்று எரிச்சலுடன் கூறியவன், அதன்பின், 'அதையெல்லாம் அப்புறமா யோசிச்சிக்கலாம். இப்பவொண்ணும் அதைப் பத்திச் சொல்ல முடியாது' என்று கோபப்பட்டான்.

அவன் வெறுப்போடு ஒரு சிகரெட்டை எடுத்து பற்ற வைத்தான். கட்டிலில் ஏறி அருகில் அமர்ந்து கொண்டு அவன் முகத்தை உற்று நோக்கியவாறு ரகு கேட்டான்:

'கோவிச்சிக்கிட்டீங்களா, மாமா?'

அதற்கு அவன் பதில் சொல்லத் தொடங்குவதற்கு முன்பு தேவி அறைக்குள்ளே வந்தாள். அவன் திரும்பி பார்த்தான். அவள் ரத்த நிறமுள்ள சேலையும் ப்ளவுஸும் அணிந்திருந்தாள். நெற்றியில் பெரிய செந்தூரப் பொட்டு இட்டிருந்தாள். உச்சந்தலையிலும் செந்தூரம் இடப்பட்டிருந்தது. உதடுகள் வெற்றிலைப் போட்டுச் சிவந்திருந்தது. மார்பிலுள்ள சிவப்பு லாக்கெட்டிலிருந்தும், சிவப்பு ஆடைகளி லிருந்தும், அபூர்வமானதொரு சிவப்பு அவளுடைய முகத்தில்மேல் பரவியது.

'ரகு, வெளில போயி வெளையாடு. பக்கத்து வீட்டு தினு வந்திருக்கான்' என்றவளின் குரல் உணர்ச்சிப் பரவசத்தால் நடுங்குவதாக அவனுக்குத் தோன்றிற்று.

ரகு போன பின், அவள் கதவை அடைத்து மண்டியிட்டு அமர்ந்தாள்.

பப்பாளி மரத்திலிருந்து காக்கைகள் இரைச்சல் போட்டுக் கொண்டிருந்தன. கொத்திக் கிளறிய பப்பாளிப் பழத்திலிருந்து கருப்பு விதைகள் இடைவிடாமல் கீழே விழுந்து கொண்டிருந்தன.

அவனுடைய கண்கள் அவளுடைய முகத்திலிருந்து நழுவி விலகியது.

அவன் கட்டிலில், அவன் அருகில் வந்து அமர்ந்தபோது, அவன் கட்டிலின் ஓர் ஓரத்தில் நகர்ந்து ஒதுங்கி அமர்ந்தான்.

'யாருகிட்டே கோபம்? என்கிட்டதானே?' என்று அவள் கேட்டாள்.

அவனிடமிருந்து அதற்குப் பதில் வரவில்லை. 'தயங்க வேணாம். என் மொகத்தப் பார்த்து சொல்லுங்க. உங்களால என்கிட்ட கோவிச்சிக்க முடியுமா?'

அந்த சிவப்புத் தீப்பிழம்பை இரண்டாவதாக இன்னும் ஒருமுறை நோக்கக் கூடிய தைரியம் அவனுக்கு இருக்கவில்லை.

'வெகு நாளைக்குப் பின்னால் இன்னிக்கு மத்தியானம்தான் நான் கொஞ்சம் தூங்கினேன்' என்று சொல்லத் தொடங்கினாள் தேவி: 'தூக்கத்துல வெகு நாள்களாக நான் காணத் துடித்துக் கொண்டிருந்த கனவைக் கண்டேன். பாண்டவபுரத்துல நம்ம காலனிக்குப் பின்னால, ரெயில்வே தண்டவாளத்துக்கு அப்பால ஒரு புல் மைதான மிருக்கில்லே? அங்கே நாம ரெண்டுபேரும் தனியா உக்கார்ந்து பேசிக் கொண்டிருக்கிறோம். ஆனா என்ன பேசிக்கிட்டு இருந்தோம்னுதான் நெனப்பில்ல. ஒருவேளை, நீங்க ஏதாவது வேடிக்கையா சொல்லிக்கிட்டு இருந்திருக்கணும். காரணம், நான் குலுங்கிக் குலுங்கி சிரிச்சிக்கிட்டு இருந்ததும், நீங்க பலமுறை என்னை 'பல்லீ'ன்னு கூப்பிட்டது மட்டும் எனக்கு நினவுல இருக்குது. சைக்கிள்கார பையன் கிட்டேர்ந்து ஒரு பொட்டலம் நிலக்கடலைய வாங்கி, நான் சிரிக்கிறப் போல்லாம் நீங்க என் வாயில் எறிஞ்சிக்கிட்டேயிருந்தீங்க. கடைசியில வெயில் மங்கத் தொடங்கியதும், பனி விழத் தொடங்கியது. அதனால, நாம மைதானத்தின் குறுக்கால நடந்துபோயி, கம்பிவேலியால் பிரிக்கப்பட்ட ஆரஞ்சு தோட்டங்களின் நடுவேயுள்ள பாதையில் கை கோர்த்துக்கிட்டு நடந்தோம். அப்போது நல்ல குளிராவும் இருந்தது. நாம ரெண்டுபேரும் சிவப்பு கம்பளிச் சட்டைகளைத்தான் போட்டுகிட்டிருந்தோம். பாதையில் யாருமே இல்லை. நீங்க இடது கையால் என்னைச் சுற்றிப் பிடித்து வாய் ஓயாமல் என்னவெல்லாமோ சொல்லிக்கிட்டு வந்தீங்க. ஈரமான பாதையில் நாம வெகுநேரம் நடந்திருக்கணும். பின்னாலேயே சைக்கிள்ல வந்த ஒரு நீண்ட தலைமுடிக்காரன் திரும்பி என்னை நோக்கி விசிலடிச்சபோது நீங்க அவன கெட்ட வார்த்தையால திட்டினீங்க. இன்னும் கொஞ்சம் தூரம் நடந்ததும் தோட்டத்து ஓரத்துல உள்ள கம்பிவேலி தெரிஞ்சுது. கேட்டு திறந்து கிடந்தது. வெகுதூரம் போயிருக்கிறோம்கறதையும் மறந்து, அந்த கேட்டையும் தாண்டி நாம் வெளியே நடந்துபோனோம்.

அப்போது நமக்கு பின்னாலிருந்து அந்த கேட் பெரியதொரு சத்தத்தோடு சாத்தப்படுவதும், அதில சாய்ஞ்சுகிட்டு கொடுவா மீசைக்காரத் தடியன் ஒருத்தன் நிக்கறதும் தெரிஞ்சுது. அவன எங்கேயோ பார்த்துப்பழக் கப்பட்டதுபோல எனக்குத் தோணியது. நேரம் இருட்டியது. நாம் வெகு தொலைவு போய் விட்டோம்னும், திரும்பி போகலாம்னும் நான் சொன்னேன். 'பயப்படாதேம்மா' என்று என்னோட தோள் மேல கையப்போட்டு, மார்ல கிள்ளிக்கிட்டு நீங்க சொன்னீங்க. அந்த கேட்டைச் சாத்திக்கிட்டாலும் நாம வெளியேறதுக்கு வேற எத்தனையோ வழிங்க உண்டு! ஆனாலும் என்னோட உடம்பு மட்டும் நடுங்கத் தொடங்கியது. கேட்ல சாய்ஞ்சு நின்னுக்கிட்டு, நம்மளயே பார்த்துக்கிட்டு நிக்கற தடியனைக் கண்டதால்தான், பயத்தால என்னோட மனம் நடுங்கியது. எந்த வழியாகப் போனாலும், அந்தாளு என்னைப் பின்தொடர்ந்து வந்துடுவான்னு எனக்குத் தோணிச்சு. வேணாம், வேணாம்னு நான் கூச்சல் போட்டேன். நாம வந்த வழியாகவே திரும்பிப் போயிடலாம். இந்த வழி மட்டும்தான் எனக்குப் பழக்கம். அதனால, நாம இந்த வழியாகவே திரும்பி போவலாம் என்றெல்லாம் நான் உரத்த குரலில் சொல்லிக்கிட்டு இருந்தேன். அதுக்குப் பதிலாக, என்னைச் சமாதானப்படுத்துவதுபோல், நீங்க என்னவோ சொன்னீங்கன்னாலும், அதுக்கு நான் ஒத்துக்காம கேட்டை நோக்கி ஓடினேன். நீங்க என் பின்னாடியே வருவீங்கன்னு என்னோட நம்பிக்கை. ஆனா நீங்க நின்ற இடத்திலிருந்து அசையவே இல்லை. நான் பாக்கறபோது உங்களுக்குக் கொஞ்சம் முன்னால வழிய மறிச்சிக் கிட்டு அந்தக் கொம்பு மீசைக்காரன் மார்பை நிமிர்த்தி நின்னுக் கிட்டிருந்தான். அவனோட உதட்டோரத்துல அசிங்கமான ஒரு சிரிப்பு. சட்டுன்னு ஒரு நடுக்கத்தோடு நான் அவனப் புரிஞ்சிக்கிட்டேன். அந்தக் கொம்பு மீசையையும், அந்த அடர்த்தியான கூட்டுப்புருவங்களையும் கொஞ்சம் மாத்திட்டா அவனுக்குக் குஞ்ஞிக்குட்ட அத்தானோட முகமாத்தான் இருந்ததுன்னு புரிஞ்சிது. நான் உரத்த குரலில் அலறி இருக்கணும். ஒரு நீண்ட அலறலோடுதான் நான் விழிச்சிக்கிட்டேன்...'

எல்லாவற்றையும் கேட்டு முடித்தவுடன் அவளுடைய முகத்தை நோக்காமல் அவன் முணுமுணுத்தான்.

'நீங்க அழகாகவே பொய் சொல்லக் கத்துக்கிட்டீங்க.'

'இது பொய்யில்ல. நிஜம்தான்' என்று தேவி கோபமாகக் கூறினாள்: 'ஒரு கனவோட கதைய பொய்யாகச் சொல்றதால எனக்கு என்ன கிடைக்கப் போவுது?'

'அதையேதான் நானும் யோசிக்கறேன்.'

'நீங்க நம்பணும்னு எனக்கு நிர்பந்தமில்ல. ஆனா தூக்கத்திலேர்ந்து திடுக்கிட்டு எழுந்ததும், நான் வெகுநேரம் வரைக்கும் அதே மாதிரியே படுத்திருந்தேன். கொஞ்ச நேரம் வரைக்கும் எனக்கு அசையக்கூட பயமாயிருந்தது. நான் அந்த பயங்கர கனவோட அந்த அளவுக்கு மூழ்கியிருந்தேன். அப்புறம்தான் யோசிச்சேன். ரொம்ப நாளா நான் காத்திருந்து கண்ட கனவோட அர்த்தம் என்னான்னு? வெகுநாளா காத்திருந்து கண்ட அந்த கனவோட முடிவு என்னை நடுங்க வைக்குதே அது எதனால்? என்றும் யோசிச்சேன்.'

அவன் திடீரென்று அவளை நோக்கித் திரும்பினாள்.

'நான் இதுவரைக்கும் சொல்லிக்கிட்டு இருந்ததெல்லாம் கட்டுக்கதை தான் என்று காட்டுறதுக்காக நீங்களும் வேற சில கட்டுக்கதைங்கள உண்டாக்குறீங்க தேவி. பொய்யை பொய்யாலேயே தோல்வியடையச் செய்யப்பார்க்கறீங்க.'

'இல்ல, இல்ல. ஒருக்காலும் இல்ல' என்று தேவி உறுதிமிக்க குரலில் கூறினாள்: 'நீங்க சொல்லிக் கொண்டிருந்ததெல்லாம் எப்படி சத்தியமோ அது போலவே நான் சொல்றதும் சத்தியமானதுதான். யாராலும் வெகுகாலம் சத்தியத்த மறைச்சுவைக்க முடியாது.'

'உண்டு. நான் பாண்டவபுரத்துக்குப் போனதுண்டு. குஞ்ஞிக்குட்டத் தான் குவார்ட்டர்ஸிலயும் தங்கியிருந்திருக்கேன். என் பக்கத்து குவார்ட்டர்ஸ்லதான் நீங்களும் தங்கியிருந்தீங்க.'

'சுத்தப்பொய்.'

'அப்படின்னா இதுக்குப் பதிலு சொல்லுங்க. ரெயில் தண்டவாளத்துக்கு அந்த பக்கத்துல புல் மைதானம் இருக்குன்னு எனக்கு எப்படித் தெரியும்? புல் மைதானத்தைத்தாண்டி கம்பிவேலி போட்ட ஆரஞ்சு தோட்டம் உண்டுன்னு எனக்கு எப்படித் தெரியும் நான் சொன்ன தெல்லாம் உண்மைதானே? புல் மைதானமும், அகதிங்க காலனியும், ஆரஞ்சு தோட்டமும் எல்லாம் அங்கே இருக்கிறதில்லியா?'

'உண்டு.'

'அப்படின்னா?' என்று அவள் வெற்றித் தோரணையில் அவனை உற்று நோக்கினாள்.

'எனக்குத் தெரியாது. எனக்கு ஒண்ணும் தெரியாது' என்று அவன் எதற்கும் இயலாதவனைப்போல் முகத்தை மூடிக் கொண்டான்.

'அப்படின்னா, நானே சொல்றேன்'

அவள் சொல்லத் தொடங்கியபோது அவன் தயக்கத்துடன் முகத்தைத் திருப்பி அமர்ந்து கொண்டிருந்தான். சூடான ஒரு கை அவனுடைய தோளின் மேல் வந்து விழுந்தது. சுட்டெரிக்கும் மூச்சுக்காற்று தன் கன்னங்களில் பட்டபோது அவன் உதறி ஒதுங்க முயன்றான் என்றாலும், தனக்கு அதற்கான பலம் இல்லையென்று எண்ணி மீண்டும் ஒதுங்கி சுருண்டுகொண்டான்.

தேவி சொல்லிக் கொண்டிருந்தாள்:

'நான் பாண்டவபுரத்துலதான் இருந்தேன் ரெண்டு மூணு வருஷம். அந்த மஞ்சள் வண்ணம் அடிச்ச சின்ன கட்டடத்துலதான் நானும் குஞ்ஞிக் குட்டத்தானும் முதலில் அன்போடும், அப்புறம் சண்டை போட்டுக் கொண்டும் வாழ்ந்துகிட்டு இருந்தோம். அப்புறம்தான் அங்கேர்ந்து திரும்பி வந்துட்டேன். இங்க வந்து தனியா ஆனதுக்குப் பின்னாடிதான் எனக்குப் பல சமயங்களிலும், நீங்க பக்கத்து வீட்டுல இல்லாம, வேற ஒரு ஆளு இருந்திருந்தா எங்களுக்குள்ளே இருந்த உறவு அந்த அளவுக்குக் கெட்டுப் போயிருக்காதோன்னு தோன்றியது உண்டு. இத ஏன் சொல்றேன்னா, பொம்பளைங்கள வலை வீசிப் புடிக்கறதுல அந்த அளவுக்கு அப்போ கெட்டிக்காரரா இருந்தீங்க. உங்க மொகத்துல சதா நேரமும் குடிகொண்டிருந்த அந்த மயக்கும் சிரிப்பு இருக்கே, அதுல யாராக இருந்தாலும் விழுந்துதான் போய்டுவாங்க. குஞ்ஞிக்குட்டத் தான் ராத்திரில டியூட்டிக்குப் போவும் போதெல்லாம் நீங்க ஜன்னலுக்குப் பக்கத்துல சிகரெட்டைப் பற்ற வைச்சி புகைச்சிக்கிட்டு எங்க வீட்டையே உற்று நோக்கி நின்னுக்கிட்டிருப்பீங்க. ஜன்னல் திரைச்சீலையைத் தாண்டி சுவற்றைக் கூட துளைச்சிக்கிட்டு நுழையற பார்வை உங்களுடையது. மொதலில்லெல்லாம் நீங்க அங்க நிக்கறத பாக்கும்போதே நான் ஓடி மறைஞ்சிக்கறதுண்டு. அந்த அளவுக்கு உங்க மேல மொதல்ல வெறுப்பும் அருவருப்புமாக இருந்தது. அநாவசிய மாக சிரிக்கறவங்களக் கண்டாலே அன்னிக்கெல்லாம் எனக்கு ரொம்பவே வெறுப்பா இருக்கும். உங்கள எப்போவாச்சும் பக்கத்துல பார்த்துட்டா மொகத்தப் புடிச்சு ஒரு குலுக்கு குலுக்கவும், உங்க இருண்ட மொகத்துல காறித் துப்பவுமெல்லாம் அந்த காலத்துல நான் எண்ணியிருந்தேன். அதுக்கப்புறம்தான் எப்படின்னு எனக்கே தெரியல. என்னோட மனம் மெல்ல மெல்ல தளரத் தொடங்கிட்டுது. நீங்க பார்க்காத நேரத்துல மறைஞ்சி நின்று நான் உங்கள கவனிக்கத் தொடங்கினேன். உங்களுக்கு என்னென்ன நிறங்களில பேண்டும் சட்டையும் உண்டுன்னு எனக்குத் துல்லியமாகத் தெரிஞ்சிருந்தது. அப்படியிருக்கும் போதுதான் ஒருசமயம் எனக்கு உங்ககிட்டே ஒரு குறும்பு செய்யத் தோணிச்சு. அன்னிக்குத்தான் நான் மொத மொதலா ஒரு பேப்பர் துண்டைச் சுருட்டி, அதுல ஒரு நெல்லிக்காயையும் வைச்சி

பொட்டலம் கட்டி, உங்க மேல எறிஞ்சேன். அதுல எழுதியிருந்தது இப்போவும் எனக்கு நெனவுல இருக்கு. நீலச்சட்டையும் கருப்பு பேண்டும் உங்களுக்கு ரொம்பவும் பொருத்தமா இருக்குன்னுதான்...'

அவள் சிறிது நிறுத்தினாள். அவையெல்லாம் சரியில்லையா என்று கேட்பதற்காக அவனுடைய முகத்தைப் பிடித்து தன் பக்கம் திருப்பினாள்.

'தேவி, என்ன நீங்க இப்படிச் செய்யறீங்க?' என்று அவன் பொறுமையிழந்தவனாகக் கேட்டான்.

'தேவின்னு கூப்பிடாதீங்க. பல்லீன்னு கூப்பிடுங்க' என்று அவள் சிரித்துக் கொண்டே சொன்னாள். மேலும், 'என் பற்கள் அழகானவைகள்தான் எனக்கே தெரியும்' என்றும் கூறினாள்.

சிறிது நேரம் வரையில் அவள் மௌனமானாள்.

மேலும் சிறிது நேரம் கழித்து, 'உங்களுக்கெல்லாம் ஒரு மூலகர்த்தாவாக இருந்த அந்த இளைஞனோட கதை உங்களுக்கு நினவிருக்கா? அதான் அந்த கொல்லன் கையால்-?' என்றும் கேட்டாள்.

'கேள்விப்பட்டிருக்கேன். அது ஒரு கட்டுக்கதையாக்கும். அப்படியொரு கள்ளக்காதல் வம்சமே இல்ல.'

'எல்லாமே கட்டுக் கதைங்கதான். நானும் நீங்களும் பாண்டவபுரமும் இந்த மகா பிரபஞ்சமுமெல்லாம்...'

அவளுடைய அடுத்த அசைவு என்னவாக இருக்கும் என்று பிரமித்துக் கொண்டிருந்தான் அவன். அவள், ஆகமொத்தத்தில் தலைகால் புரியாமல் மாறிவிட்டிருக்கிறாள். பரஸ்பரத் தொடர்பு இல்லாமல் என்னவெல்லாமோ கூறுகிறாள். எப்படி இவ்வளவு சுலபத்தில் அவளால் இவற்றையெல்லாம் இட்டுக் கட்டி உருவாக்க முடிந்தது? கடைசியில், பலதையும் சொல்லிச் சொல்லியே நரம்புகளிலுள்ள ரத்தம் சூடேறி கொதிக்கும் போதும், தலைக்குள் சூடு ரத்தம் பொங்கியெழும் போதும் அவள் எல்லாவற்றையும் மறந்து, ஆவேசத்துடன் தன்மேல் படருவாளோ?

அவனுடைய எண்ணங்களைப் போல் அதே வேகத்தில் தேவியும் பின்தொடர்ந்து கொண்டிருந்தாள்.

அவனுடைய பயத்தன்மை அவனை ரசிக்க வைத்தது. அந்த அகந்தையெனும் படமெடுப்பில் மேலும் மேலும் ஓங்கியோங்கி மிதித்து, தன் மனத்தில் அநாவசியமான மோகங்களை முளைக்க வைத்ததற்கு, தன்

வாழ்வை அலங்கோலமாக்கியதற்கு, சொல்லிச் சொல்லி மன்னிப்புக் கேட்கச் செய்து இறுதியில் ஒரே உதையில் சாக்கடைக்குழியில் தள்ளுவதற்கு ஆசைப்பட்டு கொண்டிருந்தாள் அவள்.

அவள் தொடர்ந்தாள்:

'பாவம் குஞ்ஞிக்குட்டடத்தான். இவை எதையுமே அவர் தெரிஞ் சிருக்கவில்ல. நீங்க சூழ்ச்சியாக வந்து எங்களிடம் பழக்கப்படுத்திக் கிட்டீங்க. மெல்ல மெல்ல எங்க வீட்ல ஒரு நிரந்தர விருந்தாளியான பின்னாலும் ஒரு முறை கூட உங்கள நான் சந்தேகப்படல. ஒரு மைனரின் ஆர்வமுடைய கருத்த முகத்த நீங்க சாமர்த்தியமாக மறைச்சி வைச்சிருந்தீங்க. ராத்திரில தான் டியூட்டிக்குப் போறப்போ வீட்ல நான் தனியாதான் இருப்பேன்னும், அதனால, வீட்டுமேல ஒரு பார்வை இருக்கட்டும்னும் அவர் உங்ககிட்ட நம்பிக்கையோட சொன்னார். நீங்க அந்த பொறுப்பை ஏத்துக்கொள்ள என்னிக்கோ தயாரா இருந்தீங்க. ஒரு பார்வைக்குப் பதிலா ஆயிரம் பார்வைங்கள நீங்க என் வீட்ல வீசினீங்க. ஆயிரம் கண்ணிகளுள்ள வலையப் பின்னி என்னை அதுல அகப்படுத் திட்டீங்க. டியூட்டி இல்லாதத ராத்திரிகள்ல கலங்கிய மனமும், சோர்ந்த உடலுமாக, என் கணவனுக்குப் பக்கத்துல தூக்கம் வராம நான் படுத்துக்கிடக்கிறப்போ அடுத்த வீட்ல நீங்க குள்ள நரியப் போல குழம்பிப் போனவராக நடமாடிக் கொண்டிருந்திருப்பீங்கன்னு எனக்குத் தெரிஞ்சுதான் இருந்தது.

'எங்க படுக்கையறையிலுள்ள சலனங்களைப் பத்தி ஒரு காமுகனின் பொறாமையோட நீங்க கற்பனை செஞ்சிக்கிட்டும் இருந்திருக்கணும். அந்தப் பொறாமையினாலதான் மேலே உள்ளவங்கக் கிட்ட உங்க செல்வாக்கைப் பயன்படுத்தி என் கணவனுக்கு ராத்திரியில ஏராளமான ஓவர்டைம் டியூட்டிகள நீங்க கொடுக்கச் சொன்னதாக்கும். ஆனா, அந்த விஷயத்தச் சொல்லியே என் கணவன் உங்கள புகழ்ந்தபோது அந்த துரதிர்ஷ்டசாலி மனுஷன் முகத்தைப் பார்த்து பல்லைக் கடிக்கக் கூட என்னால முடியல. என் மனசு அப்போதெல்லாம் அந்த அளவுக்கு சஞ்சலமாக இருந்தது...'

'ஆனா...' அவனுடைய உள்ளடங்கிய குரல் கேட்டது. அவனைப் பேச அனுமதிக்காமல் அவளே தொடர்ந்தாள்:

'நமக்குள்ளே ஒரு முறைகூட உடல் ரீதியா தொடர்பு கொள்ள வில்லையே என்றுதான் நீங்க சொல்லப்போறீங்க, இல்லையா? நிஜந்தான். அதான் என்னோட பெரிய தோல்வியே. ஒரு முறையாவது நான் அதுக்கு ஒரு முன்னேற்பாடு செஞ்சிருந்திருந்தேன்னா, நான் எங்க வீட்டுமேலேயே ஏறிநின்னு, உங்களை அடிமைப்படுத்திட்டேன்னு

உரக்கக் கூவிக் கொண்டிருந்திருப்பேன். ஆனா, உங்களுக்கும் அதுக்கான தைரியமில்லாம இருந்தது. நான் பல சமயங்களில் தொறந்து வைத்திருந்த எங்க வீட்டு முன்வாசல் வழியாக நீங்க ஒரு சூறாவளிப் போல பாய்ந்து நுழையவும், ஆண்மையின் தீப்பிழம்பை என் நரம்புகளில் படர வைக்கவும் கோழையான உங்களால முடியாமல் போய்ட்டுது.'

அவன் படிப்படியாகத் தளர்ந்து கொண்டிருந்தான். தலையணையில் முகம் புதைத்தான்.

'ஒரு வேளை, நான் ஒரு நூலின் உறவு கூட இல்லாம உங்க முன்னால நிர்வாணமாக வந்தாலும், நீங்க இதப்போலத்தான் கண்கள பொத்திக் கிட்டு அப்போ படுத்திருந்திருப்பீங்க.'

'நிறுத்து...' என்று அலறினான் அவன்.

'நான் நிறுத்தப் போறதில்ல' என்றவள் சீறினாள்: 'என் வாழ்வ நீங்க ஏன் பாழாக்கனீங்கன்னு, எனக்குத் தெரியணும். ஏன் என் கணவன என்கிட்டேர்ந்து பிரிச்சீங்கன்னு தெரியணும். உங்களச் சூடேத்திய இந்த சரீரத்த அடையறதுக்கு எதனால நீங்க முயலலன்னும் தெரியணும்...'

'எனக்கு உங்களப் புடிச்சிருந்தது. அதுவும் ரொம்ப ரொம்ப விருப்பமாகவும் இருந்தது.'

'தூத்... என்ன பெரிய விருப்பம்!'

'எதுக்கு இதையெல்லாம் சொல்றீங்க? உங்களுக்கு... உங்களுக்கு என்ன வேணும், தேவி?'

அவனுடைய பலவீனமான தணிந்த இந்தக் குரலைக் கேட்டபோது அவளுடைய ஆத்திரம் இரட்டிப்பாயிற்று:

'எதுக்குன்னா கேக்கறீங்க? நான் உங்களத் தோற்கடிக்கணும். கால்களுக்குக் கீழே போட்டு மிதித்து நசுக்கணும். உங்க நிர்வாண உடல் மேல ஏறிநின்று துர்க்கைய போல நடனமாடணும். உங்க ரத்தத்த எடுத்து பொட்டு வைச்சிக்கணும். உங்க குடல வெளியில எடுத்து மாலையாகப் போட்டுக்கணும்... உங்கள மட்டுமில்ல, உங்களப் போல உள்ள ஒவ்வொரு ஆம்பளங்களுடையதையும்...'

'தேவீ...!'

அதுவொரு தளர்வுற்ற ஒரு வயதான நாயின் ஓலத்தைப் போல் அவளுக்குத் தோன்றியது.

‘அந்த ஜன்னல சாத்திடுங்க’ என்று அவள் கடுமையான குரலில் கூறினாள்.

அவன் சட்டென்று எழுந்து உட்கார்ந்தான். பயத்துடன் அவளை நேரிட்டு நோக்கினான்.

‘சாத்துன்னு சொன்னேனே’ என்று அவள் அலறிக் கொண்டிருந்தாள்.

அவள் கண்களில் தீக்கொழுந்துகள் எரிந்து கொண்டிருந்தன. அவன் கண் முன்னே அந்த சிவந்த தீக்கொழுந்து அலைந்தாடியது. நடுங்கியது. உச்சந்தலையிலுள்ள செந்தூரம் படர்ந்து முகமெங்கும் சிவந்தது. அவள் தலைமுடியை அவிழ்ந்தபோது தெச்சிப்பூக்கள் படுக்கையில் சிதறி விழுந்தன. அவளுடைய அபூர்வமான சுகந்தம் அறையெங்கும் பரவி ஒரு போர்வையாக அவனை மூடியது. அந்த கண்களிலிருந்தும் உதடுகளிலிருந்தும் சிதறிய அந்த விருப்பார்வத்தின் தீப்பொறிகள் அவனைச் சுற்றி ஒரு சிதையாக எரிந்தது. வியர்த்து நனைந்த கழுத்தில் விரல்களை அழுத்தியவாறு அவன் வாய் பிளந்து ஈரமுள்ள ஒரு முழுங்கு காற்றை ஆவலோடு விழுங்கினான். அவனுடைய முடியிழை களின் ஊடாகப் பாய்ந்து கொண்டிருந்த விரல்கள் மண்டையோட்டில் சூடான வட்டங்களை வரைந்தன. வெளியே சீட்டியோசையுடன் காற்று வீசியது. கணக்கற்ற பாம்புகள் அதை ஆமோதித்தன. காற்றின் ஒலிகளுக்கு இடையில் ஒரு சாரல் மழைத் தூறிற்று. சுட்டுப் பழுத்த முகத்தில் தண்ணீர்த் துளிகள் தெறித்து விழுந்தன.

‘அந்த ஜன்னலைச் சாத்துங்க...’ அவளுடைய நடுங்க வைக்கும் குரல் அவன் செவிக்கருகில் கேட்டது. அவன் மெதுவாக சத்தமில்லாமல் ஜன்னலைச் சாத்தினான்.

பின் அந்தச் சிதையின்மேல் துவண்டு விழுந்தான்.

பதினைந்து

இப்போது திருப்தியாகிவிட்டதோ?

மெல்லிய இருளில் உற்றுநோக்கியவாறு தேவி தன்னையே கேட்டுக் கொண்டாள்.

உன்னுடைய வெறுப்பும் பகையும் அகங்காரமும் எல்லாம் ஒரு சாரல் மழையில் அடங்கிவிட்டதோ?

சுட்டெரிக்கும் உதடுகளைக் கடித்துக் கொண்டு, 'இல்ல, இல்ல' என்று அவள் முணுமுணுத்தாள்.

பழிவாங்கும் பிடிவாதம் ஒரு போர்வையாக ஆகும்போது, அதற்கு ஊடுருவி இறங்குவதற் கான வேர்கள் இல்லையென்று அறியும் போது...

இப்போது அது பழிவாங்குதலாகக் கூட இல்லாமல் ஆகிவிட்டிருக்கிறது. அவற்றுக் கெல்லாம் மேலாக, கைவிட்டுப் போன எதுவோ ஒன்றைத் தோண்டி எடுக்க முயலும் போது பல முகங்களை உருவகப்படுத்தி அவற்றில் ஒன்றை அன்புடன் தழுவி, ஒன்றை அடித்து வீழ்த்தி, ஒன்றை வெறுப் போடு நோக்கி, ஒன்றைக் கடித்து ரணப் படுத்தி ரத்தம் சிந்த வைத்து - இப்படி என்ன வெல்லாம் முட்டாள்தனங்கள்!

இது ஒரு பழிவாங்கல் மட்டும்தானா? தனக்கு யார் மேல் பகை? குஞ்ஞிக்குட்டத்த தானிடமா? இந்த பலவீனமான மைனரிடமா? இல்லே, எனக்கே அடையாளம் தெரியாத மற்றும் ஏராளமான உறவுகளிடமா?

அடுத்த படுக்கையில் சியாமளாவும் ரகுவும் கட்டிணைத்து படுத்துத் தூங்குகிறார்கள். மங்கிய நிலவொளியில் சியாமளாவின் உதடுகளில் ஒரு மெல்லிய புன்னகை தொத்திக் கொண்டிருக்கிறது. அவள் கனவு கண்டு கொண்டிருக்கலாம். வண்ணங்கள் தெளிக்கப்பட்டுள்ள பூந்தோட்டத்தில் அவள் மிதந்து கொண்டிருக்கலாம். தீய கனவுகளைக் காணும் காலம் அவளுக்கு இன்னும் தூரத்திலேயேதான் உள்ளது. பாண்டவபுரம் என்னும் ஆசுவாசத்தைத் தேடிபோக வேண்டிய துர்ப்பாக்கியம் அவளுக்கு வராமல் இருக்கட்டும்.

ரகு திரும்பிப் படுத்து என்னவோ முணுமுணுக்கிறான். பாண்டவபுரத்து ரயில் தண்டாவளங்களில் பூமி குலுங்க ஒளிக்கற்றைகளைச் சிதறிய வாறு பாய்ந்து செல்லும் இரவு ரயில்களும், கண்ணாடி ஜன்னல்களும் இடையே சின்னச்சின்ன முகங்கள் பதிக்கப்பட்டிருக்கும் பச்சைநிற பஸ்களும்தான் அவன் கண்முன்னே இப்போது இருக்கும்.

பாண்டவபுரம் ஒரு நிஜமான நகரம் என்றுதான் அவன் நம்புகிறான். புகைவண்டிகள் சென்று வரும் ஒரு மாயலோகம்தான் அதுவென்று அவன் கருதுகிறான்.

பாண்டவபுரம் ஒரு நிஜமான நகரம்தான் என்று முதலில் நம்பவைப்பதற்கு முயன்றவன், இப்போது, அதோ அந்த அறையில் தன் சொந்த காயங்களை நாவால் நக்கி ஆற வைத்து, எழும்பிய படத்தைக் கீழே போட்டு, கரிந்துபோன முகத்தை மூட்டுகளுக்கிடையே புதைத்துக் கொண்டு தூக்கம் வராமல் படுத்துக் கொண்டிருக்கலாம். அவனுடைய நச்சுப் பற்களைப் பிடுங்க துணிந்தபோது இவ்வளவு விரைவில் அவனை அடிபணியச் செய்ய முடியுமென்று நினைக்கவில்லை. அவன் ஒரு கோழைதானென்றாலும், மெல்லியதொரு எதிர்ப்பையும் திமிறித் துள்ளக்கூடிய பரபரப்பையுமாவது அவனிடமிருந்து எதிர்பார்த்திருந்தாள். அப்படி எதுவும் இல்லாமல், ஏதோ குளிர்ந்து உறைந்து போன ஒரு புழுவைப்போல அவன் அடிபணிந்து கிடந்தான். அவனுடைய முகம் இப்போது நினைவில் வரவில்லை. ஆனால், அதில் சிறியதொரு பிரமிப்பு திடீரென்று மின்னி, அதே வேகத்தில் அமைதியடைந்து மறைந்து போனது மட்டும் நினைவில் இருக்கிறது.

இப்போது அகங்காரத்துடன் சிரிக்க முடியவில்லை.

இப்படிப் பட்டதொரு எதிர்ப்பைத்தானா தேவி, நீ எதிர்பார்த்தாய், பல ஆண்டுகளாக அமுக்கி வைத்திருந்து எல்லாமும் வெடித்துச் சிதறி வெளியேறக்கூடிய அந்த ஒரு நிமிடம்! அதற்காகத்தானே நீ காத்திருந்தது? ஒரு பயங்கரமான வெடிச் சிதறலுக்குப் பின், எல்லாமும் அடங்கிவிடும் என்றும், அதன்பின் மனத்துக்கு சிறிது அமைதி

கிடைக்கும் என்றும் ஆசைப்பட்டாய். ஆனால் அவனுடைய அமைதியான அந்த அடிபணிதல் உன் எல்லா ஆசைகளையுமல்லவா சோர்வடையச் செய்துவிட்டன!

இதற்காகத்தானா நோன்பு நோற்று, காளி கோயிலில் விரதம் இருந்து அவனை ஆவாஹித்து வரவழைத்தோம்? மிகவும் ஜாக்கிரதையாகச் சிக்கலெடுத்து இழைகள் பின்னி, கண்ணிகள் உருவாக்கி, இழுத்து முறுக்கி இற்றுப் போகாமல் வலை நெய்தது இதற்குத்தானா?

இப்போது ஜெயித்தது அவன்தானே?

தோற்றது தான்தானே?

போரில் வென்றதன் ஆசுவாசம் இப்போது அவனுக்குத்தான் உள்ளது.

பாடுபட்டு கட்டி எழுப்பியது எல்லாம், சீட்டுக்கட்டு அரண்மனையைப் போல் சிதைந்து விழுகின்றன.

தேவிக்கு வாய்விட்டு அழவேண்டும் போல் தோன்றியது. அவள் விட்டத்தை நோக்கியவாறு கண்கள் விழித்து வெகுநேரம் படுத்திருந்தாள்.

லாப நஷ்டங்களை கணக்கெடுத்துப் பார்ப்பது முட்டாள்தனம் என்று அறிவு உபதேசிக்கிறது என்றாலும், மீண்டும் மீண்டும் அதுவே தோன்றிக் கொண்டிருக்கிறது. ஒன்றும் வேண்டாம். அவன் கொஞ்சம் எதிர்த்து நின்றிருந்தால், ஒரு வார்த்தையாவது மறுத்தும் கூறியிருந்தால் போதுமானதாக இருந்திருக்கும். அப்படி இருந்திருந்தால் என்னால் இப்போது தூங்க முடிந்திருக்கும். இனி ஒருபோதும் தலை தூக்க முடியாத விதத்தில் அவனை மிதித்துத் தள்ளி தோல்வியடையச் செய்திருக்கலாம். ஆனால், அவன் தன் ஆளுமையைத் தாழ்த்திப் பணிந்தது தன் வலைக்குள் திரும்பி போவதற்கான உத்தியாகும். அது அவனுடைய தோல்வியல்ல. சாமர்த்தியமாக நடித்து அவன் மீண்டும் ஒருமுறை என்னை ஜெயித்துவிட்டிருக்கிறான். இனி பாண்டவ புரத்தைப் பற்றி ஆசையூட்டும் கதைகளுடன் அவன் என் முன்னால் வரமாட்டான் தான். ஆனால், அவனுக்கு என் லட்சியம் புரிந்து விட்டிருக்கிறது. இனி தன்னைத் தாழ்த்திக் கொண்டு நழுவிப் போவதற் குத்தான் அவன் முயல்வான். என்னைத் தோற்படிப்பதற்கான வழி அதுதான் என்று அவன் புரிந்து கொண்டிருக்கிறான்.

திடீரென அழுகையுடன் விழித்தெழுந்தான் ரகு. அவன் தாயைக் கூப்பிட்டுக் கொண்டே கை கால்களைத் தாறுமாறாக அடித்துக் கொள்ள ஆரம்பித்துவிட்டான்.

'ரகு' என்று அவள் மெல்ல கூப்பிட்டாள்.

அதற்கு அவனுடைய அழுகைதான் பதிலாக இருந்தது.

'வா, அம்மா பக்கத்துல படுத்துக்கோ!'

அப்போதும் தூக்கத்தை விடாமல் தேம்பிக் கொண்டே தட்டித் தடவியவாறே அவன் அவள் அருகில் வந்து விழுந்தான். அவள் அவனை அப்படியே அள்ளி அணைத்துக் கொண்டு அவனுடைய நனைந்த கண்களிலும் கன்னங்களிலும் முத்தமிட்டாள். அவன் உடல் அப்போது நடுங்கி கொண்டிருந்தது. 'கெட்ட கனவு ஏதாச்சும் கண்டியா, ரகு?'

ஒரு பாதுகாப்பிடம் கண்டுபிடித்துவிட்ட ஆசுவாசத்துடன் மார்பில் தலையைப் புதைத்துக் கொண்டு ரகு முனகினான்.

'கனவில் என்ன கண்டே?'

அவனால் உடனே அதை நினைத்துப் பார்க்க முடியவில்லை. சிறிதுநேரம் கழித்து அழுகைக் கொஞ்சம் அடங்கியதும் அவன் இடறிய குரலில் தாயின் செவியில் முணுமுணுத்தான்.

'நான் ஸ்டேஷன்ல ரயிலேற நின்னப்போ... கால் தவறி தண்ட வாளத்துல விழுந்துட்டேன். அதற்குள் ரயிலும் விசில் ஊதிட்டுது. ரயில் இன்ஜின் பயங்கர சத்தத்தை எழுப்பிக்கிட்டு என்னை நோக்கி...'

அவனால் அதை நினைத்துப் பார்க்கக் கூட முடியவில்லை. அவன் நடுக்கத்துடன் தாயை அணைத்துக் கொண்டான்.

'இப்போ சொல்லு கண்ணா' என்று அவள் அவன் உடலைத் தடவி சமாதானப்படுத்தினாள். மேலும், 'அம்மாதான் உன் பக்கத்திலேயே இருக்கேனே, அப்புறம் ஏன் பயப்படறே?' என்றும் கேட்டாள்.

'நான் விழறப்போ அம்மான்னு கூப்புட்டேன். அப்போ பிளாட் பாரத்துலேர்ந்து நீயும் அந்தாளும் சேர்ந்து கைகொட்டி சிரிச்சிக்கிட்டு இருந்தீங்க அம்மா.'

தேவி திடுக்கிட்டுப் போனாள். அவனை இறுக அணைத்து, கன்னத்தில் முகத்தைச் சேர்த்து, 'இல்லேடா கண்ணா, அம்மா ஒரு போதும் அப்படிச் செய்யமாட்டா. எனக்குன்னு நீ மட்டும் தானேடா கண்ணா இருக்கே. உன்னை அழைச்சிண்டு போகாம அம்மா எங்கியும் போகமாட்டேண்டா கண்ணு' என்று கூறினாள்.

ரகுவுக்குச் சிறிது தைரியம் கிடைத்தது. அவன் மல்லாந்து படுத்துக் கொண்டு என்னவோ ஆலோசித்துக் கொண்டிருந்தான்.

சிறிதுநேரம் கழிந்தவுடன் தூக்கத்தில், கெட்ட கனவின் கட்டுகள் சிறிது தளர்ந்தவுடன், தாயின் ஈரமுள்ள கன்னத்தில் விரல்களால் தடவியவாறு அவன் கேட்டான்.

'நீங்க போகறப்போ என்னையும் அழைச்சிண்டு போவீங்களாம்மா?'

'எங்கே?'

'பாண்டவபுரத்துக்கு.'

'அழைச்சிக்கிட்டுப் போறேன். நான் அங்கே போவதாயிருந்தா கண்டிப்பா உன்னை அழைச்சிக்கிட்டு போவேன்.'

'அந்தாளு சம்மதிப்பாரா?'

'அந்தாளு எங்கேயாச்சும் போய்க் கொள்ளட்டும். நாம் ரெண்டு பேரும் சேர்ந்தே போகலாம்.'

'தனியாவா?'

'ஆமாம்.'

'ரயில்ல ஏர்றப்போ பயமாயிருக்காது?'

'நீ இருக்கறப்போ நான் யாருக்குடா கண்ணா பயப்படணும்?' அந்த பதில் அவனுக்குப் பிடித்தமாக இருந்தாலும், அவனுக்கு மேலும் ஏராளமான சந்தேகங்கள் உண்டாகியிருந்தன.

'பாண்டவபுரத்தில் யாரெல்லாம் இருக்காங்க?'

'உங்கப்பா இருக்காரு.'

'அப்பா எப்படி இருப்பாரு?'

'நீ பெரியவனா ஆனா எப்படி இருப்பியோ, அப்படி இருப்பாரு?'

'அப்பா என்னைப் பார்த்தா அடையாளம் புரிஞ்சுக்குவாரா?'

'பின்னே, புரிஞ்சுக்காம இருப்பாரா?'

'அதெப்படி, என்னைதான் அப்பா இதுவரைக்கும் பார்த்தது இல்லியே?'

அவளால் அதற்குப் பதில் சொல்ல முடியவில்லை.

'கண்ணா, நீ தூங்குடா, ரொம்ப நேரமாயிட்டுது' என்றாள் அவள்.

அவளுடன் இன்னும் கொஞ்சம் நெருங்கி அணைத்துக் கொண்டு அவன் படுத்தான். கண்களை இறுக்கி மூடிக்கொண்டான்.

ஜன்னல் வழியாக ஒரு குளிர்ந்த காற்று உள்ளே வந்தது. அது பட்டதும் ரகு சட்டென்று உறங்கிவிட்டான். பாவம் குழந்தை! அவன் முடியில் விரல்களால் கோதியவாறு அவள் நினைத்துக் கொண்டாள். கடைசியில் அவனும் கெட்ட கனவுகளை காணத் தொடங்கியிருக் கிறான். இவ்வளவு இளம் வயதிலேயே கெட்ட கனவுகள் அவனை வேட்டையாடத் தொடங்கியிருக்கின்றன. பாண்டவபுரம் ஒரு நிஜம்தா னென்று அவனும் கருதுகிறான். என்னைப் பொருத்தமட்டில் பாண்டவ புரம் ஒரு தேவை மட்டுமே என்பது அவனுக்குத் தெரியாதல்லவா?

பாண்டவபுரம் மிகவும் தேவையானதுதான்.

ஒரு பழந்துணியைப் போல் குஞ்ஞிக்குட்டத்தான் என்னைத் தூக்கியெறிந்து உதறித் தள்ளியது ஏனென்று எனக்குத் தெரியவில்லை. எல்லாவற்றையும் அழித்தும் கட்டியும் அளந்தும் கொட்டியும் பார்த்தாள். எந்த ஒரு முடிவும் தெரியவில்லை. அந்த மனிதனை என்னால் ஒருபோதும் புரிந்து கொள்ள முடியவில்லை. இப்போது நான் இங்கிருந்தே என் கைக்குள் அடங்காமல் போன நிமிடங்களை ஆவாஹிச்சு எடுத்துக் கொண்டிருக்கிறேன். எனக்கு ஒரு இறந்தகாலம் வேண்டும். அதுவும் அறிவுக்குப் பொருத்தமான இறந்தகாலம். குஞ்ஞிக்குட்டத்தான் ஏன் என்னை உதறிவிட்டுப் போனார், நான் என்ன தவறு செய்தேன்? உண்மைதான். எல்லாவற்றுக்கும் காரணங்கள் இருக்கும். அந்தக் காரணங்களை ஆராய்ந்து கொண்டு போகும்போது பாண்டவபுரத்தின் தேவாலயத்திலுள்ள கண்ணாடி விளக்குகளில் வண்ணங்கள் தெளிந்து வருகின்றன. பழுப்பு நிறமுள்ள ஏராளமான முகங்கள் என் கண்கள் முன்னால் வரிசையாக அணிவகுத்துப் போகின்றன. அக்கூட்டத்தி லிருந்து ஒன்றைத் தேர்ந்தெடுத்துதான் நான் என் கள்ளக்காதலனுக்கு உயிர் கொடுக்கின்றேன். அடையாளம் தெரியாத அப்படிப்பட்ட அநேக விசித்திர உறவுகளை என்னால் இப்போது நம்பமுடியும். இப்படியொரு மைனருடன் எனக்கு நெருங்கிய உறவு உண்டாகி இருந்தது என்று அறிந்திருந்தால் கண்டிப்பாக குஞ்ஞிக்குட்டத்தான் என்னை உதறித்தள்ளி தான் இருப்பார்.

ஒவ்வொரு கைப்பிடியளவு ஆசைகளையும் ஒன்று சேர்த்து கற்பனையில் மிகவும் முயன்று உருவாக்கிய பாண்டவபுரம்தான் இப்போது என்னையே திகைக்க வைக்கும் அளவுக்கு ஒரு நிஜமாகி விட்டிருக்கிறது. நான் இப்போது பாண்டவபுரத்தைப் பற்றி கனவு காண்கிறேன். பாண்டவ புரத்தைப் பற்றி மட்டும் சிந்திக்கிறேன். அப்படி பல வகையிலும் கண்டு கண்டுதான் பாண்டவபுரம் இன்று ஒரு நிஜமாகி இருக்கிறது.

பாண்டவபுரம் ஓர் ஆசுவாசமாகும். ஆசுவாசம் மட்டும்தான். குழப்பமான மனங்களில்தான் பாண்டவபுரம் உருவம் கொள்கிறது.

பதினாறு

மீண்டும் ஓர் இரவு.

அறையின் ஒரு மூலையில் வெளிச்சம் விழாத இடத்தில் தலை குனிந்து நிற்கும் ஒரு மனிதனை அவள் கண்டாள். அவனுடைய முகபாவனைகள் முற்றிலும் தெளிவாகத் தெரியவில்லை. ஆனால், அவனுக்குத் தன்னை நேரிடையாக நோக்குவதற்கான பலம் இல்லையென்று தேவிக்குப் புரிந்தது.

அவிழ்ந்த தலைமுடியை ஒதுக்கிக் கட்டிக் கொண்டே, 'கடைசியில நீங்களும் வந்துட்டீங்க போலிருக்கே? நீங்க வராம இருக்க மாட்டீங்கன்னு எனக்குத் தெரியும்' என்று அவள் மெதுவாக கூறினாள்.

அவன் எதுவும் கூறவில்லை.

அமைதியான குரலில் தேவியே தொடர்ந்தாள்:

'இல்ல, உங்கள விசாரணைச் செய்ய எனக்கு உத்தேசமில்ல. ராத்திரி நேரத்துல தூங்கற படுக்கையிலேயே என்னைத் தனிமையாக்கி விட்டு ஓடிப்போன உங்களோட கோழைத் தனம் என்னைப் பொருத்த மட்டும் இப்ப ஒரு வேடிக்கையாகக் கூட இல்லாம போயிட்டுது. ஆமாம், தொடக்கக் காலத்து இருளையும் சபிக்கப்பட்ட தனிமையையும் ஒற்றையா நின்று வேட்டையாடத் தீர்ப்பளிக் கப்பட்ட நேரத்துல நான் வெகுகாலம் விம்மி வெடித்து நின்னுருக்கேன். அதுக்காக நான் உங்கள குத்தம் சொல்லல. நீங்க ஒருபோதும் என்கிட்ட கருண காட்டறது இல்லன்னு

எனக்குத் தெரிஞ்சதுதான். ஆனா, ஒண்ணை மட்டும் நீங்க கொஞ்சம் நெனச்சி பாருங்க. எங்கோர்ந்தோ வந்த ஒரு வாலிபனோட வார்த்தைகளில சிக்கி, மயங்கி, என் இளமையையும் என் அழகையும் - நான் எதுக்காக அப்படிச் சொல்றேன்னு தெரியுதுங்களா? ஆனா, அதையே திரும்பத்திரும்ப சொல்றதுல எனக்கு மிகவும் சுகம் தோணுது - என் இளமையையும், என் அழகையும் அவனுக்குக் காட்சிப் படுத்தறப்போ, அந்தக் காமுகனைச் சந்திக்கக் கூட முடியாத ஒரு கோழை கணவனாக, கால் சுவடுகளக் கூட மண்ணில் பதிக்க முடியாம நீங்க ஓடியொளியும் போது, எனக்கு உங்க மேல அனுதாபப்பட மட்டும்தானே முடியும்.'

அவன் எதுவும் பேச முடியாமல், வெளிச்சம் விழாத அந்த மூலையில் அமைதியாக, அசையக் கூட செய்யாமல் குறுகி நின்றான். அவனுடைய முகத்தை நெருங்கிக் காணவும், அங்கே மின்னி மறையும் தோற்றங்களைப் படித்துணரவும் தேவி முயலவில்லை. அவள் புலம்பி கொண்டிருந்தாள்:

'அப்புறம்தான் உங்க விதை என் வயற்றில் முளைவிட்டது. நீங்க ஒரு குழந்தையாக என் வயித்துல கெடந்து கைகால்களை ஆட்டினீங்க. கர்ப்பப்பையின் சுவர்களில் தலையால் முட்டிமோதி விடுதலைக்காக அழுதீங்க. அப்போதெல்லாம் குரூரமான ஒரு மனத்திருப்தியோடு, நீங்க பரிசளித்த கருவை நான் அடக்கி வைச்சேன். ஆனா, நான் அவன ஒருபோதும் அழிக்கல. உங்க கோழைத்தனத்தின், நீங்க என்கிட்ட காட்டிய வஞ்சனையின் சாட்சியாக அவன் வளர்ந்து வரணும்னு நான் ஆசைப்பட்டேன். என் வயித்துல ஒரு விதை முளைவிட்டிருக்கிறதென்று நான் சொன்னப்போ நீங்க வெடித்துச் சிதறிய அந்த நிமிஷத்தைப் பத்தி உங்களுக்கு நெனவிருக்கா? ஒருவேளை உங்களுக்கு அதுக்கான திறமை இல்லன்னும், ஒரு காமுகனால்தான் அது முடியும்னும் நீங்க எண்ணியிருக்கணும். அது போவட்டும். என் வாழ்க்கை கலங்கியதற்கும், உங்களுக்கு என்னைச் சுற்றி மொதல்லேயே உண்டாகியிருந்த சந்தேகங்கள் வளர்ந்ததற்கும், உங்களுக்கும் தெரியாமல் எனக்கும் தெரியாமல் பாண்டவபுரத்திலவுள்ள ஏராளமான இளம் மைனர்கள்தான் காரணமாக இருந்திருக்கணும். அவங்களை எனக்குத் தெரியாதுன்னு சொல்றபோது உங்களால நம்ப முடியல, இல்லையா? நீங்கதான் பல மொறை அதையே திரும்பத் திரும்பச் சொல்லி அவுங்கள நெருக்கமா தெரியும்கறது வரைக்கும் போயிருக்கிறது. காமுகர்களின் மின்னியொளிரும் முகமுடைய, காமுகர்களின் வீரியம் தளும்பும் கூர்மையான கண்களையுடைய ஏராளமான இளைஞர்கள் இந்த இடைப்பட்ட நாள்களில் தெனந்தோறும் என் கண்ணு முன்னால அணி அணியாக நகர்ந்து போறதுண்டு. அவுங்க உடம்புலவுள்ள ஒவ்வொரு மிகச் சாதாரணமான

வித்தியாசங்களும், ஏன் அவுங்களோட வித்தியாசமான மணங்கள் வரைக்கும் என்னால இப்போது வேறுபடுத்தி அறியமுடியும். அந்தக் கூட்டத்திலேர்ந்து ஒருத்தனை நான் இங்க ஆவாஹிச்சு வரவழைச்சு இருக்கேன். இதக் கேட்டதும் உங்களுக்கு ஆச்சரியம் தோணுதோ? அவன் இங்கேதான் இருக்கிறான். இந்த வூட்லேயேதான் இருக்கிறான். அதுவும் அடுத்த அறையிலேயே...'

அடிபட்டுத் துடிக்கும் பாம்பின் படத்தைப் போல், மூலையிலுள்ள அந்த நிழல் மெல்ல அசைந்தது. குஞ்ஞிக்குட்டனின் மெல்லிய குரலை தேவி கேட்டாள்.

'நீ ஏன் இதையெல்லாம் இப்போ சொல்றே? போனதெல்லாம் போனதாகவே இருக்கக்கூடாதா?'

அவனுடைய குரலில் முற்றிலும் தன்னம்பிக்கை இல்லாமல் இருந்தது. அந்த பலவீனம் அவனை வெகுவாகவே ரசிக்க வைத்தது. அவளால் உரக்கச் சிரிக்கத்தான் தோன்றியது. தலைமுடியை அவிழ்த்துப் போட்டுக்கொண்டு குஞ்ஞுண்ணி மாமாவை வீழ்த்திய பாலைமரப் பிசாசைப் போல் அலறிச் சிரித்தாள்.

அவள் தொடர்ந்தாள்:

'நான் ஏன் இதையெல்லாம் சொல்றேன்னா கேக்கறீங்க? நீங்க அதெல்லாத்தையும் பத்தி கேக்கணும்; நீங்க எழுதிவிட்ட தீர்ப்போட தோல்வியை நான் எப்படி ஒரு வெற்றியாக மாற்றினேன்கறத நீங்க புரிஞ்சிக்கணும். நீங்க சந்தேகிச்சிக்கிட்டிருந்த, ஒருவேளை, பொறாமையோட பார்த்துக்கிட்டிருந்த, பாண்டவபுரத்து மைனருங் களையெல்லாம் ஒவ்வொருத்தனாக நான் இந்த வீட்டுக்கு, இந்த அறைக்குள்ளே ஆவாஹிச்சு வரவழைப்பேன். அதுக்குப் பின்னால அவங்களோட அகந்தையை, ஆண்மையை, அந்த அகங்கார படத்துமேல ஓங்கியோங்கி, எண்ணியெண்ணி உதைத்து, அந்தப் படங்களை வீழ்த்துவேன்...'

அவன் நடுங்குகிறான் என்று அவளுக்குத் தோன்றியது. ஒவ்வொரு வார்த்தையும் பலமாக தன் உச்சந்தலையில் விழும் உதைகள் என்று அவனுக்குத் தோன்றத் தொடங்கி இருக்க வேண்டும்.

'நீங்க ஒரு கோழை' என்னும் வாக்கியத்தைப் பலமுறை திரும்பத் திரும்பச் சொல்வதில் அவள் ஆவல் கொண்டாள்.

அவன் பேசவே இல்லை. சிலந்தி வலைகள் தொங்கிக் கொண்டு இருக்கும் மூலையில் ஒதுங்கும்போது, அவன் வேகமாகவே மேல்மூச்சு

வாங்குகிறான் என்று தேவிக்குத் தோன்றியது. அவள் குரூரமான ரசிப்போடு தொடர்ந்தாள்:

‘உங்களுக்கு இப்போ நான் வேணும்னு தோணுதுதானே? மறைக்கப் பார்க்காதீங்க. எனக்கு நீங்க நினைக்கறது என்னான்னு புரிஞ்சட்டுது. பல வருஷங்களுக்குப் பின்னால, மழைபெய்ஞ்சு குளிர்ச்சியடைந்திருக்கும் இந்த ராத்திரியில, மறைஞ்சு மறைஞ்சு மெதுவாக யாருக்கும் தெரியாம, நீங்க என்னோட ஜன்னல் கதவுல வந்து முட்டினது வேற எதுக்காகவும் இல்ல. ஒரு கணவனோட உரிமைய உதறிவிட்டு, ஒரு கள்ளக் காதலனின் பதட்டத்துடன் சுற்றிலும் பார்த்துகிட்டே என்னிடம் வந்து சீக்கிரமாக கதவத் திறக்கச் சொன்னதும் வேறு எதுக்காகவும் இல்ல. வந்து நுழைஞ்சதுலேர்ந்து உங்க கண்களில் தெரியற அந்த தீனமான வீரியத்தை நான் கவனிச்சிக்கிட்டுதான் இருக்கேன். உங்களுக்கு என்மேல இப்போ மோகம் இருக்குதுன்னா, அதுக்கு நான் ஒரு சுலபமான வழியச் சொல்லித்தறேன். என் முன்னால அணிவகுத்து வரக்கூடிய கணக்கில்லாத மைனர்களோட கூட்டத்துல உங்களுக்கும் ஒரு இடம்தறேன். ஆனா, அதுக்கு ஒரேயொரு நிபந்தன மட்டும் உண்டு. உங்களுக்கான இடம் அந்த வரிசையிலேயே மிகவும் கடைசியிலதான் இருக்கும். நீங்க ஒரு பழைய கணவனாக இருந்தாலும் க்யூவிலுள்ள சட்டங்களை அனுசரிக்கற கடமை உங்களுக்கும் உண்டல்லவா...’

அப்படி தான் சொன்னதன் ரசிப்பை அசைபோட்டவாறு தேவி வெகுநேரம் வரையில் நினைத்து நினைத்துச் சிரித்தாள். அதன்பின், அதுவே ஒரு பலத்தச் சிரிப்பாக மலர்ந்தது. சிரித்துச் சிரித்து சோர்ந்து தளர்ச்சியுண்டபோது சிறிதுநேரம் நிறுத்தினாள். மேலும் சிறிதுநேரம் கழிந்ததும் மீண்டும் தொடங்கினாள். பாலை மரத்தடியிலுள்ள பேய் இப்படித்தான் சிரிக்குமோ? அவளை ஆணியில் அறையாமல் குடும்பத்தின் மேல் தளத்தில் பிரதிஷ்டை செய்தது யார்?

ஆற்றங்கரை கோயிலில் கதகளியைக் கண்டுகொண்டு இருக்கும் போதுதான் குஞ்ஞுண்ணி மாமாவுக்கு, வீட்டில் அம்முக்குட்டிக்குப் பத்து மாதம் நிறைந்து இருப்பது சட்டென்று நினைவுக்கு வந்தது. வீட்டை விட்டு கிளம்பும்போது விசேஷமாக ஒன்றும் ஏற்பட்டிருக்க வில்லை. கதகளியின் மேலுள்ள ஆர்வம் பெருகியபோது எதைப் பற்றியும் நினைக்காமல் வெளியேறி புறப்படவும் செய்தார். ஆனால், இப்போது வீட்டில் என்னவோ குழப்பம் ஏற்பட்டிருக்கும் என்று தோன்றுகிறது. திடுக்கிட்டு தன் எண்ணத்தை உதறிக்கொண்டு எழுந்து கொண்டார். காரியஸ்தன் ராமன் நாயர் தன்னுடன் வருவதற்குப் புறப் பட்டபோது இவர் சம்மதிக்கவில்லை. கதகளி நல்லாவே நடக்கிறது.

அதனால் முழுவதையும் பார்த்துவிட்டு வந்தால் போதும் 'ராமா' என்று கூறிவிட்டு ஓலைப்பந்தத்தைக் கொளுத்திக்கொண்டு வேகமாக நடந்தார். ஒற்றையடிப் பாதை முடிந்து களரிப் பறம்பைத் தாண்டியதும். பகவதி கோயிலுக்கு அருகில் சென்றபோதுதான் பாலப்பூவின் மணம் நாசிக்குள் புகுந்தது. போகும்போது பாலமரம் பூத்திருக்கவில்லையே என்று ஆச்சரியத்துடன் நினைவு கூர்ந்தார்.

குஞ்ஞிக்குட்டன் மெதுவாக மங்கிய வெளிச்சத்துக்குள் இரண்டடிகள் எடுத்து வைத்தான். 'என்ன வெளியே போகத் தொடங்கறீங்களோ?' என்று தேவி வெறுப்பு குரலில் கேட்டாள்.

அவன் என்னவோ சொல்வதற்கு முயன்றான். அது தெளிவாகக் கேட்கவில்லை.

'அப்போ? நீங்க வந்ததே எதுக்குன்னு எனக்குப் புரியலியே' என்று தேவி புருவங்களைச் சுளித்தாள். உதடுகளின் ஓரத்தில் அப்போதும் அந்த அசிங்கமான ஒரு சிரிப்பு உண்டாகியிருந்தது.

'வந்தது... நான் வந்தது...' என்று விக்கிவிக்கிக் கூறியவன், 'உன்ன ஒரு தடவைப் பாக்கணும்னுதான் தேவி வந்தேன்' என்றான்.

'அப்படின்னா, காளி கோயிலுக்குப் போக வேண்டியதுதானே?'

அவள் மீண்டும் குலுங்கிச் சிரித்தாள். குஞ்ஞிக்குட்டனின் முகம் வெளிர்வதை அவள் குரூரமான ரசிப்புடன் நோக்கினாள்.

...குஞ்ஞுண்ணிமாமா மூன்று நாள்கள் வரை காய்ச்சலில் கிடந்தார். சிவந்து தடித்துப்போன முகத்தில் பயத்தின் முளைகள் எழும்பியிருந்தன. பஞ்சடைந்த கண்களில் ஏதோ இனந்தெரியாத பயம் வளையமிட்டிருந்தது. தளர்ந்து தெங்கிய கண்ணிமைகளின் கீழே கோடுகள் விழுந்திருந்தன. மயக்கத்திலேயே பலமுறை திடுக்கிட்டு எழுந்து உற்றுநோக்கினார். விழுந்துவிட்ட பின் ஒரேயொரு வார்த்தை கூட அவர் பேசவில்லை. சிறிது திறந்த வாயும் அதன்பின் மூடவே இல்லை. மருமக்கள் அவர் விடும் சுவாசங்களை ஒவ்வொன்றாக எண்ணினார்கள். கடைசியில் வறண்ட உதடுகளுக்கிடையே கங்கா ஜலத்தை சொட்டுச் சொட்டாக விட்டார்கள்.

குஞ்ஞுண்ணிமாமாவின் பெரிய மாமன் ஏமாற்றிக் கெடுத்த பெண்தானாம், அந்த பாலமரத்தினடியில் குஞ்ஞுண்ணி மாமாவைப் பிடித்தது. அதன்பின், அவள் அந்த வீட்டின் மேல் தளத்துக்கே குடியேறிவிட்டாள்...

குஞ்ஞிக்குட்டன் மீண்டும் இரண்டு அடி எடுத்து வைத்துவிட்டு தேவியின் முகத்தைச் சந்தேகத்துடன் நோக்கினான். எந்த நிமிடத்திலும்

அவள் தன் முன்னால் வந்து நின்று தன்னைத் தடுத்து விடுவாள் என்று அவன் பயந்திருக்க வேண்டும். தேவியின் கண்கள் அவனைச் சுற்றி வட்டமிட்டுக் கொண்டுதான் இருந்தன. அவன் இப்போது வெளிச் சத்துக்கு வந்துவிட்டான். இவ்வளவு சீக்கிரத்தில் அவனுக்கு வயதாகி விட்டிருக்கிறதே. உச்சந்தலையிலிருந்து கொஞ்சம் அதிகமாகவே முடி கொட்டிப் போயிருக்கிறது! இருக்கும் முடியில் கூட அங்குமிங்குமாக நரைகள். முகத்தின் தோல் கூட நிறம் குறைந்தது போல் இருக்கிறது. நடக்கும்போதும் இடது பக்கம் மிகவும் தேங்கலாகவே நடக்கிறான். ஆக மொத்தத்தில் அவன் என்னவோ மாறித்தான் இருக்கிறான். அவளுக்கு அப்போது அவனிடம் கருணைதான் தோன்றியது. எல்லாவற்றையும் மறந்து எல்லாவற்றையும் ஒதுக்கிவிட்டு, 'நீங்க சுகமாக இருக்கீங்களா? இவ்வளவு காலமாக எங்கே போயிருந்தீங்க? வெகுநாளாக அலைஞ்சி திரிஞ்சி கஷ்டப்பட்டீங்களா? எனக்கு நீங்க செஞ்ச கொடுமையெல்லாம் போகட்டும். நான் அதையெல்லாம் மறந்துடறேன். ஆனா, இதென்ன கோலம்?' என்றெல்லாம் கேட்கத் தோன்றியது.

குஞ்ஞிக்குட்டன் அவளுடைய கண்களை நேரிட்டு நோக்காமல், மெல்ல காலடிகள் எடுத்து வைத்து கதவின் அருகே நடக்கத் தொடங்கியிருந்தான்.

திடீரென்று யாரோ கதவைத் தட்டினார்கள்.

குஞ்ஞிக்குட்டன் அப்படியே உறைந்து நின்றான். பயந்த அரண்ட கண்களுடன் தேவியை நோக்கினான்.

'சியாமளாவா இருப்பா' என்று கூறிய தேவி, 'அவ உங்களப் பாக்க வேணாம். அதோ, அந்த ஜன்னல் வழியாக வெளியே போயிடுங்க. யாருக்கும் தெரியாது' என்று அவள் இரும்பு கம்பிகள் போட்ட ஜன்னலைச் சுட்டிக் காட்டினாள்.

கதவைத் தள்ளித் திறந்து கொண்டு சியாமளா உள்ளே வந்தாள்.

'நீங்க யாரோடண்ணி பேசிக்கிட்டு இருந்தீங்க?' என்று அவள் ஆச்சரியத்துடன் கேட்டாள்.

தேவி அவன் நின்றிருந்த இடத்தை நோக்கினாள். அவன் ஜன்னலின் வழியாக கரைந்து போய்விட்டிருந்தான்.

'உன் அண்ணனோடுதான்' என்ற சாந்தமான குரலில் அவள் கூறினாள்.

'குஞ்ஞிட்டண்ணனா? அண்ணா எப்போ வந்தாரு? எனக்குத் தெரியலியே? அப்படின்னா இப்போ எங்கே போயிட்டாரு?' என்று நம்பிக்கை இல்லாததுபோல் கூர்ந்து நோக்கினாள்.

‘அதோ, அந்த வழியாகத்தான் போனாரு?’ என்று தேவி ஜன்னலைச் சுட்டிக் காட்டினாள்.

‘உங்களுக்கு எப்பவும் விளையாட்டுதான் அண்ணி’ என்று சிரித்துக் கொண்டே படுக்கையைத் தட்டி விரிக்கத் தொடங்கினாள் சியாமளா. மேலும், ‘குரல் கேட்டப்பவே யாரு ராத்திரில இங்க வந்திருப்பாங் கன்னு நெனச்சிதான் நான் வந்தேன்’ என்றாள்.

‘அவரு எனக்கு கணவன், உனக்கு அண்ணன்’ என்று கூறிய தேவி, ‘இன்னும் நெறையப் பேரு என்னைத் தேடி வர்றதுக்கு இருக்காங்க. உனக்கு அவங்க அடையாளம் தெரியாது. அவங்கள்லாம் பாண்டவ புரத்து மைனருங்க. அதுக்காக நீ ஒண்ணும் பயப்பட வேணாம். நான்தான் அவங்கள ஆவாஹிச்சு வரவழைக்கப் பாக்கறேன்’ என்ற விளக்கினாள்.

‘எதுக்காக?’ என்று கேட்ட சியாமளாவுக்குச் சிரிப்பை அடக்க முடியவில்லை.

‘அதையெல்லாம் சொன்னா உனக்குப் புரியாது கொழந்தே. எனக்கு பைத்தியம்னு சொல்லுவே. ஆனா, என்னைப் போல ஒரு நிலைமை உனக்கு வர்றப்போதான் உன்னால எல்லாத்தையும் புரிஞ்சுக்க முடியும்மா.’

‘வெகு நேரமாயிட்டுதே! லைட்டை அணைக்கட்டுமா?’ என்று கேட்டாள் சியாமளா.

தேவி முனகினாள்.

தூக்கம் வராமல் கண்விழித்து படுத்திருக்கும்போதுதான் தேவியின் மனக்கண்களில் ஏராளமான இளைஞர்களின் வரிசை ஒவ்வொரு அடியாக வைத்து தன்னை நோக்கி நகர்ந்து கொண்டிருப்பது தெரிந்தது - அவர்கள் பாண்டவபுரத்து மைனர்கள்!

பதினேழு

படியைத் தாண்டி இருவர் வருவதைக் கண்ட தேவி வராண்டா தூண் ஓரமாக ஒதுங்கி நின்றாள். வந்தவர்களில் ஒருவன் காவி கதர் ஜிப்பா அணிந்த நரைத்த முடியுள்ளவன். இன்னொருவன் கருப்பாக தடித்த இளைஞன். இளைஞன் தன் கூர்மையான கண்களால் அவளை ஒருமுறை விழுங்கிவிட்டு மற்ற வனிடம் என்னவோ கிசுகிசுத்தான்.

அதன்பின் ஒரு கௌரவ தோரணையில், 'அம்மாளு அம்மா இங்கே இருக்காங்களா?' என்று கேட்டான்.

'பாட்டி உள்ளே இருக்காங்க.'

'கொஞ்சம் கூப்பிடுங்களேன்.'

'சுகமில்லாம படுத்திருக்காங்க.'

'கொஞ்சம் கூப்பிடுங்களேன். ஒரு முக்கிய மான விஷயம் சொல்ல வேண்டியதிருக்கு.'

'யாரு வந்திருக்கீங்கன்னு சொல்றது?'

இளைஞன் பொறுமையிழந்தவனானான். மீசையின் ஓரத்தில் சிறிது முறுக்கியவாறு அவன் கடுமையான குரலில், 'அதை யெல்லாம் நாங்க சொல்லிக்கறோம். நீங்க கொஞ்சம் கூப்பிட்டா போதும்' என்று கூறினான்.

'பாட்டிக்கு காது கேக்காது.'

'கேக்கற விதத்துல சொல்றதுக்கு எனக்குத் தெரியும்?'

தேவி மறுபடியும் தயங்கினாள்.

'உங்கள எனக்கு அடையாளம் புரியலியே'

'அதையெல்லாம் நாங்க சரியாவே புரிய வைக்கறோம்' என்று இளைஞன் மேலும் முறைத்தான்; 'உங்ககிட்ட தர்க்கம் பண்றதுக்கு எங்களுக்கு நேரமில்ல. எங்களுக்கு இன்னும் நூத்துக் கணக்கான வேலை இருக்கு. அதுக்கு நடுவுலதான் இந்த ஏடாகூடமும் வந்து நுழைஞ்சிருக்கு. இருந்தாலும், இந்த ஊருல பொறந்து வளர்ந்ததால அம்மாளு அம்மாகிட்டே ஒரு வார்த்தை சொல்லிட்டுதான் மீதி காரியங்கள செய்யணும்னு கருதி வந்திருக்கோம்.'

தேவியால் எல்லாவற்றையும் ஊகித்துக்கொள்ள முடிந்தது. கடைசியில் அவர்கள் ஓர் ஏற்பாட்டோடுதான் வந்துள்ளார்கள்.

'நாங்க ஊரு ஆம்பளைகள்தான். ஊரு மரியாதையே ஒட்டு மொத்தமான குழப்பத்துல மூழ்கியிருக்கிறது. அதைக் காப்பாற்ற வேண்டிய பொறுப்பு எங்களுக்கு உண்டு.'

பொங்கி வந்த சிரிப்பை அடக்கிக்கொண்டு முன்னோக்கி இரண்டடி எடுத்து வைத்து அவர்களுக்கு தெரிவதுபோல் தூணுக்கு முன்னால் வந்து நின்றாள் தேவி.

'அப்போ, நீங்க...?' என்று மீண்டும் கேட்டாள் அவள். 'யாருன்னு சொல்றதும் சாதாரணமா ஒரு மரியாதைதானே!'

இளைஞன் ஆத்திரத்துடன் என்னவோ சொல்லத் தொடங்குவதற்குள், ஜிப்பாக்காரன் அவனைத் தடுத்துவிட்டு, 'இவரு ராமகிருஷ்ணன் நாயரு. எம்பேரு அச்சுக் குறுப்பு. என்னைத்தான் உங்களுக்குத் தெரிஞ்சிருக்குமே, டீச்சர்?' என்று அறிமுகம் செய்துகொண்டான்.

'தெரியும். இப்போ எனக்குப் புரிஞ்சுட்டுது. நீங்க வந்த விஷயம்?'

'ரொம்ப நல்லது. இனி அதையெல்லாம் நாங்க விளக்க வேண்டிய தில்லையே. அப்படியே விளக்கணும்னாலும் அது வெக்கம் கெட்ட தனமாச்சே.'

'உண்ணிமேனன் மாஸ்டர்தானே சொல்லி அனுப்பினார்?'

'மேனன் அண்ணன் ஒண்ணும் சொல்ல வேணாம். அதான் ஊருலே ஒரே பாட்டா பாடறாங்களே!'

'ஊருக்காரங்க பாடறதுக்கு வேற நல்ல விஷயம் ஒண்ணும் இல்லியா?'

ராமகிருஷ்ண நாயர் உள்ளர்த்தம் வைத்து தலையை இப்படியும் அப்படியும் ஆட்டிக்கொண்டு குறுப்பை நோக்கினான்.

'நான் சொன்னேனே குறுப்பண்ணே, இதான் இவங்க தரம். ஊர்க்காரங்க பூராவும் சொல்லியும் நீங்க நம்பலயே. இதோ, இப்ப பார்த்தீட்டீங் கல்லே? பொம்பளைங்களோட திமிரை!...'

குறுப்பண்ணன் பெருமூச்சு விட்டார்.

'களரிப்பாடத்துக்காரங்களோட நல்லகாலத்தக் கண்டவங்களுக்கு இப்படியொண்ணு நடக்கும்னு யோசிக்கக் கூட முடியாது' என்று குறுப்பண்ணன் வேதனையுடன் கூறினார். 'இருந்தாலும் கொழந்தே, காசும் பணமும் போனாலும் பல தலைமுறைங்களா பெரியவங்க உண்டாக்கின ஒரு அந்தஸ்து இந்தக் குடும்பத்துக்குன்னு இருக்கில்லே. இனிமே இப்போ அதையும் கூட நீயாவே கெடுத்துக்கறதுன்னா, அதைவிட.'

தேவி பட்டென்று கோபமுற்றாள்.

'நான் என்ன செஞ்சுட்டேன்னு சொல்றீங்க?'

'அதையெல்லாம் நாங்க சொல்லாமலே தெரியுமே குழந்தே. ஒண்ணும் வேணாம், அந்த உண்ணிமேனன் மாஸ்டர் விஷயத்த மட்டும் நினைச்சா போதுமே. அவரால வெளியில தலைதூக்கி நடக்கக்கூட முடியாம இருக்கு.'

ராமகிருஷ்ணன் நாயருக்கு குறுப்பண்ணனின் அந்த சமாதானப் பேச்சு சுத்தமாகப் பிடிக்கவில்லை. காறித் துப்பிவிட்டு அவன் கூறினான்.

'என்ன குறுப்பண்ணே, நீங்க சும்மாவாவது அதையும் இதையும் சொல்லி நேரத்தப் போக்கறதுல அர்த்தமில்ல. நம்மளப் பொருத்த மட்டுல விஷயம் ரொம்ப சாதாரணமானதுதான். இந்த வேலைய இந்த ஊருல வைச்சிக்கறது நல்லது இல்ல. களரிப்பாடத்து குடும்பத்தோட பெருமையோ மத்தேதோ எதுவும் எனக்குப் பிரச்சினை இல்ல. அது உங்க சொந்த விஷயம். ஆனா, ஒரு நாயரு பொண்ணு கெட்டுப் போறான்னா அதனோட மானம் கெட்டதனம் இங்க இருக்கற நாயர் ஜாதி இளைஞர்கள் எல்லாருக்குமே உண்டு. அதனால, எங்களில சில பேருங்க இந்த ஊருல இருக்கற காலம் வரைக்கும் அதை நிச்சயமா அனுமதிக்க மாட்டோம்.'

'எந்த நாயரு பொம்பள இங்கே கெட்டுப்போனா?' என்று தேவி சிறிதும் பதற்றப்படாமலேயே கேட்டாள்.

‘இதக் கேளுங்க தேவியம்மா’ என்ற ராமகிருஷ்ணன் நாயர் பயமுறுத்தும் குரலில், ‘இறுமாப்புக்கெல்லாம் ஒரு எல்லை இருக்கு. பொம்பளைங்க துள்ளினா வெளக்குமாத்த எடுத்து அடிக்கணும்னே சட்டமிருக்கு. ஆனா நீங்கதான் இந்த ஊருக்காரி இல்லியே. அப்புறம் எதுக்கு இங்க வந்து இந்த வேஷமெல்லாம் போடறீங்க?’ என்று பொரிந்தான்.

‘நானா வந்து இங்க வலியனா நுழையல. என்னைக் கல்யாணம் செஞ்சுதான் அழைச்சிக்கிட்டு வந்தாங்க.’

‘அதோடதான் அந்தாளு அதோகதியாயிட்டாரே, அவரு ஒரு பாவப் பட்ட பையனா இருந்துட்டாரு. அதனாலதான், அந்தாளு போன வழியில ஒரு புல்லுகூட முளைக்கல.’

‘சில பொம்பளைங்க அப்படித்தான் இருப்பாங்க. ராமகிருஷ்ண நாயரே’ என்று கூறிய குறுப்பண்ணன், ‘அவுங்க கூட கூடினா ஆம்பளைங்களும் பாம்பாட்டி ஆட்டி வைக்கும் பாம்ப போலத்தான் ஆயிடுவாங்க’ என்று விவரித்தார்.

தன் உள்ளத்தில் ஆத்திரம் பொங்கி வருவதை தேவி அறிந்தாள். எல்லாவற்றையும் போக்கிவிட்டு, என் வாழ்வையே தொலைத்த அந்தாளைப் புகழவும் இப்போது ஆள்கள் இருக்கிறார்கள். வந்திருப்ப வர்கள் ஊர்க்காரர்களாகிய சில வீரர்கள். தவறு செய்பவர்கள் எப்போதும் பெண்கள்தான். ஆண்கள் எல்லாரும் சுத்தமானவர்கள். இதுதான் அவர்களின் வாதம். அவளுக்கு அந்த இரண்டு தலைவர்களின் முகத்தைப் பிடித்து ஒரே ஆட்டாக ஆட்ட வேண்டும் என்று தோன்றியது. அந்த ஆத்திரத்தை அடக்குவதற்கு மிகவும் பிரயாசைப்பட வேண்டியதாக இருந்தது.

‘அதனால...’ என்ற ராமகிருஷ்ணன் நாயர் அவசரத்தில் இருந்தான். ‘கடைசி முறையா ஒரு எச்சரிக்கைய கொடுக்கத்தான் நாங்க வந்தோம். இந்த விஷயத்துல நாங்க நேரிடையா உள்ள புகுந்து ஒரு கலாட்டாவை உண்டாக்க வேணாம்னு கருதிதான் மொதல்ல மேனன் அண்ணன் மூலமா சொல்ல வைச்சோம். அதுவும் ஒருமுறை இல்ல, ரெண்டு மூணுதடவை சொன்னோம். அதுக்குப் பலன் ஒண்ணும் உண்டாவல.’

‘அவரு என்கிட்ட ஒண்ணும் சொல்லலியே.’

‘அதுக்குக் காரணம், அவரு இந்த படியிலேயே காலை வைக்கறதில் லேன்னு சத்தியம் செஞ்சுட்டு போயிட்டாராமில்லே, அதனாலதான். நீங்க சிலபேரு இப்படித் தொடங்கிட்டா மரியாதையானவங்க இந்த ஊருல வாழவேணாமா?’

‘மரியாதையா!’ என்ற தேவிக்கு சிரிக்கத்தான் தோன்றியது. ‘பகல்ல எல்லாருமே மரியாதையுள்ளவங்கதான். இருட்டு விழும்போதுதான் அந்த மரியாதையினுடைய திரை விலகுகிறது. இந்தப் படிக்கட்டுலே ஏறினாலே நான் வெளக்குமாத்த எடுத்துப்பேன்னு அவருக்குத் தெரியும். அதான், அவரு சத்தியம் செஞ்சதுக்குக் காரணம்.’

‘அது எப்படியாச்சும் போய்த் தொலையட்டும். அதெல்லாம் உங்க விஷயம்’ என்ற ராமகிருஷ்ணன் நாயர் தொடர்ந்தான்: ‘என்னால இவ்வளவுதான் சொல்ல முடியும். இதான் கடைசி எச்சரிக்கை. நாளை வெடியறபோது அவன நாங்க இங்க பாக்கக் கூடாது’ என்று எச்சரித்தான்.

‘பார்த்தா...?’

‘அப்புறம் என்ன செய்யறதுன்னு எனக்குத் தெரியும். இவனுங்கள விட இன்னும் பெரிய பெரிய தறுதலைங்களயெல்லாம் கூட நான் பார்த்திருக்கேன். வெளியூருகாரன் ஒருத்தன் இங்க நுழைஞ்சி இந்த ஊருல அப்படி விளையாட நினைக்க வேணாம். இந்த மாதிரி பிஸினசை யெல்லாம் உங்க சொந்த ஊருக்கு நீங்க மாத்திக்கிட்டா போதும்.’

ராமகிருஷ்ணன் மேலும் என்னவெல்லாமோ சொல்லத் தொடங்கினான். அவனைத் தடுத்த குறுப்பண்ணன் தேவியிடம் கனிவாகச் சொன்னார்.

‘இன்னிக்கு ராத்திரியே அவனை இங்கேர்ந்து அனுப்பிவிடணும். ராத்திரி நேரத்துல அவன் போறது யாருக்கும் தெரியாது. ஒன்பதுக்கோ என்னமோ லாஸ்ட் பஸ்ஸு இருக்கு. அதைப் புடிச்சா டவுனுக்குப் போயிடலாம். அப்படி அவன் போயிட்டாலே விஷயம் இத்தோட முடிஞ்சிடும். நீயும் சிறு வயதுதானே கொழந்தே? கொஞ்சநாளு போனா ஜனங்களும் இதையெல்லாம் மறந்துடுவாங்க. வாலிபத் துடுக்குல ஒவ்வொருத்தரும் இந்த மாதிரி என்னவெல்லாமோ செஞ்சுக்கிட்டு போயிடறாங்க இல்லியா?’

ராமகிருஷ்ணன் நாயர் நடக்கத் தொடங்கியிருந்தான்.

‘நாங்க இப்ப போறோம்’ என்று திரும்பி நின்றவாறு அவன் உரத்த குரலில் கூறினான்: ‘சொன்னதெல்லாம் நெனப்புல இருக்கில்லே?’

தேவி ஒன்றும் பேசவில்லை. இவர்களிடம் எதுவும் சொல்ல வேண்டும் என்று அவளுக்குத் தோன்றவில்லை. குடும்பத்தினுடையதும் சமுதாயத்தினுடையதுமான மானத்தைக் காப்பாற்றுவதற்காக அவர்கள் எப்படி பாடுபடுகிறார்கள் என்பதை நினைத்தபோது அவளுக்குச் சிரிப்புதான் வந்தது. பாவம் தலைவர்கள்!

இடைகழிக்கு வந்தபோது அவன் வாசற்படியில் சாய்ந்து நின்று கொண்டிருந்தான்.

'அவங்கள்லாம் யாரு?' என்று கேட்டான் அவன்.

'இந்த ஊரு தலைவருங்க. சமுதாயத்தின் மரியாதையை பாதுகாக் கறவங்களும் அவங்கதான்.'

'அவங்க என்ன சொன்னாங்க?'

'உம். அவங்க பலதையும் சொன்னாங்க' என்ற தேவி அலட்சியமாக கூறினாள்: 'நான் ஒண்ணும் அவுங்க சொன்னதைக் கவனிக்கப் போறதில்ல. என்னைச் சம்பந்தப்படுத்தற விஷயம்கறத மட்டும் நான் கவனிச்சா போதாதா?'

'உம்' என்று அவன் சிறிது அழுத்தமாக முனகினான். அடுக்களையில் அழுது கலங்கிய கண்களுடன் சியாமளா நின்று கொண்டிருந்தாள். தேவி அவளை ஆச்சரியத்துடன் நோக்கினாள். அவள் அழுவதை தேவி முதன்முதலாகப் பார்க்கிறாள். வெறுப்பும், இயலாத நிலையும், துக்கமும் கலந்த ஒரு முகமூடி அவள் முகத்தில் திரையிட்டியிருந்தது.

தேவியைக் கண்டவுடன் அவள் சட்டென்று கையால் தன் முகத்தைத் துடைத்துக் கொண்டாள்.

'என்னாச்சு கொழந்தே?' என்று கேட்டாள் தேவி.

சியாமளா சட்டென பதில் கூறவில்லை. அவளுடைய முகத்தில் ஆத்திரம் படர்வதை தேவி கண்டாள்.

சிறிதுநேரம் கழிந்து, 'அண்ணி நீங்க என்ன நெனச்சிக்கிட்டு இப்படி செய்யறீங்க?' என்று கேட்டாள் அவள்.

'அப்படின்னா?'

'உங்ககிட்ட நான் விவாதிக்கலண்ணி. உங்களுக்கு உபதேசிக்கவும் என்னால முடியாது. ஆனா, ஒண்ணுமட்டும் நீங்க ஞாபகம் வச்சிக்கிட்டா போதும். ஒரு நாளைக்கு இந்தாளு வந்தத போலவே போயிடுவாரு. அப்புறமும் நாம இந்த ஊருல வாழவேணாமா?'

'கண்டிப்பா'

'அப்படின்னா. எல்லாரையும் எதிர்த்துக்கிட்டு இருக்கலாமா?'

'நான் யாரையும் எதிர்க்கலையே. என்கிட்டே சிலபேருங்க, எதிர்க்கணும்னு என்னமிருந்ததுன்னா அதுக்கு நான் என்ன செய்யறது?

நான் என் விஷயத்த மட்டும்தான் பார்த்துக்கறேன். மத்த யாரோட விஷயங்களிலேயும் நான் நுழையறது இல்ல. ஏன், உன்கிட்டே கூட அப்படித்தானே இருக்கேன். அப்படி இருக்கறப்போ என் விஷயத்துல மட்டும் ஏன் மத்தவங்க தலையிடறாங்க?'

'உங்க கிட்ட நான் விவாதம் செய்யலண்ணி. உங்க குணம் எனக்குத் தெரியும்' என்றவள் சிறிதுநேரம் நிறுத்திவிட்டு உறுதியான குரலில், 'எனக்கு இந்த வூட்டுல மூச்சுத்திணறுது. இது சாபம் விழுந்த வூடு. அமைதியா தூங்கி எவ்வளவு நாளாயிட்டுது! கண்கள மூடினாலே கெட்டக் கனவுங்களதான் காணமுடியுது. எனக்கு எல்லாமே போதும் போதும்னு போயிட்டுது. சில சமயங்களில், ஏன், ஒரு நாள் காலைல பாக்கறப்போ என்னையும் நீங்க பாக்க முடியாதண்ணி' என்று கூறினாள்.

'சியாமளா, ஏன் முட்டாள்தனமால்லாம் பேசறே?'

'எனக்கு இதெல்லாம் பிடிக்கலண்ணி. மத்தவங்களோட கிண்டல் வார்த்தைகளை கேட்டுக்கிட்டு எவ்வளவு காலம்தான் இப்படியே வாழ முடியும்? பட்டினியோடும் கஷ்டத்தோடும் வாழ நான் தயார்தான். ஆனா, மன அமைதியில்லாம...'

தேவிக்கு அவளிடம் இரக்கம் தோன்றியது. அவளின் தோளின்மேல் ஆறுதல் அளிப்பது போல் கையை வைத்து தேவி கூறினாள்.

'நீ சொல்றதெல்லாம் எனக்குப் புரியறதும்மா. ஆனா, நீயாவது என்னை நம்பும்மா. எனக்கும் அந்த மனுஷனுக்கும் உள்ள உறவுல நீங்கள்லாம் நினைக்கற மாதிரி எந்தவொரு தொடர்பும் இல்லேம்மா. ஆனா, அதைவிட பெரியதொரு உறவு உண்டுதான். அதைச் சொன்ன உனக்குப் புரியாது சியாமளா. பல வருஷங்களாக நான் அந்த ஆளுக்காக காத்துக்கிட்டிருக்கேன். இன்னும் சொல்லப்போனா, அந்த ஆளோட வருகைக்காகத்தான் நான் இதுவரைக்கும் வாழ்ந்துகிட்டுமிருந்தேன். நான் நோன்பு நோற்று, வசீகரிக்கும் மந்திரம் சொல்லித்தான் அந்தாளை ஆவாஹிச்சு வரவழைச்சேன். அப்படி வரவழைச்சது வேற எதுக்காகவும் இல்ல. நான் அவனைத் தோற்கடிக்கணும்னு நெனைச்சேன். அவனோட ஆணவத்தைத் தகர்த்துப் பொடிப் பொடியாக்கணும்னு இருந்தேன். நான் அவனை வெறுக்கறேன். ஏன், எல்லா ஆம்பளைங்களயுமே வெறுக்கறேன். உன்னோட குஞ்ஞிக்குட்டண்ணனையும் கூடத்தான்.'

'அப்படின்னா, இப்போ அந்தாளைத் தோற்கடிச்சிட்டீங்களா?' என்று சியாமளா வெறுப்பு குரலில் கேட்டாள்.

'இல்ல' என்ற தேவி, 'அவன் மணலுக்குள்ளே தலையைப் புதைச்சிக்கிட்டு அடிபணிந்துட்டான்' என்று கூறினாள்.

திடீரென்று அவளுடைய சத்தம் மீண்டும் கனத்தது. முகத்தில் ஒருவித கௌரவம் பரவியது.

ஆவேசத்துடன், 'ஆனால், இன்னும் நேரமாகிவிடலை. அந்தாளு இங்கேர்ந்து போறதுக்கு இன்னும் நான் சம்மதிக்கல. அந்தாளுடைய ஆண்மையின் ஆணவத்தை இன்னும் நான் தட்டியெழுப்புவேன். அதுக்குப் பின்னாலதான் சொல்லிச்சொல்லி ஓங்கியோங்கி அவனை மிதிப்பேன். மெதித்து மெதித்தே படமெடுத்தாலும் அந்தப் படத்தை சாக்கடைக்குள் அழுத்துவேன்' என்று கூறினாள்.

தன் அறையிலிருந்து அவன் அதைக் கேட்டான். அவன் நடுங்கினான். அந்தப் பழைய இரவு ஒரு பேய்க் கனவைப்போல் இப்போதும் இதோ கண்களின் முன்னேயுள்ளது. அதையே மீண்டும் செய்வாளோ? அறைக்கும் அங்குமிங்கும் நடக்கும்போது பயத்துடன் நினைக்கத் தொடங்கினான். நான் ஏன் இந்த நரகக் குழிக்குள் வந்தேன்? எந்த இருண்ட சக்தியானது கருப்புக் கயிறுகளை வீசி இங்கே என்னைக் கட்டி இழுத்து வந்தது?

ஏன்? ஏன்?

எந்தவொரு தீர்மானமும் எடுக்க முடியாமல் தளர்ந்துபோய் அவன் இங்குமங்கும் பலமுறை நடந்தான். இளம் கருமைநிற பூமியில் அவனுடைய கால் சுவடுகள் விழுந்து குவிந்தன.

முள்வேலிக்கு அப்பால், வயலுக்கு நடுவேயுள்ள குடிசைகளில் விளக்குகள் கண் சிமிட்டின. ஆகாய வெளியில் இருள் படர்ந்தது. மெல்லிய காலோசைகளுடன் இரவு வந்து சேர்ந்தது. இந்த அறையில் இது என்னுடைய கடைசி இரவாகும். நாளைக் காலையில் ஆர்ப்பாட்டக் கூச்சலுடன் இங்கு ஒரு கூட்டம் நுழைந்துவிடும் முற்றத்தில் நின்றுகொண்டு அறைகூவல் விடுக்கும். 'ரோஷமிருந்தால், பெண்களைப் போல் உள்ளே மறைந்திருக்காமல் வெளியே வாடா' என்றழைக்கும். ஐந்தாறு பேர்கள் என்றாலும், அவர்களைத் தனியாகச் சந்திக்க இந்த உடம்பே போதும். ஆனால், பைத்தியம் பிடித்து அலறும் ஒரு மக்கள் கூட்டத்தை எப்படி எதிர்க்க முடியும்? அவர்கள் ஒரு பைத்திய அலையைப் போல் உள்ளுக்குள் நுழைந்து விடுவார்கள். தன்னைப் பிடித்து இழுத்து வெளியேற்றுவார்கள். ஆர்ப்பாட்டக் கூச்சலும், கொட்டும் வாத்தியமுமாக மக்கள் வெள்ளத்தின் நடுவே இழுத்துச் சென்று பிரதான சாலையில் தள்ளுவார்கள்.

முதலில் தோன்றியிருந்த தைரியம் கூட இப்போது இல்லையே. அந்தப் பயங்கரமான இரவில் ஏற்பட்ட தோல்விக்குப் பின் எல்லா பலமும் பனிக் கட்டிகளைப் போல் உருகிப்போய் விட்டிருக்கின்றன. ஊர்க்கார

முரடர்களை அறைகூவல் விடுத்த கைக்கு, இப்போது பிசாசைப் போல் அள்ளிப் பிடித்து, உஷ்ணத்துடன் அணைத்துக் கொள்ளும் பெண்ணை தள்ளிவிடக் கூடிய பலம்கூட இல்லையே.

தப்பித்துவிட வேண்டும். இங்கிருந்து எப்படியாவது தப்பித்து விட வேண்டும். அதுவும் இன்றிரவே என்றெல்லாம் அடிக்கடி தனக்குத் தானே உருப்போட்டு சொல்லிக் கொண்டான். ஆனால், ஒவ்வொரு தடவை உருப்போடும் போதும் தன்னம்பிக்கை குறைந்து வந்தது. கடைசி கடைசியாக தனக்கு அதற்கான பலமில்லை என்று அவனால் உணரமுடிந்தது. இந்த அறையைச் சுற்றி, இந்தத் தோட்டத்தைச் சுற்றி அவளுடைய மாந்திரீக வளையம் உண்டு. அதை உடைத்துக் கொண்டு வெளியேற தன்னால் முடியாது. இந்த அறைதான் தன்னுடைய சிறைச்சாலை. ஒருவேளை அவளுடைய அடிமையாக இந்தப் பிறவி முழுவதும் இதற்குள்ளேயே வாழ்ந்து முடிக்க வேண்டியும் நேரலாம். பல இரவுகளிலும் அவன் ஒரு மோகினிப் பிசாசைப் போல தலைமுடியை அவிழ்த்துப் போட்டு, சிவப்பு ஆடைகள் அணிந்து, செந்தூரம் படர்ந்த முகத்துடனும், சிவந்த நாக்குடனும் தன்னை வந்து ஆக்கிரமிக்கலாம். தன்னுடைய சரீரத்துக்குள் நுழைந்து தன்னை அடிமைப்படுத்தப் பார்க்கலாம்.

அவ்வாறு இந்த நான்கு சுவருக்குள்ளேயே கிடந்து படிப்படியாக தன் உடல் நைந்துபோகும். பின் ரத்தமிழந்து வெளுக்கும். சாம்பலாகத் தொடங்கும். இளம் காற்றில் மனித வாடையுடைய சாம்பல் இந்த பூமியெங்கும் பரவும்.

இறுதியில், அந்தச் சாம்பலில் கால்சுவடுகளைப் பதிய வைத்துக் கொண்டு ரத்தமும் சதையுமுள்ள மற்றொரு இளைஞன் - பாண்டவரத்தின் மற்றொரு மைனர் - வந்து சேருவான். அவள் அவனையும் வசீகரிப்பாள். வசீகரித்து அடிமைப்படுத்தி தோல்வியடையச் செய்வாள். காலம் போகப் போக அவனும் சாம்பலாவான். இப்படி இந்த அறைக்குள்ளே பலவித மணமுள்ள சாம்பல் கூம்பாரங்கள் குவிந்துவிடும். பல அளவுகளிலுள்ள எலும்புத் துண்டுகள் சிதறிக் கிடக்கும். அவற்றுக்கு நடுவே முடியை அவிழ்த்துப் போட்டுக் கொண்டு கையில் மண்டையோட்டுடன் அவள் சாமுண்டியைப் போல் நடனமாடுவாள்.

நினைக்க நினைக்க அவன் மேலும் மனந்தளர்ந்து வந்தான்.

பாண்டவபுரம் என்னும் மாய உலகம் நினைவுகளிலிருந்து மறைந்து போய்விட்டிருந்தது. உண்மையல்லாத மற்ற அநேகக் கனவுகளின் கூம்பாரத்தில் அதுவும் சாம்பல் படிந்து மறைந்தது. இப்போது

கண்களுக்கு முன்னேயுள்ள நிஜம் ஒன்றேயொன்று மட்டும்தான். தடுப்பைத் தாண்டி முடியாத இந்த மாயா வளையம், அதைக் கட்டுப்படுத்தும் தேவி, அவளுடைய நீண்ட விரல்கள், ரத்தம் வழியும் கூர்மையான நகங்கள்... அவளுக்கு இப்போது கழுகின் முகம். ரத்த நிறமுள்ள கொக்குகளுக்கு இடையே தலைமுடியில் தொங்கவிட்ட கருப்பு தாயத்தைப் போல் ஒரு ஜீவன் கிடந்து ஆடுகிறது.

அவனுக்கு உரத்த குரலில் அழவேண்டும் என்று தோன்றுகிறது. பிரார்த்திக்க வேண்டும் என்றும் தோன்றுகிறது.

வெளியே, ஆகாயவெளி முழுவதையும் மறைத்துக் கொண்டு மழைமேகங்கள் உருண்டு திரண்டன. பனைகளுக்கு இடையே இடி மின்னல் வெட்டியது. மின்னலின் வடிவமற்ற ஒளியில், பாறைக் கட்டுகளின் பின்னணியில் பனைகள் ஆடியலைந்தன. பாலமரத்தின் கீழே மயங்கிக் கிடந்த நாகங்கள் திடுக்கிட்டு எழுந்து உரத்துச் சீறுவதற்குத் தொடங்கின. பாம்பின் விஷத்தினுடையதும் பாலப்பூவினுடையதுமான கலப்பு மணமுள்ள காற்று ஜன்னல்களை மோதி அலைத்தது.

வெண்கற்களைப் போல் ஓட்டின் மேல் மழைத் துளிகள் வந்து விழுந்தன.

திடீரென்று மின்னல் ஒளியில், நடைபாதைத் தொடக்கத்தில், ஒரு கருப்பு உருவம் அசைவதை அவன் கண்டான். அவன் நடுக்கத்துடன், ‘அவன்தான்!’ என நினைத்தான்.

என்னைப் பின்தொடர வேண்டியவன். எனக்குப் பின்னால் இந்த அறைக்குள் வந்து ஜீரணமாகி சாம்பலாக வேண்டியவன்.

அவனுக்கு வழிவிட வேண்டும். அவன்தான் என் பாதுகாவலன் அவன் ஜன்னல் கம்பிகளில் முகத்தை அழுத்திக் கொண்டு, மழையினிடமும் காற்றினிடமும் இடிமின்னலிடமும் உரத்த குரலில் கூவிச் சொன்னான். அழுகை தொண்டை வரையில் வந்திருந்தது. தொண்டை வறண்டிருந்தது.

வெகுநேரம் கழித்து, எல்லாம் அடங்கியபோது, அவன் தரையில் சம்மணமிட்டு சிறிதுநேரம் கண்களை மூடி அமர்ந்திருந்தான்.

அதன்பின் வேகமாக பெட்டியில் அடுக்கத் தொடங்கினான்.

பதினெட்டு

இளம் குளிரில் கண்களைத் திறந்த போது தேவி சுற்றிலும் நோக்கினாள். நேரம் விடிந்திருந்தது. இளம் வெயில். பக்கத்து படுக்கையில் யாருமில்லை. அவள் திடுக்கிட்டு எழுந்து அடுக்களையை நோக்கி நடந்தாள். தரையில் அமர்ந்து கொண்டு டீயை உறிஞ்சிக் குடிக்கிறாள். அருகில் ரகுவும் இருக்கிறான்.

'என்ன, நல்ல தூக்கமா அம்மா?' என்று கேட்டான் ரகு.

உமிக்கரியை எடுத்து பல்லைத் தேய்க்கும் போது தேவி சியாமளாவிடம் சொன்னாள்: 'அசதியில் அயர்ந்து தூங்கிட்டேன். அந்தாளுக்கு டீ கொடுத்தியா?'

'யாருக்கு?' சியாமளாவின் குரல் உயர்ந்தது.

'அந்த அறையில் உள்ள ஆளுக்குதான்.'

சியாமளா ஆச்சரியத்துடன் கண்களை அகல விரித்தாள்.

'அந்த அறையில் யாரு இருக்காங்க?'

தேவிக்குக் கோபம் வந்தது.

'என்னா, காலைலேயே மண்டையில தெளி வில்லியா? அந்தாளு காலையிலேயே டீ குடிக்கற பழக்கமுள்ளவருன்னு உனக்குத் தெரியாதா?'

ரகுவுக்கும் சிரிப்பு வந்தது.

'அம்மா, நீங்க யாரைப் பத்திச் சொல்றீங்க?'

‘அண்ணி, நீங்க ஏதாச்சும் கனவு கினவு கண்டீங்களா?’

‘நீங்க ரெண்டுபேரும் சேர்ந்து என்னைக் கிண்டல் செய்யப் பாக்கறீங்களா? அந்தாளு அங்கே இல்லியா? போய்ட்டாரா?’

அவள் முகத்தைக்கூட கழுவாமல் அவன் தங்கியிருந்த அறைக்குள் ஓடினாள்.

அறை திறந்து கிடக்கிறது. கால் ஒடிந்த மரப்பெட்டியும் சுருட்டி வைத்த மெத்தைப் பாயும் அதே இடத்திலேயே இருந்தன. அறையில் யாரும் இல்லை.

அந்தாள் எங்கே போனார்?

அவள் பதட்டத்துடன் திரும்பி வந்தாள்.

‘அந்தாளு... அந்தாளு யாருகிட்டயும் சொல்லிக்காமப் போயிட்டாரோ?’

‘அண்ணி, நீங்க யாரைப் பத்திச் சொல்றீங்க?’

‘அந்த பாண்டவபுரத்துலேர்ந்து வந்த ஆளைப்பத்திதான்.’

‘பாண்டவபுரமா? அது எங்கேயிருக்கு? அங்கேர்ந்தா ஒரு ஆளு இங்க வந்தாருன்னு சொல்றீங்க?’ என்ற சியாமளா பிரமை பிடித்து நின்றாள்.

சியாமளாவுக்கு நம்பிக்கை வராதது போல் தேவியின் முகத்தையே விழித்துப் பார்த்தாள். ரகுவோ, வாயைப் பிளந்து கொண்டு நின்றான்.

எங்கேயோ, என்னவோ தவறு நேர்ந்துள்ளது என்று தேவிக்குத் தோன்றியது. நேற்றிரவு அந்தப் பெரும் மழை பெய்யத் தொடங்கிய பின் அவன் பெட்டியைத் தூக்கிக் கொண்டு இடத்தை காலிசெய்து விட்டிருப்பான்.

ஆனால், எப்படி?

எப்படி அவனால் என் மாய வளையத்தை உடைத்துக் கொண்டு வெளியேற முடிந்தது? தேவி அவசர அவசரமாக முகம் கழுவி முன் வாயிலுக்கு வந்தாள். நனைந்து குளிர்ந்த மண்ணை உற்று நோக்கினாள். அங்கே எங்கும் கால் சுவடுகளே இல்லை. வீட்டு ஓட்டுக்காணியி லிருந்து நீர் விழும் இடத்தில், நேற்று சாயங்காலம் அவன் இழுத்து எறிந்த சிகரெட்டு துண்டுகளைக் காண முடியவில்லை. கழுவிவிட்டது போல் தெளிந்துள்ள ஆகாயத்துக்குக் கீழே கார்த்திகை மாதக் குளிர்ந்த காற்று மட்டும் சீட்டியடித்துத் திரிகிறது.

இருந்தாலும், இருந்தாலும்...

போவதற்கு முன்பு என்னிடம் சொல்லிவிட்டு அவன் போயிருக் கலாமே!

எனக்குப் பயந்துதான் ஓடிவிட்டானோ? இல்லே, இன்றைக்குக் காலையிலேயே ஊர்மக்கள் வந்து வெளியேற்றிவிடுவார்கள் என்று பயந்துவிட்டானோ?

ரகு பின்னால் வந்து தூணைக் கட்டிப்பிடித்து அவளையே கவனித்துக் கொண்டிருந்தான். சிறிதுநேரம் கழித்தவுடன், 'அம்மா, நீங்க என்னத்த பாக்கறீங்க?' என்று அவன் கேட்டான்.

நடைபாதையில் மீன் கூடைகளுடன் மீனவப் பெண்கள் வடக்கே போகிறார்கள்.

'தேவியண்ணி...!' என்ற சியாமளா, அவளைக் குலுக்கிக் கூப்பிட்டாள்.

'உங்களுக்கு என்னாச்சு, அண்ணீ!'

சியாமளாவின் தோளில் கையை வைத்து, கண்களை உற்றுநோக்கிய வாறு அவள் கேட்டாள்!

'சியாமளா, நீ உண்மையச் சொல்லணும். உனக்குத் தெரிஞ்சுதான் அவன் ஓடிவிட்டானா, இல்லே...?'

'எனக்கு நீங்க சொல்றது ஒண்ணும் புரியலேண்ணி. இங்க யாரு வந்திருந்தாங்கன்னு நீங்க சொல்றீங்க?'

'பாண்டவபுரத்துலேர்ந்துதான். குஞ்ஞிக்குட்டத்தான் வேலை செய்யற இடத்துலேர்ந்து ஒருத்தன் இங்க வரலை? மாநிறமுள்ள ஒருத்தன்?'

'இல்லையே!'

'அவன் நம்ம வடக்குப்பக்கத்து அறையில சில நாளு தங்கியிருக்கலே?'

'அண்ணி, நீங்க என்ன இப்படில்லாம் சொல்றீங்க? அடக் கடவுளே...'

'சரி போவட்டும். என்னால இப்போ எல்லாத்தையும் புரிஞ்சிக்க முடியுது. போறதுக்கு முன்னால அவன் தன்னைப் பற்றிய எல்லா அடையாளங்களையும் உங்க மனசுலேர்ந்து அழிச்சிட்டுப் போயிட்டான் போலிருக்கு. உங்க யாராலும் இனிமே அவனைப் பற்றி நினைச்சிப் பார்க்கக்கூட முடியாது. ஆனா, எனக்கு நெனவு இருக்கு, எல்லாமும் நல்லாவே நெனவு இருக்கு. நான் ஒத்தக்கால்ல தவம் செஞ்சி அவனை இங்க வரவழைச்சேன். அதுவும் எவ்வளவு நாளைய காத்திருத்தலுக்குப் பின்னே தெரியுமா?'

'உங்களுக்கு அவனைத் தெரியுமா?'

'ஆமாம். பாண்டவபுரத்துல எங்க குவார்ட்டர்ஸுக்குப் பக்கத்து வூட்லதான் அவன் தங்கியிருந்தான். குஞ்ஞிக்குட்டடத்தான் வீட்ல இல்லாத ராத்திரிகளில ஜன்னலுக்கருகே சிகரெட்டைப் புகைச்சிக்கிட்டு என் படுக்கை அறையையே அவன் உற்றுநோக்கிக்கிட்டு நின்னுருப்பான். அப்புறம்தான் எங்களுக்குள்ளே பழக்கமாச்சி. எப்படின்னே தெரியல, நாங்க ரொம்பவே நெருங்கிட்டோம். அது பல வகையான நெருக்கமாக இருந்ததுன்னு சொல்ல இப்போ எனக்குக் கஷ்டமாத்தான் இருக்கு... குஞ்ஞிக்குட்டடத்தானுக்குத் தெரியாம மாலை நேரங்களில, நாங்க வாக்கிங் போவோம். ரயில் தண்டவாளங்களத் தாண்டி, புல் மைதானத்தையும் தாண்டி, ஆரஞ்சு தோட்டங்களின் நடுவுலவுள்ள, பனி விழுந்து நனைந்த பாதையில நாங்கள் கைகோத்துக்கிட்டு நடப்பது உண்டு. எனக்கு அவனைப் புடிச்சிமிருந்தது!'

'அதுக்கு' என்ற சியாமளா ஆச்சரியத்துடன், 'நீங்க பாண்டவபுரத்துக்கு போனதே இல்லீங்களேண்ணீ? அதுவும் இந்த வூட்டை விட்டே நீங்க எங்கியும் போனதில்லையே?' என்று கேட்டாள்.

'ஸ்ஸ்...' என்ற தேவி உதட்டில் விரலை வைத்துத் தடுத்தாள். பின், 'நான் அவன்மேல வைச்சிருந்த அன்புல நூறுல ஒரு பங்கைக் கூட அவன் எனக்குத் திருப்பித் தரல. அவன் ஒரு கோழையாகவும் சுயநலமியாகவும் இருந்தான். நான் நெருங்கத் துணியும்போதெல்லாம் அவன் பயத்தோடு விலகி நின்னான். ஒரு காமுகனோட பார்வையைக் கூட அவன் முகத்துல நான் ஒருபோதும் காணமுடிஞ்சதில்ல. அதேபோல, அவனை ஒருபோதும் புரிஞ்சிக்கவும் என்னால முடியல. ஆனா, குஞ்ஞுட்டத்தான் என்னைத் தவறா புரிஞ்சிக்கிட்டாரு. என்னை வீட்டை விட்டே வெளியே தள்ளினாரு. அப்போ... அப்போ என்னை ஏற்றுக்கொள்ள என் காதலனும் தயாராக இல்ல. அவனும் ஒரு கோழையாக இருந்தான்.'

'அண்ணி...' என்று சியாமளா வேதனையுடன் அழைத்தாள்: 'நீங்க ஏன் இப்படில்லாம் பேசறீங்க? இந்த இல்லாத கதைங்கள்லாம் உங்களுக்கு எங்கேர்ந்து கெடைச்சிது?'

அதைக் கேட்காததைப் போல் தேவி ஆவேசமாகத் தொடர்ந்தாள்:

'அதனாலதான், நான் இங்க வந்தேன். என் மனசுல அப்போதும் அவன் மட்டும்தான் இருந்தான். ராத்திரியில தூக்கம் வராம கண்ணுமுழிச்சி படுத்திருக்கும்போதும், காற்றில் சருகுகள் அசையற சத்தம் கேட்கும் போதும், நான் அவனோட காலோசைகளுக்காக மட்டும் காதுகளைக்

கூர்மைப்படுத்தி படுத்திருந்தேன். ஆண்டுகள் பல கடந்தன. இருந்தும் அவன் என்னைத் தேடி வரலை. படிப்படியா, எனக்கு அவன்கிட்ட உண்டாகியிருந்த எல்லா அன்பும் வற்றி வரண்டுட்டுது. நான் அவனை வெறுக்கத் தொடங்கினேன். நான் அவன பழிவாங்கறதுக்கு அவசரப் பட்டேன். அவனை ஆவாஹிச்சு இந்த வீட்டுக்கு, என் நாலு சுவற்றுக்குள் வரவழைச்சேன். அவனுடைய ஆணவம்கற அந்த படத்துல ஓங்கியோங்கி மெதிச்சி அவனைத் தோல்வியடையச் செஞ்கி, அப்படியே தானாகவே அழியவிட்டு, அந்தச் சாம்பலை எடுத்து என் உச்சந்தலைல தடவிக்க நான் ஆவல் கொண்டேன். அப்படித்தான் என் தவமும் தொடங்கிச்சு... ஆதியும் அந்தமும் அறியாத தவம் அது.'

வேதனையுடன் தேவி கேட்டாள்:

'அவன இவ்வளவு சீக்கிரமாவா நீ மறந்துட்டே? அந்த அறையிலேயே எத்தனையோ நாளாக அவன் நம்மோடு சேர்ந்து இருந்தானே?'

அவளால் வேறு எதுவும் கேட்கத் தோன்றவில்லை. உள்ளத்தின் அடித்தட்டிலிருந்து ஒரு தேம்புதல் மட்டும் மேலெழும்பியது. தொண்டை அடைத்தது. 'என்னிடம் ஏன் இந்த சூழ்ச்சி? நோன்பு நோற்று, எதிர்பார்த்து காத்திருந்து, வலைபின்னி ஆவாஹித்துதான் உங்களை வரவழைத்தேன். இருந்தும் என்னை தனிமையாக்கிவிட்டு ஓடிப்போகும்போது நீங்க உங்க கால்சுவடுகளைக் கூட அல்லவா மறைத்துவிட்டிருக்கிறீர்கள். நீங்க வந்ததையும் இங்கே இருந்ததையு மெல்லாம் இனி யாரும் நினைக்கப் போறதில்ல; அவையெல்லாமே நீர்க்கோடுகளைப் போல் மறைந்து விட்டிருக்கின்றன...'

சியாமளா ஒன்றும் கூறாமல் கண்களைத் துடைத்துக் கொண்டு துடைத்துக் கொண்டு உள்ளே செல்வதைக் கண்டவுடன் அவளுக்குச் சிரிப்புதான் வந்தது. பாவம்! அவளின் நினைவுகளை அவன் துடைத்து நீக்கி விட்டிருக்கிறான்.

●

பஸ் ஸ்டாண்டில் குறுப்பண்ணைப் பார்த்தாள். அவர் குடையையும் பேக்கையும் கக்கத்தில் இடுக்கிக்கொண்டு வெற்றிலைப் பாக்குக் கடையின் அருகில் யாருடனோ பேசிக் கொண்டு நின்றிருந்தார். அவளைக் கண்டவுடன் அருகில் வந்தார்.

'எங்கே போறீங்க தேவி டீச்சர்?' என்று கேட்டார்.

'ரெயில்வே ஸ்டேஷனுக்கு'

'ஏன்?'

‘ஒருத்தர் வராரு.’

அவர் வெறுமனே ஒருமுறை முனகினார்.

அப்போதுதான் அவள் திடீரென்று, அவன் போன விபரத்தை குறுப்பண்ணனிடம் சொல்லவில்லையே என்று நினைத்துக் கொண்டாள். அவள் அதைச் சொன்னவுடன், சியாமளாவைப் போல், ரகுவைப் போல், அவரும் வாயைப் பிளக்கத்தான் செய்தார்.

அவள் விவரிக்கத் தொடங்கினாள்:

‘நேத்திக்கு நீங்களும் இன்னொரு ஆளும் சேர்ந்து எங்க வூட்டுக்கு வந்தது நெனப்பில்லீங்களா, குறுப்பண்ணே?’

குறுப்பண்ணன் அப்போதும் பிரமை பிடித்தது போல்தான் நின்றார்.

‘நாங்க உங்க வூட்டுக்கு வந்தோமா? எதுக்கு டீச்சர்?’

‘அந்தாளை வெளியே போகச் சொல்லணும்னு சொல்றதுக்குத்தாங்க அண்ணே. நேத்து ராத்திரியே வெளில அனுப்பலேன்னா இன்னிக்குக் காலைல உங்க பலத்த பிரயோகிச்சி வெளியே இழுத்துவிடுவேன்னும் சொன்னீங்களே!...’

‘யாரை?’

‘பாண்டவபுரத்துலேர்ந்து வந்த அந்த வாலிபனைத்தான்.’

குறுப்பண்ணனின் முகத்திலிருந்து ஆச்சரியம் மறைந்தது. அதற்குப் பதில் ஓர் அசட்டுச் சிரிப்பு விரிந்தது!

‘பாண்டவபுரமா? அது எந்த இடம்?’

தேவி அதற்குமேல் எதுவும் சொல்ல அங்கே நிற்கவில்லை. போகும்போது அவன் தன்னைப் பற்றிய எல்லா தடயங்களையும் மறைத்து, கலைத்துவிட்டான் என்று கூறினால் இவருக்குப் புரியாது. உண்ணிமேனன் மாஸ்டருக்கும் சியாமளாவுக்கும் கூடப் புரியாது. யாருக்குமே புரியாது. அவர்கள் எல்லாரும் கழுதைப் புலிகளைப் போல் சிரிப்பார்கள். ஒருவேளை, தனக்குப் பைத்தியம் பிடித்துவிட்டது என்றுகூட தீர்ப்பளித்துவிடுவார்கள். மூன்று நான்கு பேர்கள் நினைத்தால் ஆட்டை நாயாக மாற்றுவது கஷ்டமொன்றுமில்லை.

அப்போதுதான் பஸ் வந்தது. டவுனுக்குப் போகக் கூடியவர்கள் முட்டிமோதி ஏறினார்கள்.

மீண்டும் ரெயில்வே ஸ்டேஷனில்... பழத் தோல்களும், எச்சில் துப்பலும், சளியும் சிதறிக் கிடக்கும், மக்கள் கூட்டம் இல்லாத அதே பிளாட்ஃபாரம். அதே குளிர்ச்சிமிக்க சிமெண்ட் பெஞ்சு. அவள் அதில் அமர்ந்தாள். சிவப்புச் சட்டையணிந்த போர்ட்டர் மாலை வெயில் வந்து விழும் இடத்தில் குத்துக்காலிட்டு அமர்ந்துகொண்டு பீடி பற்றவைத்து இழுக்கிறான்.

பலநாள்கள் இடைவெளிக்குப் பின் மீண்டும் அதே புகைவண்டி செல்லும் இடத்தில்...

பயணத்தின் வாசனையைச் சுமந்து, மேல்மூச்சு கீழ்மூச்சு வாங்க நுரைதள்ளியபடி, எங்கிருந்தோ இழுத்து வந்து சேரும் பெட்டிக் கூண்டுகள் ஒன்றிலிருந்து இறங்கும் அடையாளம் தெரியாத அந்தப் பயணியைத் தேடி...

எல்லா பயணங்களும் இங்கிருந்துதான் தொடங்குகின்றன.

எல்லா பயணங்களும் இங்குதான் முடிகின்றன.

முதலில் அவன் வந்த தினத்தன்று அவனை வரவேற்க நான் இங்கு இருக்கவில்லைதானே! ஆனால், அவன் அதுபற்றி புகார் எதுவும் கூறாதவனாகத்தான் இருந்தான்.

இனி அடுத்து வருபவனோ? அவன் குணம் எப்படி இருக்குமோ?

பாண்டவபுரத்து காமுகர்களின் வரிசை நீண்டுகொண்டே போகிறது.

ஸ்டேஷன் மாஸ்டரின் அறையில் ஓசையும் அசைவும் கேட்டன.

சிறிது நேரம் கழித்து சுருட்டிப் பிடித்த கொடியுடன் அவசர அவசரமாக யூனிஃபாரத்தின் பொத்தான்களை அணிந்தவாறே ஸ்டேஷன் மாஸ்டர் வெளியே வந்தார். 'குருவாயூரப்பா' என்று குருவாயூரப்பனை அழைத்துக்கொண்டு போர்ட்டரை நோக்கித் தலையாட்டினார். ஆணியில்லாத காலின் குதிகால் பகுதி மூலம் பலமாக ஊன்றி, ஆடியாடிச் சென்று விடாப்பிடியாக விட்டுவிட்டு மணியடித்தான் போர்ட்டர். இதுவரை தான் மணி அடித்ததில் திருப்தியில்லை யென்றாலும் நிறுத்திதானே தீரணும் என்று கருதியவன், மணியடிப் பதை நிறுத்தினான். பிளாட்ஃபாரத்தின் ஓரத்தில் சென்று தண்ட வாளத்தின் மேல் நீட்டித் துப்பினான்.

புகையைக் கக்கிக்கொண்டு வண்டி ஊர்ந்து வந்தது. சிலர் இறங்கினார்கள். அவர்கள் சோற்றுப் பாத்திரத்துடன் வடக்கே வேலைக்குப் போனவர்கள். ஐந்தாறு பள்ளிக்கூடச் சிறுவர்கள். மீன்

கூடைகளைச் சுமந்துவரும் மாப்பிளாக்கள். சாமந்திப் பூக்கள் சூடி புகையிலை மணத்தைப் பரப்பும் கருப்புத் தமிழ்ப் பெண்கள்.

எந்தவொரு மாற்றமும் இல்லை. அவள் நினைத்துப் பார்த்தாள். தினந்தோறும் இதேதான் நடக்கிறது. சோர்ந்த முகங்கள். ஒரே மாதிரியான தேய்ந்த குதிகால்கள்.

அவள் பெஞ்சிலிருந்து அசையவே இல்லை. ஆனால், கண்கள் மக்கள் கூட்டத்தின் நடுவே தேடிக் கொண்டிருந்தன. அந்தக் கூட்டத்தில் பாண்டவபுரத்திலிருந்து வரும் வாலிபன் எவனாவது இருக்கிறானோ? கழுத்து வரையில் நீளமாக வளர்த்த தலைமுடி நீண்ட தொளதொளா காவி ஜிப்பா. கருப்பு பேண்ட் இந்த வேடத்தில்...

எல்லோரும் போய்விட்டார்கள். இல்லை, அவன் வரவில்லை: இன்றைக்கும் இல்லை.

அவள் மெல்ல எழுந்து கொண்டாள். கேட்டைத் தாண்டும்போது, வெள்ளைச் சட்டை அணிந்து கருத்து மெலிந்த டிக்கெட் கலெக்டர் மீண்டும் பழக்கத்தோஷத்தில் சிரித்தார்.

'இன்னிக்கும் வரலீங்களா, டீச்சர்.'

அவள் தலையாட்டினாள்.

'என்னிக்கு வருவார்ன்னு தெரியாம இங்க வந்து காத்துக்கிட்டு இருக்கறதுல என்ன புண்ணியம், டீச்சர்?'

அவள் பதில் கூறாமல் வேகவேகமாக நடந்தாள்.

அவர் பின்னால் வந்தார்.

'தேவி டீச்சர் இப்போ கிளாசுக்கு வர்றதில்லேன்னு, மாலு இன்னிக்கும் சொன்னா.'

'உம்!'

'என்னாச்சுங்க டீச்சர்? ஏதாச்சும் உடம்புக்குச் சுகமில்லீங்களா?'

அவள் அப்போதும் முனகினாள்.

பதிலுக்காகக் காத்திருக்காமல் அவர் தொடர்ந்தார்:

'நான் ஒரு விஷயத்த சொல்றேன், நீங்க தப்பா நெனச்சிக்காதீங்க. நீங்க இப்படி தெனந்தோறும் வந்து இங்க உக்கார்ந்திருக்கற விஷயம் எனக்கு மட்டும்தான் தெரியும். நான் யார்கிட்டேயும் அதைச் சொல்லவே

இல்ல. ஆனா இனிமே... நீங்க தெனமும் இங்க வந்து உக்காராதீங்க. ஜனங்களுக்குத் தெரிஞ்சா...'

தேவிக்கு சிரிப்பு வந்தது. தன் சுதந்தரத்தில் வந்து விழும் விலங்குகள் எத்தனையோ இருக்கின்றன. ரயில்வே ஸ்டேஷனுக்கு வந்து காத்திருக் கக்கூடாது. அப்படியே எதிர்பார்த்து காத்திருந்து வந்து சேரும் விருந்தாளியை வீட்டுக்குள் தங்கவைக்கக் கூடாது...

இவற்றை யாரெல்லாம் தீர்மானிக்கிறார்கள், என் கைகால்களில் விலங்குகளைப் பூட்டுவதற்கு யாருக்கு அதிகாரம் உண்டு?

பஸ் நகர்ந்தது.

அந்த ஆள் இப்போது ரயிலில்தான் இருப்பான். தேவி நினைத்துப் பார்த்தாள். பாண்டவபுரத்தை அடைவதற்கு மூன்று நாள்களாவது வேண்டாமா?

போகட்டும். போய்த் தொலையட்டும் கோழை! கோழை! அவள் பலமுறை அவ்வார்த்தையையே உருப்போட்டாள்.

ஆனால், நான் உன் பிம்பத்தை ஓரேயடியில் வீழ்த்திவிட்டேன். உன்னுடைய ஆணவத்தில் ஆழமான காயத்தை உண்டாக்கிவிட்டேன். இனிமேல், நீ மைனர் வேடமிட்டு பாண்டவபுரத்தின் தெருக்களில் முறுக்குடன் நடக்க முடியாது.

ஆனால், பாண்டவபுரத்தில் இன்னும் ஏராளமான மைனர்கள் இருக்கிறார்களே!

பாண்டவபுரத்தில் இப்போது பனிவிழத் தொடங்கியிருக்கும். ஒரு பகல் முழுவதும் வேலை செய்த பின் சோர்வுற்ற மனமும் தளர்ந்த உடலுமாக களைப்புற்று வரும் கணவர்கள் அச்சில் வார்த்த அந்தக் கட்டடங் களுக்குள் நுழைவார்கள். அவர்களின் மனைவிகள் காமுகர்களின் விஷம் தோய்ந்த சொல்லம்புகளில் விழுந்து, உப்பிய முகங்களுடன் கணவர் களுக்காகக் காத்திருப்பார்கள். அவர்கள் தம் கணவர்களை வரவேற்கும் போதும், அப்புறம் இரவில் அவர்களின் குளிர்ந்த உடல்களுடன் கட்டியணைத்துப் படுத்திருக்கும்போதும், அந்தக் காமுகர்களின் சொல்லம்புகளை உள்ளுக்குள்ளே நினைத்துக் கொண்டிருப்பார்கள்.

வரட்டும், ஒவ்வொருத்தனாக இங்கே வரட்டும். தேவி பற்களைக் கடித்தாள்.

தெருவாசல் தூணில் சாய்ந்து நின்று கொண்டிருந்த சியாமளாவின் முகம் அழுது வீங்கியிருந்தது. கண்கள் கலங்கி சிவந்திருந்தன.

‘அண்ணி, நீங்க இவ்வளவு நேரமா எங்கே போயிருந்தீங்க?’ என்று சியாமளா கணீரென்ற குரலில் கேட்டாள்.

‘ரயில்வே ஸ்டேஷனுக்கு.’

‘எதுக்கு?’

‘அந்தாளுக்காகக் காத்துக்கிட்டிருந்தேன்.’

‘யாருக்காக?’

‘பாண்டவபுரத்து மைனருக்காகத்தான்!’

சியாமளா வேறு எதுவும் கேட்கவில்லை. கண்களைத் துடைத்துக் கொண்டு வீட்டினுள் சென்றாள்.

வருவான். அவன் வராமல் இருக்க முடியாது.

நான் காத்திருந்த நாள்களில் அந்த முதல் ஆள் ரயிலிலிருந்து இறங்கவில்லையே என்பதை தேவி நினைத்துப் பார்த்தாள்.

இன்னொருவனும் வருவான். அவன் வராமல் இருக்க முடியாது.

ஒருவேளை அவன் நாளைக்கே வரலாம். இல்லையென்றால், நாளை மறுநாள்...

www.ingramcontent.com/pod-product-compliance
Lightning Source LLC
LaVergne TN
LVHW100359181026
850499LV00037B/521
* 9 7 8 8 1 8 3 6 8 1 1 3 1 *